ப. க. பொன்னுசாமியின் படைப்புலகம்
(சொற்சித்திரங்கள், திறனாய்வுகள்)

தொகுப்பாசிரியர்
சுப்ரபாரதிமணியன்

நியூ செஞ்சுரி புக் ஹவுஸ் (பி) லிட்.,
41-பி, சிட்கோ இண்டஸ்டிரியல் எஸ்டேட்,
அம்பத்தூர், சென்னை - 600 050.
☎: 044 - 26251968, 26258410, 48601884

Language: Tamil
P. K. Ponnusamyin Padaippulagam
Compiled: **Subrabharathimanian**
First Edition: May, 2022
Copyright: Author
No. of Pages: 238
Publisher:
New Century Book House Pvt. Ltd.,
41-B, SIDCO Industrial Estate,
Ambattur, Chennai - 600 050.
Tamilnadu State, India.
Email: info@ncbh.in
Online: www.ncbhpublisher.in

ISBN. 978 - 81 - 2344 - 262 - 4
Code No. A4615
₹ 350/-

Branches

Ambattur (H.O.) 044 - 26359906 **Spenzer Plaza (Chennai)** 044-28490027 **Trichy** 0431-2700885 **Pudukkottai** 04322- 227773 **Thanjavur** 04362-231371 **Tirunelveli** 0462-4210990, 2323990 **Madurai** 0452 2344106, 4374106 **Dindigul** 0451-2432172 **Coimbatore** 0422-2380554 **Erode** 0424-2256667 **Salem** 0427-2450817 **Hosur** 04344-245726 **Krishnagiri** 04343-234387 **Ooty** 0423 - 2441743 **Vellore** 0416-2234495 **Villupuram** 04146-227800 **Pondicherry** 0413-2280101 **Nagercoil** 04652 - 234990

ப. க. பொன்னுசாமியின் படைப்புலகம்
தொகுப்பாசிரியர்: சுப்ரபாரதிமணியன்
முதல் பதிப்பு: மே, 2022

அச்சிட்டோர்: **பாவை பிரிண்டர்ஸ் (பி) லிட்.,**
16 (142), ஜானி ஜான் கான் சாலை, இராயப்பேட்டை, சென்னை - 14
☎: 044-28482441

All rights reserved. No part of this book may be reprinted or reproduced or utilised in any form or by any electronic, mechanical, or other means, now known or hereafter invented, including photocopying and recording, or in any information storage or retrieval system, without permission in writing from the publishers.

பொருளடக்கம்

முன்னுரை — 9
 -சுப்ரபாரதிமணியன்

அணிந்துரை — 13
 -தெ. ஞானசுந்தரம்

நன்றி
 -ப.க. பொன்னுசாமி — 27

I. நாவல்கள் — 29

1. படுகளம் — 31
 தமிழிலக்கியத்தின் கிராமிய வளம்
  -பிரேமா நந்தகுமார் — 31

 Reality as Art: an Authentic Regional Novel in Tamil
  - K. Chellappan — 35

 படிக்கப் படிக்க சுகம் தருகிறது!
  -நடிகர் சிவகுமார் — 39

2. நெடுஞ்சாலை விளக்குகள் — 43
 உளவியலும் அறிவியலும், ஊடும் பாவுமாய்
 நெய்த ஒரு பட்டுத்துகில்
  -மாலன் — 43

 களம் புதிது - அறிவியல் முகக் கண்ணாடி!
  -சுப்ரபாரதிமணியன் — 47

 ஒரு கலைநுட்பக் காவியம்
  -ப. மருதநாயகம் — 51

3. **திருமூர்த்தி மண்** — 64

சீதையின் நிழலில் சென்றிடும் வாழ்க்கை
-பிரேமா நந்தகுமார் — 64

அருவிபோல் பொங்கும் படைப்பாற்றல்!
-திருப்பூர் கிருஷ்ணன் — 71

ஓர் உரைநடைக் காவியம், இலக்கிய ஓவியம்!
-கா. செல்லப்பன் — 76

வரலாறுகள் தொன்மங்களாகும்!
-சுப்ரபாரதிமணியன் — 84

கொங்கு வாழ்க்கையின் கண்காட்சி!
-அருள் செல்வன் — 89

A tale of region and time
-T. Ramakrishnan — 94

II. கட்டுரை நூல்கள் — 97

1. **அறிவியல் - சில பார்வைகள்** — 99

அரிய கருவூலம்
-மு. ஆனந்தகிருஷ்ணன்

2. **கல்வி - சில பார்வைகள்** — 102

விவாதங்களைப் புறக்கணிக்க முடியாது!
-மு. ஆனந்தகிருஷ்ணன்

3. **இலக்கியம் - சில பார்வைகள்** — 104

வ.ரா-வுக்குப் பிறகு வாராது வந்த மாமணி!
-திருப்பூர் கிருஷ்ணன்

4. **அண்டம்... கோட்பாடுகள்... அசோக் சென்** — 111

அறிவியல் என்ற நம்பிக்கையின் நாற்று!
-வெ. பாலகிருஷ்ணன்

5.	பாலில் சர்க்கரை பழுதாகலாமோ?	117
	சிறிய நூலில் பெரிய விஷயங்கள்!	
	-இந்திரன்	
6.	கல்வி - அறிவியல் - மக்கள்	119
	-சுப்ரபாரதிமணியன்	
7.	ஞானசம்பந்தர் பாடல்களில் தாள இசைக் கூறுகள்	121
8.	நான்தான் கொவிட்-19	124
	கொவிட்-19 பற்றிய கேள்விகளுக்கு விடைகள்	
	-க. வேலுத்தம்பி	
9.	நூற்றாண்டுத் தமிழ்	130
	புத்துலகப் படைப்பு!	
	-தமிழண்ணல்	
10.	வளரும் அறிவியல் வாழும் இலக்கியம்	131
	உலகறிந்த விற்பன்னர்!	
	-சிற்பி பாலசுப்ரமணியம்	
11.	The Songs of the Universe	133
	Amazing Midscape	
	-Parasuram Ramamoorthi	
12.	உயர்கல்வி உயர...	134
	கல்வி உலகம் காணும் திருப்புமுனை	
	-ச. மெய்யப்பன்	
13.	எதிர்காலம் இனிக்கும்!	137
	நம்பிக்கை தரும் நல்வழிகாட்டி!	
	-ச. மெய்யப்பன்	

14. அறிவியல் - சில பார்வைகள் (முதல் நூல்)   140
நாம் என்பதன் பொருள் என்ன?
-கவிஞர் மீ.ரா.

என் குறிப்பு
-அசோகமித்திரன்   141

15. அண்மைக் கட்டுரைகள்   142
இசை என்னும் இன்பத்தின் ஊற்றுக்கண்!

அகிலம் ஈர்க்கும் அதிரம்பாக்கம்!   150

III. சிறுகதைகள்   157

    தாயம்மா   159

IV. சொற்சித்திரங்கள்   165

படைப்புகளிலிருந்து...   167

பெரியசாமிக் கவுண்டர் பார்த்த சினிமா!   167

சீனிவாச அய்யங்கார்   170

இலக்கியம் என்ன செய்யும்?   174

அறிவியல் என்பதும் ஆறுபோலத்தான்!   178

அனுபவிச்சவ!   179

மாராத்தாள்   180

கருகிய வெள்ளரிப் பழங்கள்   183

ஆராய்ச்சி செய்யறவங்க   185

அய்யாசாமி   189

V. கவிதைகள்   197

கருமேகம்-மழைத்துளி-நெல்மணி!   199

பக்குவப்பட்டாறு மாசம்   200

	கல்லூரிக் காளை	201
	பண்ணாடிக பாக்குட்டும்னு	202
	ஆயிரம் புதுமைகள் படையுங்கள்!	203
	நான்தான் கொசு!	204
	சிங்காரச் செல்வமே!	205
	அம்பேத்கர்	207
VI.	நேர்காணல்கள்	217
	Hinduism Today	219
	அமுதசுரபி	220
	ப.க. பொன்னுசாமி	225
	சுப்ரபாரதிமணியன்	237

முன்னுரை

சுப்ரபாரதிமணியன்

ஏன், எதற்கு, எப்படி என்று முடிவில்லாத கேள்விகளை இலக்கியப் படைப்புகள் எழுப்பிக்கொண்டே இருக்கின்றன. மனிதகுலம் இந்தக் கேள்விகளுக்குப் பதில் சொல்லியும் சொல்லாமலும் பல பரிமாண வளர்ச்சிகளோடு நகர்ந்து கொண்டிருக்கிறது. இலக்கியப் படைப்புகளும் அறிவுப் புலங்களும் கட்டமைக்கும் உலகிற்கும், யதார்த்த உலகிற்கும் பெரிய இடைவெளி இருக்கிறது. இந்தக் கேள்விகளுக்கான பதிலில் அறம் சார்ந்த விசயங்களும் அடங்கும். கொங்கு

வாழ்வியலின் அறம் சார்ந்த கேள்விகளைப் பூடகமாய் கொங்கு பேச்சுப் படிமங்களின் மூலம் பல பதிவுகள் செய்த திரு ப.க.பொன்னுசாமி அவர்களின் படைப்புகள் பற்றிய ஒட்டு மொத்தமான பார்வையை இத்தொகுப்பு தருகிறது.

ஒரு படைப்பாளியின், சில படைப்புகள் சிலரை சென்றடைந் திருக்கும். ஆனால் அவருடைய ஒட்டு மொத்தப் படைப்புகள் பற்றியும் தெரிந்துகொள்ள, இதுபோன்ற தொகுப்புகளே உதவும். அவை கல்வியாளர்களுக்கும், ஆய்வு மாணவர்களுக்கும், பொது வாசகர்களுக்கும் பயன்படக்கூடியவை.

அந்தப் பார்வையில் 'ரீடர்' எனும் வகையில் இத்தொகுப்பை எடுத்துக்கொள்ளலாம்.

திரு பொன்னுசாமி அவர்களின் பல்வேறு படைப்புகள் பற்றி, எழுத்தாளர்கள், கல்வியாளர்கள், இலக்கிய விமர்சகர்கள் என்று பலரும் தங்கள் அபிப்பிராயங்களைக் கட்டுரைகள் மூலம், தெரிவித்திருக்கிறார்கள் என்பதை இத்தொகுப்பு வெளிப்படுத்துகிறது.

அறிவியல் தமிழ் சார்ந்த சிந்தனைகள், வட்டார இலக்கியம், தொழில்நுட்பச் சாதனைகள், இசைக் கூறுகள் என்று திரு. பொன்னுசாமி அவர்களின் படைப்புகள் சார்ந்து எல்லாவித படைப்புகளின் ஆய்வு சார்ந்த கட்டுரைகளாக இவை அமைந்திருக்கின்றன. இலக்கியப் படைப்புகள் பற்றி பெரும்பான்மை பேசினாலும் விஞ்ஞானக் கூறுகளும் அறிவியலும் முதன்மை பெறும் இடத்தில் இருக்கிறது. மீரா, அசோகமித்திரன் போன்ற எழுத்தாளர்களின் எளிமையான கட்டுரைகள் ஒரு புறம். இன்னொரு புறம் விஞ்ஞானச் சிந்தனைகள் சார்ந்த வியப்புகள் கூடி நிற்கின்றன. பிரேமா நந்தகுமார், மருதநாயகம், மாலன், திருப்பூர் கிருஷ்ணன் என்று பலர் பலகோணங்களில் எழுதியுள்ளனர். நாவலின் சில பகுதிகள் பெரும் மலையின் துணுக்கைக் காட்டுகின்றன. அவை முழு நூலையும் வாசிக்கும் ஆர்வத்தைத் தூண்டுகின்றன. கல்லூரிக்கால கவிதைகள், நாடகங்கள் என்பவை ஆரம்ப கால படைப்புகளின் தன்மையைக் காட்டுகின்றன. சுமார்

60 ஆண்டுகளாகப் படைப்புலகில் இவர் இருந்து வருவதன் அடையாளங்களைக் கண்டுகொள்ளலாம்.

ஓர் இலக்கியப் படைப்பாளியின் மொத்தப் படைப்புகள் பற்றிய ஒரு பருந்துப்பார்வைக்கான தளமாக இத்தொகுப்பு அமைந்துள்ளது. முன்பு வெளியான படைப்புகளை சம்பந்தப்பட்ட படைப்பாளிகளின் ஆசீர்வாதத்தோடு இங்கே தொகுத்திருக்கிறேன். 'கலைடாஸ்கோப்' வெளிப்படுத்தும் சித்திரம் போல் அவை ஒரு முழுமையைக் காட்டுகின்றன. முழுமையைத் தேடும் முழுமையற்ற புள்ளிகளாய் அவை இதில் கோலமிட்டிருக்கின்றன. இக்கட்டுரைகளை எழுதிய படைப்பாளிகளுக்கு நன்றி. இவற்றைத் தொகுப்பாகப் பார்க்கையில் ஒரு படைப்பாளியின் இமாலய பலம் தெரிகிறது. இதை வெளியிடும் என்.சி.பி.எச் நிறுவனத்திற்கும் நன்றி.

இடது வரிசை: மகள் சிந்தியா குடும்பம்
வலது வரிசை: மகள் கன்னல் குடும்பம்

அணிந்துரை

தெ. ஞானசுந்தரம்

தமிழகப் பல்கலைக்கழகத் துணைவேந்தர்களில் தம் ஆட்சித் திறத்தாலும் படைப்பாற்றலாலும் ஓங்கி ஒளிர்ந்தவர் மூவர். முதலாமவர், பேராசிரியர் மு.வ. இரண்டாமவர், பேராசிரியர் வா.செ. குழந்தைசாமி. மூன்றாமவர், பேராசிரியர் ப.க.பொன்னுசாமி. புதினங்களால் புகழ்பெற்றிருந்த பேராசிரியர் மு.வ, துணை வேந்தராய்ப் பொறுப்பேற்று ஆட்சித்திறத்தை நிறுவியவர். பொறியியல் வல்லுநர் பேராசிரியர் குழந்தைசாமி தம் கவிதை யாற்றலால் துணைவேந்தர் ஆவதற்கு முன்பே புகழ் ஈட்டியவர். சென்னை, மதுரை ஆகிய இரு பல்கலைக்கழகங்களிலும் சிறந்த துணைவேந்தர் என்னும் பெயரோடு பணி நிறைவு செய்த அறிவியல் பேராசிரியர் ப.க.பொன்னுசாமி. அதற்குப் பின் தம்

எழுத்தாற்றலால் தலைசிறந்த நாவலாசிரியர் என்பதைக் கல்வெட்டாய்ப் பதிவுசெய்துள்ளார். 'இவர் இத் துறையில் முன்பே நுழைந்திருக்கக் கூடாதா? இந்நேரம் உலக இலக்கியங்களைப் போட்டிக்கு அழைக்கும் படைப்புகளைத் தந்திருப்பாரே!' என்னும் ஏக்கமே இவருடைய மூன்று நாவல்களையும் படித்தவுடன் நெஞ்சில் தலைதூக்கி நிற்கிறது.

பேராசிரியர் ப.க.பொன்னுசாமி, சென்னைப் பல்கலைக் கழகத்தின் துணைவேந்தர் பொறுப்பை ஏற்று சில நாள்களே ஆகி இருந்தன. அதற்கு முன்பே யான் பட்ட வகுப்புப் பாடத்திட்டக் குழுவின் தலைவராக நியமிக்கப்பட்டிருந்தேன். ஒரு நாள், அதன் கூட்டம் நடைபெற இருந்தது. அக்கூட்டத்திற்குப் பாரதிதாசன் பல்கலைக்கழகத் தமிழ்த்துறைப் பேராசிரியர் எழில்முதல்வனும் வந்திருந்தார். நாங்கள் இருவரும் பல்கலைக்கழகத்திற்குள் நுழையும் போது துணைவேந்தர் எங்கோ அவசரமாக வெளியே சென்று கொண்டிருந்தார். அவரைப் பார்த்தவுடன் பேராசிரியர் எழில்முதல்வன் வணங்கினார். அவர்தான் துணைவேந்தர் என்று எனக்கு அப்போது தெரியாது. யான் வணங்கவில்லை. கூட்டம் நடைபெற்றுக்கொண்டிருந்தது. கூட்டம் முடிந்தபின், குழுத் தலைவரைத் துணைவேந்தர் சந்திக்க விரும்புவதாக அலுவலர் ஒருவர் தெரிவித்தார். அவ்வாறே அவரைக் காணச் சென்றேன்.

கைகூப்பியவாறு, 'இப்பொழுதுதான் தங்களை முதன்முதலில் பார்க்கிறேன்' என்று பணிவோடு தெரிவித்தேன். முன்பு எதிரே வந்தபோது வணங்காத காரணத்தைத் தெரிவிப்பது போல.

'நான் உங்களைப் பார்த்திருக்கிறேன்' என்றார். அவரை வியப்போடு பார்த்தேன்.

'நீங்கள் பாரதிதாசன் பல்கலைக்கழகத்தில் கம்பர் பற்றி அறக்கட்டளை சொற்பொழிவு நிகழ்த்தினீர்களே!' என்றார்.

'அங்கு உங்களைச் சந்திக்கவில்லையே!'

'நான் கடைசியில் இருந்தேன்.' எனக்கு ஒரே வியப்பு!

பின்னர் பேச்சு தொடர்ந்தது. அவர், தாம் எழுதிய உரைநடை நூல் ஒன்றைத் தந்தார். அவரோடு உரையாடியவாறே

ஓரிரு பக்கங்களைப் புரட்டிப்பார்த்தேன். ஒரு பிழைகூட இல்லாமல் இருந்தது. ‘நூல் பிழையில்லாமல் இருக்கிறது’ என்று மகிழ்ச்சியைத் தெரிவித்தேன்.

அவர் பெருமிதத்தோடு கூறினார்; ‘ஒரு சிறு பிழை வந்தாலும் அதனைக் கிழித்துவிடுவேன். நான் சிற்பியின் மாணவன்’.

நூலினை அவரிடம் திருப்பிக் கொடுக்க முயன்றேன். ‘உங்களுக்குத்தான். நீங்கள் வைத்துக்கொள்ளுங்கள்,’ என்றார். நன்றி கூறிவிட்டு விடைபெற்றேன். வீட்டுக்கு வந்து நூலைப் படித்துப்பார்த்தேன். அவர் திருநாவுக்கரசர் மீது கொண்டிருந்த ஈடுபாடு புலப்பட்டது. தமிழ்ப்பற்றும் புலமையும் நிறைந்த ஒரு துணைவேந்தர் என்னும் எண்ணம் உண்டாயிற்று. சில ஆண்டுகளுக்குப் பின் மதுரைப் பல்கலைக்கழகத்தில் உரையாற்றச் சென்றபொழுது, அக்கூட்டத்தில் ஆர்வத்தோடு அவர் கலந்து கொண்டார். தம் இல்லத்திற்கு அழைத்து விருந்தோம்பினார். தமிழையும் தமிழ்ப் பேராசிரியர்களையும் மிகவும் போற்றும் ஒரு நல்ல தமிழ்த் துணைவேந்தர் என்னும் எண்ணம் உறுதியாயிற்று.

அந்த நினைப்பே அவருடைய மூன்று நாவல்களையும் படிக்கும் வரை இருந்தது. அவற்றைப் படித்தபின், இதுநாள் வரை கண்டறியாத பேராசிரியர் ப.க.பொன்னுசாமியின் பிறிதோர் அழகிய தோற்றம் கண்டு வியப்போடு மலைத்து நிற்கிறேன். அவர் என்முன்னே தலைசிறந்த நாவலாசிரியராய்க் கம்பீரமாக இமயம் போல் நிற்கிறார். இது விசுவரூப தரிசனம்!

‘படுகளம்’ அவர் எழுதிய முதல் நாவல். அது முதல் நாவல் என்பதை நம்ப முடியவில்லை. முதன்மையான நாவலாகத் திகழ்கிறது. அதன் கதைக் கட்டமைப்பு, பாத்திரப் படைப்பு, உரையாடல் நேர்த்தி, நடைநலன் எல்லாம் எழுதி எழுதிப் பழக்கப்பட்ட எழுதுகோலின் படைப்பாகவே காட்டுகின்றன. ‘படுகளத்’தின் தொடர்ச்சியே மூன்றாவது நாவலான ‘திருமூர்த்தி மண்’. இரட்டைக் காப்பியங்களான ‘சிலம்பும் மணிமேகலையும்’ போல இவை ஒன்றோடொன்று தொடர்புடைய கதைகள். முன்னைய நூலில் வரும் பாத்திரங்கள், முழுமையடைந்த நிலையில் இதில் காணப்படுகிறார்கள். இவ்விரண்டனுக்கும் இடையே எழுதப்பட்ட

'நெடுஞ்சாலை விளக்குகள்' முற்றிலும் வேறான களத்திலும் காலப் பின்னணியிலும் அமைந்தது. இந்தி எதிர்ப்புப் போராட்டம் நடந்த சூழலில், பல்கலைக்கழகத்தில் அமைந்துள்ள அறிவியல் ஆய்வுத் துறையில் நடக்கும் கூத்துகளை விளக்குவது. அது மற்றொரு செருக்களம் என்பதைக் காட்டுவது.

ஒரு காலத்தில் கல்கி, மு.வ, அகிலன், நா.பா, தி.ஜானகி ராமன் போன்றோர் நாவல்களை விழுந்து விழுந்து படித்துவிட்டு, அவற்றின் தாக்கத்திலேயே பல நாள்களைக் கழித்தது உண்டு. கல்கியின் சிவகாமி, குந்தவை, நந்தினி, வந்தியத் தேவன், முவ.வின் மங்கை, அருளப்பன், சந்திரன், அகிலனின் உமா, தணிகாசலம், நா.பா.வின் பூரணி, அரவிந்தன், சத்திய மூர்த்தி, மோகனா, பாரதி, தி.ஜானகி ராமனின் ஜமுனா, பாபு போன்ற பாத்திரங்களின் இன்ப துன்பங்களை நினைத்து, மகிழ்ச்சியும் தவிப்பும் அடைந்தது உண்டு. அவர்களோடு தொடர்புடைய மாமல்லபுரம், பழையாறை, குடந்தை, மல்லிகைப் பந்தல் போன்ற இடங்களில் மனம் சுற்றித் திரிந்திருக்கிறது. அத்தகைய பரவச நிலையைப் பல ஆண்டுகளுக் குப்பின் பத்துப் பன்னிரண்டு நாள்களாய் அனுபவித்துவருகிறேன்.

அறுபது வயது தாய் குடும்பப் பாசம் மிக்க கூத்தம்பூண்டி ஆத்தா கன்னியம்மாள், மனைவிக்கு அடங்கி நடக்கும் நல்லசாமி, அண்ணனுக்குத் தனக்கென ஒதுக்கப்பட்ட பங்கினை விட்டுக் கொடுத்து, குடும்ப ஒற்றுமையையும் வறுமையில் செம்மையையும் காக்கும் நேர்மையாளர் கண்ணுச்சாமி, குடிப் பழக்கத்திற்கு அடிமையாகி மடியும் செல்லச்சாமி, சுயநலம் கொண்ட பொன்னம்மாள், கணவன் மனங் கோணாமல் நடக்கும் சின்னக்கண்ணு, பெருந்தன்மையான மதுரை சோமுத் தேவர், அவருடைய மனைவி கருப்பாயம்மாள், நல்லதம்பியின் மீது அரும்பிய காதலோடு அவனிடம் சங்கிலியைக் கொடுக்கும் ராஜேஸ்வரி, திருமணம் நின்ற நிலையில் தவிக்கும் முருகம்மா, அவள் தங்கை செவ்வந்தி, படிப்பையே விட்டுவிட்டுக் குடும்பத்தின் நலத்திற்காகப் பாடுபட்டு, திருமணத்திற்குப் பின் மனைவியால் மாறுபட்டு நிற்கும் நல்லதம்பி, கண்ணுச்சாமிக் குடும்பத்தோடு ஒன்றிவிட்ட மேற்கு வளவுப் பிள்ளைமார்

கூட்டத்தைச் சேர்ந்த பாலுச்சாமி, ஊர் ஒற்றுமைக்காகப் பாடுபடும் கோயில் கவுண்டர் போன்ற படுகளத்தில் வரும், பாத்திரங்கள் நெஞ்சில் நிற்கின்றன. உளவியல் பட்ட ஆய்வில் ஈடுபட்டிருக்கும் ராஜேஸ்வரி, தொழிலாளர் போராட்டத்தில் தாக்கப்பட்டு சுயநினைவு இழந்து நிற்கும் தொழிலாளர் தலைவர் கனகவேல், நெஞ்சுறுதி கொண்ட வெங்கிட்டம்மாள், பட்டாளத்திலிருந்து விடுப்பில் வந்து மாப்பிள்ளைக் கோலத்தில் வெட்டிக் கொல்லப்படும் வீராசாமி, செல்லச்சாமியின் மகன் ‘வைஸ்’ சுந்தரசாமி, மருத்துவர் அரங்கன் போன்றோர் மனத்தில் பதிகின்றனர்.

பேராசிரியர் பொன்னுசாமி, பல ‘சாமி’களை நாவலில் அறிமுகப்படுத்தியுள்ளார். அப்பெயர்கள் கவுண்டர்களின் பெயர் வைக்கும் முறையைச் சொல்லாமல் சொல்லுகிறது.

‘நெடுஞ்சாலை விளக்குகள்’ நாவலில் வரும் புகழ்வாய்ந்த ஆய்வறிஞர் ஆனந்தமூர்த்தி, கணவனின் போக்கினை அறிந்து பாங்காக நடந்துகொள்ளும் அவருடைய மனைவி லட்சுமிப் பிரபா, அங்கீகாரத்தைப் பொருட்படுத்தாத ஆய்வாளர் மன்னாடி போன்றோர் நெஞ்சில் நிற்கின்றனர். அறிவும் துணிவும் நிறைந்த பெண்ணாக வாழ்வில் வெற்றிபெற்று நிற்கும் மைதிலி பாராட்டுக் குரியவளாக அமைகிறாள். நெடுஞ்சாலை விளக்குகளில் சத்யாவும் செல்லமுத்தும் காதற் சிட்டுகளாகச் சிறகடிக்கிறார்கள். அவர்கள் காதல் வெற்றி பெறுமா என்று அவளைப் போலவே நாமும் காத்திருக்கிறோம். ஆய்வுலகப் போலிகளான பொறாமையும் கீழ்மையும் கொண்ட ரங்கநாதன், அர்ச்சுன் போன்றவர்களின் இயல்புகள் நம்மை முகஞ்சுளிக்க வைக்கின்றன. பேரறிஞர் அண்ணா பெயரில்லாமல் இடம்பெறும் பெருமைக்குரிய அரசியல் தலைவராகக் காட்சிதருகிறார். தேர்தலில் பெருந்தலைவரையே வென்ற விருதுநகர் சீனிவாசன், சீனிச்சாமியாக உருமாறியிருக்கிறார்.

நாவலாசிரியர், கொங்கு மண்ணில் பிறந்து அதன் புழுதியில் புரண்டு விளையாடி, அங்கு வீசும் காற்றைச் சுவாசித்து, அங்குள்ள மனிதர் பேசும் பேச்சினையே தாமும் பேசி, நிகழும் நல்லது கெட்டதுகளைப் பார்த்து, உணர்ந்து, எல்லாவற்றையும் தன்மயமாக்கிக்

கொண்ட முழுமையான மண்ணின் மைந்தர். கவுண்டர் இனத்தின் உட்பிரிவுகளான ஒழுக்க குலத்தையும் முழுக்காத குலத்தையும் சேர்ந்த பங்காளிகளின் குடும்பத்தில் நீறு பூத்த நெருப்புப் பொறியாய் இருந்த பகை, பற்றி எரிந்து அடிதடியாக மாறி, முற்றிச் சிறிது காலத்திற்குப் பின் அணையப்போகும் நிலையில் மீண்டும் பற்றிக் கொள்வதைப் படம் பிடிக்கிறது முதல் நாவல். பள்ளிபுரத்தில் கருப்பஞ்சாற்றைக் காய்ச்சும் ஆலையிலிருந்து வரும் மணம் மூச்சுக் காற்றில் கலந்து இனிமை பயக்கிறது. பொங்கல் விழா, முழுக்காதக் கல்யாணம் என்று கூறப்படும் எழுதிங்கள் சீர், நோம்பு சாட்டு, வில்லும் வாளும் எடுத்து விளையாட்டாக மோதும் படுகளம் ஆகியவற்றை அறிகிறோம். 'படுகளம்' முடிவற்ற ஒரு கிராமத்து நதியாய் ஓடிக்கொண்டே இருக்கிறது. அதனால்தான் கல்கி, பொன்னியின் செல்வனுக்குக் கதை முடிந்தபின், பின்குறிப்பு எழுதியதுபோல இந்நாவலாசிரியரும் பின்குறிப்பு வரைந்துள்ளார். அதன் தொடர்ச்சியைத் 'திருமூர்த்தி மண்' காட்டுகிறது.

கதைப்பின்னலில் முன்னே ஒரு நிகழ்ச்சியைப் பதிவு செய்து விட்டு, பின் அதனை மறவாமல் நினைவுபடுத்துவது ஓர் உத்தி. இராம லக்குவர்கள் தசரதனின் உயிர்பிரிந்து செல்வதுபோல விசுவாமித்திரனோடு சென்றார்கள் என்ற கம்பர், அதனை மறவாமல் மிதிலையில் தசரதனை அணுகி அவர்கள் வணங்கியபோது, முன்னே பிரிந்த உயிர் வந்தது போல வந்து வணங்கினர் என்கிறார். அத்தகைய உத்தியை மூன்று நாவல்களிலும் காணமுடிகிறது.

'படுகள'த்தில் கரும்பங் கொல்லைக்கு யார் தீ வைத்தார்கள் என்பது அவிழாத முடிச்சாகவே இருக்கிறது, செல்லச்சாமியின் சாவு எப்படி நிகழ்ந்தது என்று அறிய முடியாததைப் போல. சாராயம் காய்ச்சும் பேச்சிமுத்து, அண்ணாமலைச்செட்டியார் கடையில் நீண்ட கதம்பக் கயிற்றைக் கட்டித் தொங்கிய முனையில் தன் பீடியைப் பற்றவைத்தது விளக்கமாகத் தெரிவிக்கப்படுகிறது. அப்புனைவு, சில அத்தியாயங்களுக்குப் பின் பொங்கியண்ணக் கவுண்டர் வயலில் கிடந்த கயிற்றைக் கொண்டு பேச்சிமுத்து தான் தீ வைத்தவன் என்று செங்கண்ணன் துப்பறிகிறான் என்பதனைக் காட்டுவதற்காகவே என்பது புரியவருகிறது.

'திருமூர்த்தி மண்' தொடக்கத்தில், குருசாமி நாயுடுவின் குதிரை வண்டியைச் சுந்தரசாமியின் குதிரைவண்டி முந்திச் செல்கிறது. அதற்கு சுந்தரசாமி அவரிடம் மன்னிப்பு கேட்கிறான். அவர் குதிரையைத் தம் மானுப்பட்டிக் காட்டிலே விட்டா நன்றாக வளரும் என்று தெரிவித்து, 'ஆனா... எங்கூட போட்டிக்கெல்லாம் வந்திராதே' என்று சொல்லிச் சிரித்துக்கொண்டு புறப்படுகிறார். பின்பு இந்த நிகழ்ச்சியை ஊராட்சித் தேர்தல் குறித்துப் பேச தாமோதரன் வீட்டுக்குப் புறப்படும்போது, சுந்தரசாமியிடம் 'தம்பி, இந்தக் குதிரை வண்டிக்கு ஒரு யோகம் இருக்கு. தூரத்திலே மத்தவங்க ஒதுங்கி வழிவிட்டிருவாங்க. உங்களுக்காக இந்த வண்டி மொதல் மொதலா தாமோதரன் பங்களாவுக்குப் போகப்போவுது. நல்லது தான் நடக்கும்' என்கிறார் குருசாமிநாயுடு. இங்கேயும் அந்த உத்தியைக் காண்கிறோம்.

இராணுவத்திலிருந்து ஊருக்குத் திரும்பும் வீராசாமியை முதலில் சந்திப்பது சென்னியப்பன்தான். அவன், விளையாட்டில் தொடங்கிய கரிமீசை இப்பொழுது மிலிட்டரி மீசையாகிவிட்டது என்றவாறு வீராசாமியின் மீசையை முறுக்குகிறான். வீராசாமியும் சென்னியப்பன் மீசை அட்டகாசமாக இருப்பதாகக் கூறி, அதனை முறுக்கிக் கொண்டே சிரிக்கிறான். இது வேடிக்கையான சாதாரண ஒரு நிகழ்ச்சி போல அமைந்துள்ளது. இதன் நோக்கம் இறுதியில் சென்னியப்பன் வீராசாமியை வெட்டிய கொடுவாளில் படிந்திருந்த இரத்தத்தைப் பெருவிரலால் எடுத்து மீசையில் தடவிக்கொண்டு துடித்துக் கொண்டிருந்த வீராசாமியின்மீது சர்ரென்று சிறுநீர் பாய்ச்சினான் என்பதனைப் படிக்கும்போது புலப்படுகிறது.

'நெடுஞ்சாலை விளக்குகள்' நாவலில் ரயில் பயணத்தில் செல்லமுத்து வைத்திருந்த நாவலை ஒரு பெரியவர் வாங்கிப் படிக்கிறார். அது சத்யா தந்ததாகக் குரு கொடுத்த நாவல். அதில் எழுதப்பட்டிருந்த காதல் வரிகளைப் படித்துவிட்டு அவனிடம், 'இன்டர்வியூல பதில் சொல்ற மாதிரி நாவல்ல ஒரு பக்கதுல பென்சில்ல பாப்பா கோடு போட்டுக் காட்டீருந்துதே - கண்ணமூடீட்டு என்ன கேள்வியா இருந்தாலும் அதச் சொல்லிப்

போடு! செலக்சன் ஆயிருவ!' என்று கிண்டலடிக்கிறார். அடுத்து, மருத்துவக் கல்லூரியில் சேர சத்யா வரும்போது அவரும் வருகிறார். அப்போது அவனைப் பார்த்தவுடன்,'அன்னைக்கு நேர்முகத் தேர்வுல நல்லாச் செஞ்சிட்டீக போலிருக்குது! ஆராய்ச்சீல சேர்ந்திட்டீங்களா தம்பி?' என்கிறார். அதற்குச் செல்லமுத்து, எப்படியெல்லாம் பதில் சொல்லவேணும்னு நீங்கதான் குறிப்புக் கொடுத்திருந்தீங்களே! அப்படியே சொன்ன. செலக்ட் பண்ணீட்டாங்க!' என்கிறான். சத்யாவின் தந்தை கொண்டசாமி, நாவலைக் கடன் வாங்கிப் படித்த இந்த நிகழ்ச்சி இடையிலும் குறிக்கப்படுகிறது. பாம்புப் பண்ணையைக் காணச் சென்றபோது மைதிலியும் செல்லமுத்தும் நெருக்கமாகப் பழகுவதைக் கண்ட அவர், அவர்களைக் காதலர்கள் என்று கருதுகிறார். அவன் இல்லையென்பதைத் தெரிவிப்பதுபோல் பதில் கூறினான். அதனைக் கேட்ட அவர், 'என்னப்பா தம்பி, வேறு நாவலையும் படிச்சிட்டையா?' என்று கேட்டுவிட்டு சிரிக்கிறார். இறுதியிலும் அது இடம்பெறுகிறது.

சமரசம் பேச வந்த பெருந்தலைவருக்கு (அண்ணாவுக்கு) தண்ணீர் தராமல் மாணவர்கள் தடுத்தது உண்மை நிகழ்ச்சி. அதனைப் பதிவுசெய்து, மாணவர்கள் அவரையே விழாவுக்கு அழைப்பதாகக் காட்டி, அப்போது அவர் 'குடிப்பதற்குத் தண்ணீரோடு வந்து விடுகிறேன்!' என்று நகைப்போடு கூறுவதாகச் சொல்வது 'சபாஷ்' போடவைக்கிறது. இத்தகைய இடங்களைப் படிக்கும்போது, நாவலாசிரியரின் எழுத்தில் புதைந்துள்ள நேர்த்தி வாசகனை மகிழ்ச்சி வெள்ளத்தில் ஆழ்த்தும்.

நெஞ்சில் நிற்கும் பாத்திரங்களைப் படைப்பதில்தான் நாவலாசிரியரின் திறமை வெளிப்படும். எங்கோ ஓரிடத்தில் வரும் பாத்திரங்களைக்கூட மறக்க முடியாமல் செய்யும் ஆற்றல் இந்நாவலாசிரியரிடம் இருத்தலைக் காணலாம். பரமசிவமும் அவனுடைய மகள் மாராத்தாளும் பெரிய பாத்திரங்கள் அல்ல என்றாலும் மறக்க முடியாத பாத்திரங்கள். தாயில்லா தன்மகள் உயர்சாதி ரத்தினத்திடம் தன்னை இழந்துவிட்டாள் என்று தெரிந்த நிலையில், பரமசிவம் ஒரு சமயம் ஆத்திரமும், அடுத்த சமயம் பாசமும் மறுசமயம் அவள் எதிர்காலத்தை எப்படி அமைப்பது

என்ற கவலையும் அடைவது, மிகவும் இயல்பாக அமைந்திருக்கிறது. தன்னால் ரத்தினத்திற்கோ ஊருக்கோ கேடு வந்துவிடக் கூடாது. என்று சாவடியில் பலர் முன் பொய் சொன்னாலும் தந்தையிடம் உண்மையைத் தெரிவித்து, ஆறுமுகத்தையோ ரத்தினத்தையோ மணந்துகொள்வதால் நேரும் விளைவுகளைத் தெரிவித்து, 'கொஞ்சநாளக்கி எங்கலியாண நாயமே வேண்டாம்யா' என்று தெரிவிக்கும் மாராத்தாள், தாழ்ந்த குலத்தில் பிறந்த இரத்தினமாக ஒளிர்கிறாள். அன்று இரவு அவர்களிடையே நடக்கும் உரையாடல் நாவலாசிரியரின் கைவண்ணத்தைக் காட்டும் நேரிய ஒன்றாகும்.

நாவலுக்கு அழகு சேர்ப்பதில் சிறந்த இடத்தைப் பெறுவது பாத்திரத்துக்கும், இடத்துக்கும் ஏற்றபடி அமையும் உரையாடல். அத்தகைய உரையாடல்களைப் பல இடங்களில் காணலாம்:

ராஜேஸ்வரி நல்லதம்பிக்குத் தன் சிநேகிதிகளை அறிமுகப் படுத்தினாள்.

'எல்லாரும் நல்லாப் படிக்கிறவுகளா?'

'ஆமாமா இவ 90, இவ 88, இவுளும் நானும் 85. இதெல் லாம் நாங்க வாங்கற மார்க்குகன்னு நெனக்கறயா? அந்த வயசுக் கெழவிகளாட்டம் பேசுவம்!...படிக்கிறதெல்லா... ராஜேஸ்வரி இழுக்க,' எல்லோரும் கலகல என்று சிரித்தார்கள்.

'என்ன நல்லதம்பி இந்தக் குட்டிகளுக்கெல்லாம் கோழ முட்டாய் செஞ்சுகுடுக்கப் போறயா? ஒரு பண்ணப் பாகு காலியாகிடுமே!' கேட்டுக்கொண்டே சோமுத்தேவர் வந்தார். எவ்வளவு இயல்பான உரையாடல்!

கண்ணுச்சாமி செல்லமுத்தும் பஞ்சலிங்கமும் பள்ளிக்கூடம் போக சைக்கிள் வாங்குகிறார். அவர் பிள்ளைகளிடம், 'வண்டீங் குதிரயும் மதுரீலிருந்து வாங்கி வந்திருக்க' என்று சொல்லிப் பெரிய தம்பிப் பிள்ளை வண்டியிலே வருவதாகத் தெரிவிக்கிறார். அதனைக் கேட்டு, 'கூண்டு வண்டிமேல குதிர வண்டி தில்லாலே...!' என்று செல்லமுத்து ஆட்டம் போடுவது சிறுவர்களின் மகிழ்ச்சியைச் சிந்தாமல் சிதறாமல் தெரிவிக்கிறது.

நகைச்சுவையான உரையாடல்களும் அங்கங்கே இடம் பெற்றுள்ளன. ‘நெடுஞ்சாலை விளக்குக’ளில், மருத்துவமனை திறப்பு விழாவின் போது, ஒரு மூதாட்டிக்கு இரத்த அழுத்தம் பரிசோதித்துவிட்டு, ‘பாட்டீம்மா, ரத்தம் குடுகுடுன்னு ஓடுது! இருதயம் துருதுருன்னு அடிக்குது! இன்னம் நூறு வருசம் நலமா இருப்பீங்க!’ என்கிறார் பேராசிரியர் சோமையா. அதற்குப் பாட்டி, ‘இப்ப என் வயசு எண்பத்தஞ்சு சாமி. இதயும் கூட்டீங்களா, கழுச்சுங்களா நூறு வருசம்?’ என்று சிரிக்காமல் கேட்கிறார். எவ்வளவு இயல்பான நகைச்சுவை! சங்கர ஆசாரியைப் பற்றி எழுதும் இடங்களிலும் நகைச்சுவை ஓசை கேட்கிறது.

துயரவுணர்ச்சியைச் சுமந்துகொண்டிருக்கும் அற்புதமான உரையாடல் பகுதிகள் அங்கங்கே அமைந்துள்ளன. குடியிலேயே அழிந்துகொண்டிருக்கும் செல்லச்சாமிக்கும் அவன் தாய் ஆத்தாளுக்கு மிடையே நிகழும் உரையாடல் நிகரற்ற ஒன்று. இளமைக் காலத்தில் அவனைப் பால் குடிக்கச்செய்த செயலை நினைவூட்டுகிறாள். இப்பொழுது தன்னால் அப்படிச் செய்யமுடியாது என்று கூறி அவன் சாராயம் குடிக்கும் போதெல்லாம் தனக்கும் ஒருவாய் குடிக்கத் தருமாறு அவனிடம் வேண்டுகிறாள். செல்லச்சாமி அவள் மடியில் தலைவைத்து, ‘அம்மா!’ என்று கதறுகிறான். அவள், ‘ஆமாப்பா! அப்பத்தா ரெண்டுபேரும் ஒட்டுக்கா சாக முடியும்’ என்கிறாள். அவன் மீண்டும் கதறுகிறான். தாயின் பாசமும், மீள முடியாமல் குடியில் வீழ்ந்துவிட்ட மகனின் சோகமும் புலப்படும் அரிய பகுதியாக உள்ளது.

குடும்பத்தை வாட்டும் வறுமையின் கொடுமை தாங்காமல், ‘ஏம்மா எங்களப் பெத்தீக?’ என்று செவ்வந்தி கேட்கும் வினாவில் தான் எத்தனை துயரச்சுமை! தீயினுக்கு இரையான குட்டைக் காளையையும் கொம்புக்காளையையும் கண்டு, ‘ஆயிரம் தடவ என்ன ஏத்தீட்டு எம் புண்ணுக்கு மருந்து போடப் போனீங்க. இப்ப நீங்க வெந்து புண்ணாகிக் கருகிக் கெடக்கறீங்களே! என்னாலே ஒண்ணுஞ் செய்ய முடீலயே!’ என்று கண்ணுச்சாமி கதறும் கதறலில் அடங்கியுள்ள சோகத்தை அளவிட முடியுமா?

பேராசிரியர் உரையாடும்போது அவருடைய பேச்சில் கொங்குத் தமிழ் இனிமையாக இழைவதைக் கண்டிருக்கிறேன். அப்பகுதியை மையமாகக் கொண்டு அவர் எழுதியுள்ள நாவல்களில், அது கொஞ்சுவதில் வியப்பென்ன இருக்கிறது? அங்கராக்கு, ஒட்டுக்கா, சூதானமா, பிலுசாரம் பண்ணாத, உள்ளிங்கமாக, போங்கப்புணு, பலதரக்கா, சாபூத்தா, எத்தாச்சோடுங்க, தொண்டுப்புள்ள, பூளவாக்கு, கட்டீத்தின்னி, சீவக்கட்ட, தெல்லவாரித்தனம், பண்ணாடி போன்ற கொங்கு நாட்டுப் பேச்சு வழக்குகள் முல்லைப்பூவில் உள்ள மணம்போல வட்டார வாசனையைப் பரப்புகின்றன. இவை மற்ற வட்டாரத்தில் வாழ்பவர்களுக்குப் புரியாத 'பத்தொன்பதாம் பாஷை.'

படுகளமும், திருமூர்த்தி மண்ணும் கவுண்டர் இனம் குறித்த உரைநடைக் காப்பியங்கள். சிறிதே கற்பனை கலந்த ஓர் ஊரின் வரலாற்று ஆவணங்கள். இவ்விரு நாவல்களையும் படித்தபின் மனத்தில் தோன்றுவது 'சென்னைத் தமிழுக்கு ஒரு ஜெக சிற்பியன் (ஜீவகீதம்); கரிசல்காட்டுக்கு ஒரு கி.ராஜநாராயணன்; கொங்குச் சீமைக்கு ஒரு ப.க.பொன்னுசாமி' என்பது தான்.

'அறிவியல் சில பார்வைகள்', 'இலக்கியம் சில பார்வைகள்', 'கல்வி சில பார்வைகள்' போன்ற படைப்புகள் அரிய செய்திகளையும் எளிமையாக விளக்கும் தேர்ந்த கட்டுரையாளர் என்பதனை நிறுவுகின்றன.

நாவல்களின் இடையே இடம்பெற்றுள்ள,

எந்தத் தெய்வம் பெரிது - இங்கு
எவரும் இயம்பக் கூடுமோ
எண்ணும் எழுத்தும் கல்வி - ஏற்ற
சொல்லும் செயலும் வாழ்க்கை
இன்னும் இன்னும் முயற்சி - இனி
என்றும் என்றும் வெற்றி

பாடல் அடிகளில் திருக்குறளின் சாரம் இறங்கியிருப்பது தெரிகிறது.

திருமூர்த்திமலைப் பாட்டில்,

உன்மீது விழும் ஒவ்வொரு
மழைத்துளியும்,
எம்வயலில் நெல்மணி
ஜீவநதியில் திருமூர்த்திகள்
நாளும் நீராட - நாங்கள்
பாதம் கழுவிப்
பாவம் கழுவி
உன்முகம் பார்த்து வாழ்கிறோம்

என்னும் பாட்டில் கவிதையழகோடு பாதம் கழுவிப் பாவம் கழுவி என்று வரும் சொல் நயத்தையும் காண முடிகிறது.

ஆனந்தமூர்த்தி புனைந்து இலட்சுமிப்பிரபா பாடும் பாடல், அறிவியல் மேதைகளுக்கு விடுக்கும் வேண்டுகோளாக அமைந்துள்ளது. அதில் இடம்பெற்றுள்ள சில அழகிய பகுதிகள் வருமாறு:

புதியவை புதியவை சொல்லி - நீங்கள்
புகழ்ஒளி பெற வேண்டும்
அதிசயப் படைப்புகளால் - இந்த
அகிலம் பயன்பெற வேண்டும்
அண்ட வெளியையும் வெல்லுங்கள்
அணுவின் உள்ளேயும் செல்லுங்கள்
முன்னவராய் எவர் வென்றாலும்
முளைக்கட்டும் நல்லவை நல்லவையே!

அண்ணல் அம்பேத்கர் குறித்த ஒரு வசன கவிதை, தினமணி நாளேட்டில் வந்துள்ளது. அதில் அம்பேத்கர் வாழ்வும் பணியும் இரத்தினச் சுருக்கமாகப் பாடப்பட்டுள்ளன. அம்பேத்கரை ஓர் அக்கினிக் குஞ்சாய் உருவகிக்கிறார். அவர் பாமரர் உள்ளங்களில் இடம்பிடித்ததை ஓர் அறிவியல் மேதையின் மொழி நடையிலேயே,

அது மெல்ல மெல்லச்
சிறகடித்து நகர்ந்து
பன்னிரண்டு கோடிப்
பாமர மக்களின்
ஊனுக்குள் மூலக் கூறுக்குள்

அணுப்பிழம்பாய்
ஆக்கிரமித்துக் கொண்டது!

என்று பாடியுள்ளார். அறிவியல் மேதை கவிதைத் துறையில், நுழைந்ததன் பயனாய் அமைந்த நடை இது.

அம்பேத்கர் வழியில் நின்று நடத்திய அகிம்சைப் போராட்டங்களின் பயன் சிறிதே. இன்னும் அடையவேண்டிய பயன் மிகுதி. இதனை,

இளைப்பாறச் சிறுசிறு நிழல்கள்
ஆனால் அவை யாவும்
பனைமரக்கோடுகள்!
ஆலமரங்களைக் காண
இன்னும்
ஆண்டுகள் பல தேவை!

என்று பனை, ஆல் இவற்றின் நிழல்களைக்கொண்டு காட்டியிருப்பது அருமையான பகுதியாகும். அவருக்குத் தரப்பட்டிருக்கும் உயரிய விருதும், பிறந்தநாள் விடுப்பும் ஓட்டு வாங்கும் உத்தி என்று குறித்து, அவர் இருந்திருந்தால் அவற்றை ஏற்க மறுத்திருப்பார் என்று முடிகிறது கவிதை.

இவ்அறிவியல் அறிஞரின் எழுத்துகளைப் படிக்கும்போது சில தெளிவுகள் கிடைக்கின்றன. அறிவும் உணர்ச்சியும் எதிர் எதிரானவை; அறிவியல் அறிஞர் ஒருவர் இலக்கியப் படைப்பாளராக இருக்க இயலாது என்னும் பொதுவிதி தகர்ந்துபோகிறது. அறிவியல் மேதை சிறந்த இலக்கியப் படைப்பாளராகவும் திகழலாம் என்பது மெய்ப்பிக்கப்படுகிறது.

இவரிடம் கவிதை நெஞ்சமும் கட்டுரை வன்மையும், கதை சொல்லும் திறனும் ஒருங்கே நிறைந்திருக்கின்றன. இவருடைய கட்டுரைகள் எந்த அறிவியல் கோட்பாட்டையும் எளிய தமிழில் எடுத்துச்சொல்லி விளக்க முடியும் என்பதைக் காட்டுகின்றன. கவிதைகள் சமுதாய அக்கறையை வெளிப்படுத்துகின்றன. நாவல்கள் அவரைத் தேர்ந்த கதைசொல்லியாகப் பறைசாற்றுகின்றன.

அவருடைய மூன்று நாவல்களும் 'தனக்கு நிகர் தானே' என்று அவரை அடையாளப்படுத்தும் அரிய படைப்புகள். அவை அவரால் மட்டுமே எழுதக்கூடியன. படுகளம், திருமூர்த்தி மண் இவற்றை எழுதுவதற்கு அம்மண்ணில் பிறந்து அதனை உளமார நேசித்து, உணர்வுபூர்வமாக வாழ்ந்திருக்க வேண்டும். அத்தகைய மற்றொரு மனிதர் எட்டியவரை பார்த்தும் என் கண்ணுக்குப் புலப்படவில்லை. நெடுஞ்சாலை விளக்குகள் போன்ற நாவலைப் படைக்க ஆய்வுக்கூடத்தில் ஆய்வுமேற்கொண்டு, அங்கு நடப்பவற்றைக் கண்டும் கேட்டும் உண்டும் உயிர்த்தும் உற்றும் அறிந்தவராலேயே முடியும். அத்தகைய இலக்கிய நெஞ்சங்கொண்ட அறிவியல் அறிஞர் மற்றொருவரை என்னால் அடையாளம் காண முடியவில்லை.

அறிவியற்புலமை, ஆட்சித்திறமை, படைப்பாற்றல் இவற்றின் பசுங்கூட்டத்தின் மறுபெயரே ப.க.பொன்னுசாமி என்று துணிந்து கூறலாம். நடிகர் சிவக்குமார் என்னும் குணச்சித்திரக் கலைஞரையும், சிற்பி பாலசுப்பிரமணியம் என்னும் புகழ் வாய்ந்த கவிஞரையும் தந்த கொங்குமண், இணையற்ற துணைவேந்தராகத் திகழ்ந்ததோடு ஒப்பற்ற கதைவேந்தராகவும் விளங்கும் ப.க.பொன்னுசாமியைத் தந்ததை எண்ணிக் கர்வங்கொள்ளலாம். வாழ்வில் அமைதியான இனிய சூழல் அமைந்து இன்னும் பல சாதனைகளைப் படைக்க என் நல்வாழ்த்துகள். இறைவன் துணை நிற்க இறைஞ்சுகிறேன்.

4-1-2022

நன்றி

கோவை மெடிகல் சென்டெர் & ஆஸ்பிட்டல் தலைவரும் உலகத் தமிழ்ப் பண்பாட்டு மையத்தின் தலைவருமான டாக்டர் நல்ல ஜி.பழனிசாமி அவர்களும், நடிகர் திரு.சிவகுமார் அவர்களும், பேராசிரியர் கா. செல்லப்பன் அவர்களும் என் எழுத்துப் பணிக்கு நீண்ட காலமாக ஊக்கம்கொடுத்து வருபவர்கள்.

பேராசிரியர் கவிஞர் சிற்பி பாலசுப்ரமணியன் அவர்கள், மேடையேறிய என் நாடகம் 'பாசம் தந்த பரிசுக்கு'ப் பாடல்கள் எழுதியும், என் கவிதைகளைச் செப்பனிட்டும் வந்திருக்கிறார்.

சென்னைப் பல்கலைக்கழக விலங்கியல் துறை பேராசிரியர் தா. சுப்ரமணியம், மதுரைப் பல்கலைக்கழக பேராசிரியர் க. சிதம்பரம் (வணிகவியல்) அவர்களும், பேராசிரியர் க. வேலுத்தம்பி

(உயிர்-தொழில்நுட்பத் துறை) ஆகியோர் என் படைப்புகளை ஊன்றிப் படித்துத் திருத்தங்களும் ஆலோசனைகளும் செய்துவருகிறார்கள்.

என் முதல் கட்டுரை நூலான 'அறிவியல் - சில பார்வைகள்' நூலை அன்னம் வெளியீடு ஆசிரியர் காலம் இணைந்த கவிஞர் மீ. இராசேந்திரன் (மீ.ரா.) அவர்கள் மகிழ்வுடன் பதிப்பித்தார்கள். சென்னை மெய்யப்பன் பதிப்பகம் நிறுவனர், காலம் இணைந்த பேராசிரியர் ச.மெய்யப்பன் அவர்களும், சென்னை என்.சி.பி.எச். பதிப்பகத் தலைவர் பெருந்தகை நல்லக்கண்ணு அவர்களும், செயலர் திரு.சண்முகம் சரவணன் அவர்களும் என் படைப்புகளை நூல் வடிவில் கொண்டுவர உதவியிருக்கிறார்கள்.

தினமணி ஆசிரியர் காலம் இணைந்த திரு. சம்பந்தம் அவர்களும், தினமலர் ஆசிரியர் காலம் இணைந்த டாக்டர் இரா. கிருஷ்ணமூர்த்தி அவர்களும், அமுதசுரபி ஆசிரியர் டாக்டர் திருப்பூர் கிருஷ்ணன் அவர்களும் என் கட்டுரைகளை வெளியிட்டுப் பெருமைப் படுத்தியுள்ளார்கள்.

பிழைத்திருத்தப் பெரும்பணியைச் செய்துகொண்டிருப்பவர் புலவர் தி. ஆறுமுகம். கணினி உதவி செய்பவர் திருமதி. பொன்மணி.

வருமானமில்லாத என் எழுத்துப் பணிக்கு உறுதுணை நிற்பவர்கள் என் துணைவியார், திருமதி.சிவகாமி பொன்னு சாமியும், பெண்மக்கள் - திருமதி. சிந்தியா பொன்னுசாமி மற்றும் திருமதி. கன்னல் பொன்னுசாமியும் ஆவர்.

இந்நூலுக்கு கருத்துருவம் கொடுத்து தொகுத்துக் கொடுத்திருப்பவர், என் அருமை நண்பர் எழுத்தாளர் சுப்ரபாரதிமணியன் அவர்கள்.

இங்கு குறிப்பிட்ட அறிஞர்கள், பெருந்தகைகள், நண்பர்கள், குடும்பத்தினரின் செழித்த உள்ளங்கள்தான் என்னை இன்னும் 83ஆவது அகவையிலும் எழுத்துப் பணியில் ஊக்குவித்துக் கொண்டிருக்கின்றன.

உளம்கனிந்த என் நன்றியை இவர்கள் ஒவ்வொருவருக்கும் உரித்தாக்குகிறேன்.

ப.க.பொன்னுசாமி

நாவல்கள்

ஒரு கிராமத்து இதிகாசம்
ஒரு பட்டுத்துகில்
ஒரு தொன்மப் படிமம்

படுகளம் வெளியீடு

டாக்டர் திருப்பூர் கிருஷ்ணன், திரு.மாலன்
பேரா.கா.செல்லப்பன், திரு.தமிழருவி மணியன்
ப.க.பொ, நடிகர் திரு.சிவக்குமார், பேரா. சு. வெங்கட்ராமன்.

1. படுகளம்

தமிழிலக்கியத்தின் கிராமிய வளம்

பிரேமா நந்தகுமார்

கிராமங்கள்தான் இந்தியாவின் உயிர்நாடிகள் என்று பேசுகிறோம். ஆனால், சுதந்திரத்திற்குப் பிறகு பென்னம் பெரிய தொழிற் சாலைகளை உருவாக்குவதில் நமது (மத்திய, மாநில) அரசாங்கங்கள் ஈடுபட்டன. விவசாயத்திற்குக் கடைக்கண் பார்வை தருவதுகூட குறைந்தது. ஜனநாயகம் என்பதால் அரசியல்வாதிகளுக்கு கிராமங்களை வோட்டு வங்கிகளாக மட்டுமே காணமுடிகிறது. ஜாதிக் கட்டுப்பாட்டினை ஒரு வோட்டு வங்கியாகக் கொண்டிருக் கின்றனர். தேர்தல் சமயத்தில் இக்கிராமங்களில் விருந்திட்டு, விருந்துண்ணும் இலைக்கு அடியே வெண்பொற்காசுகளும் வைக்கின்றனர். மற்றபடி, இம் மக்கள் செம்மை பெறவேணுமெனும் எண்ணமே அவர்களுக்கு இல்லை. இதனால்தான் கள்ளுக்கடைகள் சக்கைப்போடு போடுகின்றன. பரவலாக நகர்ப்புற மக்களுக்குக் கிராம வாழ்க்கை, விவசாயத்தில் அன்றாடம் ஏற்படும் சிக்கல்கள் பற்றி நாம் நன்கு அறிந்துகொள்ள இலக்கியமே உதவி வந்திருக்கிறது, என்பதில் மிகையில்லை. என் சிறு வயதில், இந்த வகையில் நல்ல இலக்கியம் படித்ததுண்டு. கிராம வாழ்க்கை பற்றி தெளிவாக

நான் தெரிந்துகொண்டது அவற்றிலிருந்துதான். ஜே.ஸி. குமரப்பாவின் 'கிராம இயக்கம்' எனும் சமூகவியல் நூல், சங்கரராமின் 'மண்ணாசை', கே.எஸ்.வெங்கடரமணியின் 'முருகன் ஓர் உழவன்' போன்ற நாவல்கள் யாவுமே செவ்விய நூல்கள். இன்றும் நமக்கு கிராமங்களது பொருளாதாரம், அங்கு வாழும் மக்களது சுக துக்கங்கள் பற்றி அறிந்து கொள்ள உதவுகின்றன.

இந்தக் கிராமப்புற இலக்கியத்திற்கு அண்மையில் வெளியாகி யிருக்கும் 'படுகளம்' சிறந்த வரவு. குருக்ஷேத்திரம் என்பது மகாபாரதத்தில் வரும் போர்க்களம் அல்ல. அது ஒவ்வொரு குடியிருப்பிலும் காலம் காலமாக நடந்துவரும் போர்க்களம்தான் என்பதைக் கூறாமல் கூறி, பச்சைப் பசேல் எனும் கரும்புத் தோகையின் பின்னணியில், படுகளம் என்ற பெயரைத் தாங்கி வந்துள்ள இந்தப் புதினத்தை ஓர் அறிவியல் பேராசிரியர், பல்கலைக்கழகத் துணை வேந்தர் பதவிகளை வகித்த ஒரு கல்வியாளர் எழுதியிருக்கிறார் என்று நம்புவது சற்றுக் கடினமே. ஆங்கிலம் கற்றுவிட்டால், தாய் மொழியைத் தாரை வார்த்துவிட வேண்டாம் என்று ஆயிரம் அரங்குகளில் முழங்குவதைவிட, இப்படியொரு சிறந்த தமிழ் நாவலை எழுதி, முனைவர் பொன்னுசாமி அவர்கள் தமிழுக்காக இனிய சேவை செய்திருக்கிறார் என்பதே உண்மை. இந்த உண்மை, நாவலைப் படித்தால் தெரியும். படிக்க ஆரம்பித்துவிட்டால் கீழே வைக்க மனமில்லை. கொங்கு நாட்டுத் தமிழே சரளமான கதை சொல்லியாக அமைந்து, ஆங்காங்கே அமைக்கப்பட்டிருக்கும் புகைப்படங்கள் மூலமாக கவுண்டர் சமூகத்திற்குச் சிறந்த சேவை செய்திருக்கிறது.

ஒரு கிராமக் குடியிருப்பு ஏன் படுகளமாகத் தோற்றமளிக்கிறது? இதற்குப் பதிலும் ஒரு கேள்விதான். ஒரு மாநிலம் ஏன் படுகளமாகத் தோற்றமளிக்கிறது? ஒரு பல்கலைக்கழகம் ஏன் படுகளமாகத் தோற்றமளிக்கிறது? ஒரு உச்சநீதிமன்றம் ஏன் படுகளமாகத் தோற்றமளிக்கிறது? பொறாமை, அகங்காரம், தொழிலில் முனையாது இருத்தல், குறுக்குவழியில் பணக்காரனாக வேண்டும் எனும் ஆசை, டம்பம் என்று எத்தனையோ காரணங்கள். ஆனால், ஒரு கிராமம்

படுகளமாவதற்கு இயற்கைதான் முக்கியமான காரணம். விவசாயிக்கு போதிய உதவி இல்லாமல் போகும்போது, நல்லவனும் வன்முறையை எதிர்ப்பதில்லை என்பதற்கு கண்ணுசாமிக் கவுண்டர் ஓர் எடுத்துக்காட்டு. பள்ளிபுரத்தில் மூன்று கவுண்டர் குடும்பங் களிடையே தலைமுறை தலைமுறையாக நீடிக்கும் விரோதத்தை மிக இயல்பாக, மிகைப்படுத்தாமல் திரு. பொன்னுசாமி பதிவு செய்கிறார். கூத்தம்பூண்டி ஆத்தாள் நான் உலக இலக்கியத்தில் கண்ட பல பெண்மணிகளை நினைவுபடுத்துகிறாள். பெர்டொல்ட் ப்ரெக்டின் (Bertolt Brecht) மதர் கரேஜ் (Mother Courage), ஜான் ஸ்டீன்பெக்கின் (John Steinbeck) மா ஜோட் (Ma Joad) முதலியவர்கள் அயராத உழைப்புடன் பல சோதனைகளை எதிர்கொண்டு குடும்பத்தைக் காப்பாற்றுவது போல, கூத்தம்பூண்டி ஆத்தாள் அனைவருக்குமே ஒரு வழிகாட்டி. குடும்பத் தலைவி எப்படி இருக்கவேண்டும் என்பதற்கு உருவகம்.

அவள் வாழ்க்கையில் சோதனைகளே அதிகம். குடிப் பழக் கத்திலிருந்து விடுபட முடியாமல் தவிக்கும் மகன், செல்லச்சாமிக் கவுண்டருடன் வேதனைப்பட்டுப் பேசிய போதும் சரி, அந்த அருமை மகன் இறந்தபோதும் ‘பெரியதம்பி வீட்டுக் காது குத்துச் சீரு நின்னுபோக வேண்டாஞ் சாமீக’ என்று பெருந்தன்மையுடன் கூறியபோதும் சரி, ஆத்தாள் மதர் கரேஜுடனும், மா ஜோட்டுடனும் உலக இலக்கியத்தில் இடம்பிடித்துவிடுகிறார். இதுபோலவே மண்ணாசையில் வரும் வெங்கிடாசலம் போல கண்ணுச்சாமிக் கவுண்டர். நிலத்தைத் தாயென நேசிக்கும் விவசாயி.

ஏமாற்றங்களும் துயரங்களும் இவர்களுக்கு என்றுமே இருந்தாலும், விவசாயியாக, குடும்பத் தலைவனாக உயர்ந்து நிற்கும் பாத்திரங்கள். மகாபாரதத்தில் வரும் வீரர்கள் போலவே அனேகர் இருந்தாலும், இங்கு சகுனி உண்டு, துரியோதனன் உண்டு, ஜயத்ரதன் உண்டு. தன்னாசி கவுண்டரைத்தான் மறக்கமுடியுமா? இல்லை, கிராமத்தில் ஒற்றுமை கொண்டுவரப் பாடுபடும் கோயில் கவுண்டர், அவரது சீடன் ராமு பண்டாரம் முதலியோரை நினைவிலிருந்து அகற்ற முடியுமா? இவர்கள் அனைவருமே நமக்குத் தெரிந்தவர்கள்.

மாரியம்மாள் போன்ற இல்லத்தரசிகள் விரும்புவது அமைதிதான். ஏன், இளம்பெண் மாராத்தாள் அமைதியை விரும்பித்தானே உண்மையை மறைத்தாள்! அமைதிதான் எட்டாக்கனியாகப் போகிறது. ஊர் இரண்டு பட்டால் வேத்தாளுக்குத்தான் இலாபம், வேறென்ன!

படுகளம் அற்புதமாகப் பின்னப்பட்டுள்ள நாவல். ஒழுக்க குலம், முழுக்காத குலம் என்ற கவுண்டர்களது இரு பிரிவுகள் மூலமாக பாரதத்தின் விவசாய உலகத்தையே நம்முன் விரிக்கும் சித்து. கரும்பு நடுகை, அதைப்பேணுதல், கரும்பு விவசாயியின் துயரங்கள், அதை வெல்லமாகக் கொதிக்க வைக்கும் பரம்பரை அனுபவம், கரும்புக்காடு தீப்பற்றினால் நடக்கும் கொடூரம்... இனி நாம் ஒவ்வொரு தேக்கரண்டி சர்க்கரையை டம்ளரில் போடும்போதும் இந்த நாவல் கண்முன் நிற்கும். வாயில்லா ஜந்துக்களிடம் விவசாயிகளுக்கு உள்ள உறவினை கண்ணுச்சாமியின் காளைகள் நெருப்பில் வெந்தபோது நடக்கும் காட்சிகளில் காண்கிறோம். கண்ணுச்சாமியின் நைந்த குரல் ஆன்மாவின் அலறல் அல்லவா?

‘பாலுச்சாமி பய உன்னி உன்னப் பாத்துப் பொறாமப்பட முடியாது. நா வால முறுக்குனாலும் திரும்பிக்கிட்டு மொள்ளப் போற இந்தக் குட்ட நாயிங் கொம்பு நாயிம், செங்கண்ணஞ் சீக்கிக்கி முன்னங் காலுகளத் தொடறாப்பில பின்னங்காலுகளத் தாவித்தாவி புழுதியக் கௌப்பிக்கிட்டு என்னமாப் பாயுதங்கண்ணு’ அவ எத்தன வாட்டி சொல்லீருப்ப? நாம ரெண்டுபேரும் இன்னொருக்கா அப்பிடி சவாரி வண்டீல போகமுடியாது செங்கண்ண. நமக்கு அந்தக் குடிப்பின இல்லாமப் போச்சு!’

பள்ளிபுரத்தில் தொடர்ந்த பகைபற்றிய பதிவுகளுக்காக, ஒரு காதல் மலரின் கதைக்காகக் காத்திருக்கிறோம். ஆசிரியர் தமது அடுத்த புதினத்தில், விவசாயிகளது துயரம் தோய்ந்த வாழ்க்கையில் ஒளிக்கு அதிகம் இடம் ஒதுக்க வேண்டுமென்றும் வேண்டிக் கொள்கிறோம்.

Reality as Art: an Authentic Regional Novel in Tamil

K. Chellappan

Though Indian English fiction abounds in academics' contri-butions, only rarely have they taken to fiction writing in their own languages, writers like U. R. Ananthamurthy can be cited, as rare exceptions and now P. K. Ponnuswamy, a scientist and an educationist of a high order has made his debut in writing fiction in Tamil in his seventies and that too centering around a small village and community in Kongu nadu a part of the Western region of Tamil nadu, where he was born and grew up. While translating Cilappathikaram living in New York, R. Partha sarathy, an eminent Indian English Poet said that it was a way of acknowledging his debt to his mother tongue Tamil. By writing a novel in Tamil with title Padukalam, Ponnuswamy has not only paid his debt to Tamil, but established his links with his roots which go deep down Pallipuram, a village lying between Tirumurthy hills and Udumalpet in Kongu nadu where the story takes place. Significantly, the village is said to be almost in the shape of India.

Henry Fielding, the father of the English novel, called his first novel a comic epic poem in prose. Such a definition will be most appropriate to this novel also, because it is a long narrative dealing with average humanity, particularly, the family of the three brothers Nallasamy, Kannusamy and Chellasamy, weaving the story as a triangle of jealousy and quarrels between them and that of Panneer Goundan, who indulges in spending huge sums in family functions and Ponkiyanna Goundan, who amasses land. Land seems to be the base of this little universe, the livelihood as well as the quarrels. In fact, the story has no individual heroes; it is the story of a small community, a whole way of life, their customs and rituals, 'their little nameless unremembered acts of kindness' as well as hostility. The novel narrates mainly 'the humble matters of today that have been and may be again.'

Tirumurthy hills with their natural richness and mythical, lore about the Hindu Trinity living there in harmony and more particularly Ranganatha lying there provides the background. The mythical aura is juxtaposed with the present day agrarian problems of the area arising out of uneven flow of waters, in different parts which is the source of their deep divisions. There is a move to construct a dam which is opposed on the ground that though the construction cannot be avoided, human greed may disturb the peace of the divine dwelling. But it disturbs the peace of human beings themselves when someone sets fire in Kannusamy's grove of sugarcane.

This tragedy is portrayed not only with precision and poignancy but poetry. The upper part of the sugar canes having been burnt completely look like human bodies when the clothes have been burnt completely by the swallowing flames with only one difference: they were unable to convey their dumb agony to the human sensibility. They do not also fall down like human bodies even while three fourths of their life have ebbed out. This human imagery adds to the contrast between nature and human nature as well as the pathos of the situation. The death of the bulls caught in the fire is also brought out through a precise, powerful image. The novel shows social conflicts and the emerging of new forces in this micro India. The affair between Marattal and an upper class youth which could have developed into a big caste conflict is averted because the affected girl refuses to identify the culprit for her own reason. But in the Uchimakaliyamman temple festival, we hear the voice of the new age in Kalimuthu, a Communist youth belonging to the lower class, who says that the people of his valavu will go through the main street defying the tradition assigning different routes to different castes: He says: 'Every street belongs to everyone. Any one can go through any street'. This results in the arrest of a few on both sides. And at the end of the novel, the judge gives the verdict freeing all of them and confirms that everyone has rights in the temple. Though the novelist does not go deep, into such conflict, he seems to yearn for a conflict free society.

(The climax of the novel is Padukalam which provides the title of the novel, a mock fight in connection with a family function in which men clash. But some foul play leads to Chellasamy's death. The mystery shrouding it is slowly untraveled by different characters in subsequent chapters. Padukalam becomes a symbol of the strife-ridden Pallipuram or for that matter, any village in India as well as the entire world. The mock fight reminds us of the final duel scene in Hamlet in which Hamlet enters the duel as a player whereas his enemies convert the play into a battle. Life can be seen as a battle or a play but a good soldier fights with a player's spirit whereas wicked people convert even a play into a deadly fight.

The novel ends, but not the animosity between the families and now it is continued between Ponkiyannan and Panneer as seen in the threat of collision of their two carts which is temporarily averted. The novel's last sentence reveals the yearning of the local goddess. 'Will the people of this village come in unison for her dharsan at any time?' The focus of the novel is the eternal, internecine warfare between kinsmen.

But all this is narrated with almost an impersonal observer's keen, involved but impartial perspective. As there is no idealization of characters, the narration also does not resort to dramatic devices in style but there is Chaucerian gusto and irony with which the simple flow of life is narrated with an effortless ease. The author seems to be simply amused by the human comedy and depicts the idiosyncrasies of characters like Sankaran Asari with simple deft strokes. The preparation and enactment of the play, Gnanasundari is itself an amusing comedy and shows qualities of folk art at which is an integral part of a communal way of life. As this play comes after the death toll of cholera, it seems to assert the flow of life in the midst of life.

The essence of the entire way of life is distilled in the unique, robust way of talking. Their language is deeply drenched in the distinct rhythms and words of this dialect. Though the author's commitment to the unique nuances of their speech may appear to be a hurdle to some readers in the initial stage, as the dialogue is portrayed as an integral part of a way of life, it enhances the authenticity of the life portrayed. 'Language as culture is the collective memory bank of a people's experience in history' said Wa-Thiango, a Kenyan novelist. And Ponnuswamy has made the collective voice of the people heard through the choric characters and the novel succeeds because it portrays the simple life of a well knit society committed to the soil and its culture in a language and a mode which appears to be stripped of artificialities. One is tempted to explain in the words of Arnold. 'This is not Art. This is Reality.' But the novel is not a document; it becomes a living monument to a dying way of life which is all the more valuable because of the threat to different ways of life and ways of speech by the growing menace of standardization and globalization.)

படிக்கப் படிக்க சுகம் தருகிறது!

நடிகர் சிவகுமார்

முனைவர் ப.க.பொன்னுசாமி அவர்கள் விஞ்ஞானப் பேராசிரியர், சென்னை, மதுரைப் பல்கலைக்கழகங்களின் துணை வேந்தர் பதவி வகித்தவர். அறிவியலோடு தமிழ்ப் புலமையும் மிக்கவர். மேனாட்டு விஞ்ஞானிகளைப் பற்றியும் எழுதுவார். நம் அப்பர், சுந்தரர், மாணிக்கவாசகர், சம்பந்தர், வள்ளலார் பற்றியும் எழுதுவார்.

அவர் வகித்த பதவிகளுக்குச் சம்பந்தமில்லாமல் படைப்புலகுக்குள் நுழைந்து, ஒரு கிராமத்து வாழ்க்கையை மையமாக வைத்து, அந்தக் கிராமத்து மொழியிலேயே 'படுகளம்'- என்ற புதினத்தைப் படைத்திருப்பதற்கு பிறந்த மண்ணின் மணமும் நினைவுகளும் இன்னும் பசுமையாக அவர் நினைவுத் திரையில் படிந்திருப்பதே காரணம்.

கூத்தம்பூண்டி ஆத்தாள், பன்னீர்க் கவுண்டர், பொங்கியண்ண கவுண்டர் - ஆகியோரின் மூன்று குடும்பங்களுக்கும் இடையேயுள்ள அன்பு, பாசம், நட்பு, உறவு,போட்டி, பொறாமை, பகை - இவற்றின் வழியாக 2000 ஆண்டுகளுக்கு மேல் பழைமையான கொங்கு வேளாளக் கவுண்டர் இன மக்களின் வாழ்க்கையை - 100

ஆண்டுகளுக்கு முன்னர் அவர்கள் பேசிய வட்டார மொழியில் அவர் நாவலாக வடித்துள்ளது பாராட்டுக்குரியது.

பள்ளிபுரத்தில் பல்வேறு சாதி-மதத்தினர் ஒருவருக்கொருவர் உதவிக்கொண்டு, தோள் மேல் கைபோட்டுச் சிரித்து வாழ்கிறார்கள்.

கவுண்டர், செட்டியார், முதலியார், நாயுடு, நாடார் இன மக்கள், அய்யர், நயினாமுகமது, காஜாமுகைதீன் - என எல்லோரும் அண்ணன் - தம்பி முறைபோட்டு அழைத்து எவ்வளவு பாசமாகப் பழகுகிறார்கள்!

சாதிவெறியைத் தாண்டி, ரத்தக்களறி காட்டவில்லை. கூத்தம்பட்டி ஆத்தா முதல், காலனிப் பெண் மாராத்தாள் வரை அவர்களின் மன வலிமையும், உடல் வலிமையும், ஒழுக்கம் சார்ந்த வாழ்க்கையும் இந்த நாவலில் விரிகிறது.

கரும்பு விளையும் பூமி, மழை பொய்த்து, குளம் காய்ந்து, கிணறுகள் வறண்டிட - தெற்கத்தி இராமநாதபுர மக்கள் பெரும் பஞ்சத்தில் பிழைப்புத் தேடி பொள்ளாச்சி, கோவை பகுதிக்கு அந்தக் காலத்தில் புலம்பெயர்ந்தது போல - உடுமலைப் பகுதி கண்ணுச்சாமியும் மதுரைப் பக்கம் ஆலையடிக்கப் போகிறார்.

காலரா நோய், ஊர் கலைந்து வயல்பகுதிச் சாளைகளில் ஐந்து, பத்துக் குடும்பங்களாக ஒரு கூரையில் வாழ்ந்த நெருக்கடி பற்றிச் சொல்கிறார்.

1945-களில் நானும், எனது 15 வயதுச் சகோதரனை காலராவுக்கு பறி கொடுத்திருக்கிறேன். அண்ணன் சண்முகம் இரவு இறந்துவிட்ட சேதி கேட்டதும், விடிவதற்குள் ஒரு ஈ, காக்கையில்லாமல் அத்தனை மக்களும் ஊரைக் காலி செய்துவிட்டு, மாயமாய் மறைந்து விட்டார்கள். மறுநாள் காலை, என் அத்தை மகன் சுப்பையன் வந்து பார்த்து நிலைமையைப் புரிந்துகொண்டு, அவரே சுடுகாடு சென்று, மண்வெட்டி, கடப்பாரை உதவியுடன் குழி தோண்டி, இறந்து விறைத்துப் போன அண்ணன் உடம்பை, ஏணியைத் தூக்கிச் செல்வது போல ஒரே ஆளாக தூக்கிச் சென்று அடக்கம் செய்தாராம்.

கரும்புக்காட்டில் தீ பிடித்து விவசாயம் பொழிந்து போனது, பற்றிக் கூட கவலையில்லை. கூரைச் சாளையினுள் குட்டைக் காளை, கொம்புக்காளை இரண்டும் தீயில் வெந்து வெள்ளரிப்பழம் போல செத்த காட்சி; அப்பன், ஆத்தாவை ஒரே குழியில் புதைத்த வேதனை - இவைகளைக் கண்டு நெஞ்சு வெடித்துக் கண்ணுச்சாமி கதறுவதை நேரில் பார்ப்பது போல நமக்கு உணர்த்துகிறார்.

தோல் திருடன் உயிரோடு நிற்கும் மாட்டின் தோலை உரித்து எடுத்துப் போக, வெயில் வந்தவுடன், இரத்தமும் சதையுமாக அந்த மாடு தரையில் சாயும் கொடுமையை நினைத்துப் பார்க்க முடியவில்லை.

காலனிப் பெண் மாராத்தாள் உயர்சாதி ரத்தினத்தோடு தொடர்பு கொண்டுவிட்டுப் படும் வேதனை சகிக்க முடியாது.

சாகக்கிடக்கும் கூத்தம்பூண்டி ஆத்தா, குடிப் பழக்கத்தைவிட மறுக்கும் கடைசி மகன் செல்லச்சாமியிடம் - 'சனியம் புடிச்ச அந்த சாராயத்தை வாங்கிட்டு வா. நீயும் குடி, நானும் குடிக்கறேன், ரெண்டு பேரும் குடிச்சே செத்திருவோம்' - என்று சொல்லும்போது தாயின் அலுப்பும், சலிப்பும் அந்த வரிகளில் வெளிப்படுகின்றது.

'படுகளம்' - எந்த நாவலின் சாயலும் இல்லாமல், இவரது எழுத்து நடை யாருடையதைப் போலும் இல்லாமல், அச்சு அசலாக, புத்தம் புதிதாக, படிக்கும்போது நமக்கு ஒரு சுகத்தைத் தருகிறது.

2009 - ஏப்ரல் 11 ஆம் தேதி, சென்னை பிலிம் சேம்பர் வளாகத்தில் இந்த நூலை வெளியிட்டபோது, எனக்கும் பேச வாய்ப்பளித்த அண்ணன் பேராசிரியர் ப.க.பொன்னுசாமி அவர்களுக்கு இப்போது என் நன்றியைத் தெரிவித்துக்கொள்கிறேன்.

வாசகர்களுக்குச் சரியான தீனியாக 'படுகளம்' - விளங்கும் என்பதில் எனக்கு எள்ளளவும் சந்தேகமில்லை.

THE HINDU • TUESDAY, MAY 26, 2009 15

BOOK REVIEW

Documentation of rural Mahabharata

2. நெடுஞ்சாலை விளக்குகள்

உளவியலும் அறிவியலும், ஊடும் பாவுமாய் நெய்த ஒரு பட்டுத்துகில்

மாலன்

அறுபது வயதைக் கடந்த எவரையும் அசைத்துப்பார்த்தால் அவர்களுக்குள்ளிருந்து துள்ளித் தெறிக்கும் நினைவலைகளில், அந்த மொழிப் போராட்டம் மகத்தான ஒன்றாகவே இருக்கும். அதன் பலன்கள் அரசியல்வாதிகளுக்கே கிடைத்தன என்றாலும், அது ஓர் அரசியல் போராட்டமல்ல. தன்மானம் சுரண்டிப் பார்க்கப்பட்டதால் ஒட்டுமொத்தமாகக் கிளர்ந்து எழுந்த ஒரு தலைமுறையின் சுனாமிச் சினம் அது. அன்று கனிந்திருந்த தணல் இன்று குளிர்ந்துவிட்டது. ஆனால், அவிந்துவிடவில்லை. அது பூக்களைப் போல அவ்வப்போது நினைவில் மணந்து நெஞ்சை நெருடிக்கொண்டேதான் இருக்கிறது. கனல் மணக்கும் பூக்கள் என்று மகாகவி எழுதுகிறானே அது இதுதான்.

அந்தப் பூக்களை எடுத்து முனைவர் பொன்னுசாமி தொடுத்திருக்கும் சரம்தான் 'நெடுஞ்சாலை விளக்குகள்.' அந்த மலர்களை இணைக்க அவர் எடுத்துக்கொண்டிருக்கும் நார், அறிவார்ந்த

ஓர் ஆய்வுலகம். அவர் கையில் அந்த மலர்கள் ஆரமாகியிருக்கின்றன. அந்தக் கையின் வண்ணமும் ஆரத்தின் வாசமும் அசர வைக்கின்றன.

ஆராய்ச்சிக் கூடத்தில் உலவும் அறிவுலகவாசிகளைப் பாத்திரங்களாகக் கொண்ட புனைவுகள் தமிழில் மிக அரிது. இல்லை என்றேகூடச் சொல்லிவிடலாம். அகன்ற நெற்றியும், பனங்கொட்டை போல சிலுப்பிக்கொண்டு நிற்கும் சில வெள்ளை முடிகளும், குறுந்தாடியும், கோட்டும் அணிந்தவர்களாக அவர்களைத் திரைப்படங்களும், பத்திரிகை ஓவியங்களும் காட்சிப்படுத்தி யிருக்கின்றனவே ஒழிய, அவர்களது அக உலகங்களில் உலவி அதைச் சொன்னவர்கள் அதிகம் இல்லை.

ஓர் ஆய்வாளராகவும், அறிஞராகவும் அந்த உலகில் வாழ்ந்து வருபவராக முனைவர் பொன்னுசாமி இருப்பதால் நமக்கு இந்த நூலில் அறிவுலகு குறித்த சில தரிசனங்கள் கிடைக்கின்றன. அங்கு நடமாடுபவர்கள் எல்லாரும் விரிந்த அறிவுகொண்டவர்கள் மட்டுமல்ல, அவர்களில் குறுகிய மனம் கொண்டவர்களும் உண்டு.

அந்தக் குருக்களிடையே ஒரு குருக்ஷேத்திரம் ஓயாமல், ஓசை யில்லாமல் நிகழ்ந்துகொண்டிருக்கிறது. அங்கு கண்ணனும் இருக்கிறார்கள், கர்ணனும் இருக்கிறார்கள். பார்த்தனும் துரோணரும், இடையில் அகப்பட்டுக்கொள்ளும் அபிமன்யுவும், களப்பலியாகும் அரவானும் இருக்கிறார்கள். மகாபாரதப் பாத்திரங்கள் ஒவ்வொன்றும் மனிதர்களின் ஒவ்வொரு குணத்தைக் குறிக்கின்றன என்றோர் குறிப்புண்டு. இங்கும் மூன்று அறிவியலாளர்கள் மூன்று வெவ்வேறு இயல்புகளின் அடையாளங்களாகப் பதியப்பட்டிருக்கிறார்கள். அறிந்ததைக் கூர்மைப்படுத்திக்கொள்வதன் மூலம் அங்கீகாரம் பெற உழைக்கும் ஆனந்தமூர்த்தி ஒருவர். அறிவதும் அறிவதைப் பகிர்வதும்தான் முக்கியம், அங்கீகாரம் அத்தனை பெரிய விஷயமல்ல என நினைக்கும் மன்னாடி மற்றொருவர். உழைப்பில் கவனம் வைக்காமல் இன்னொருவரின் அறிவைத் திருடி அதில் ஒளிபெற நினைக்கும் ரங்கநாதன் மூன்றாமவர்.

இலக்கிய உலகிலும் இதைப்போன்ற பாத்திரங்களை எதிர்கொண்டிருக்கிறேன் என்பதால், எனக்கு இவர்கள் ஏற்கெனவே அறிமுகமானவர்களைப் போலிருக்கிறார்கள். இந்த மூவருக்கும் கதை சொல்கிற முடிவு ஒரு மாபெரும் 'ஐரனி' (irony). அறிவிற் சிறந்த ஆனந்தமூர்த்தி மன நோயாளியாகித் தனிமைப்படுகிறார். அங்கீகாரத்திற்கு ஆசைப்படாத மன்னாடிக்கு அமெரிக்காவிலிருந்து அழைப்பு வருகிறது. ரங்கநாதன், சபலத்தின் காரணமாக சமரசங்களைச் செய்துகொள்கிறார். யோசித்துப் பார்த்தால் இந்த ஐரனிதான் வாழ்க்கை. அதையோக்கியமாகப் பதிவுசெய்திருக்கிறார் பொன்னுசாமி. எந்த ஒரு பாத்திரத்தையும் மிகைப்படுத்திக் கொண்டாடிவிடாமல், அவர்களது செயல்களை நியாயப்படுத்தி நீதி சொல்லாமல் இயல்பாகப் பதிவுசெய்து இதுதான் வாழ்க்கை எனக் காட்சிப் படுத்திக் கதையை நகர்த்துகிறார்.

இது வெறும் அறிவுலக நாயகர்களின் கதை அல்ல. காதல் கதையும் கூட. மூன்று பெண்களின் (அல்லது மூன்று ஆண்களின்) காதல்களையும் பேசுகிறது கதை. தயக்கம் நிறைந்த காதல், சந்தேகம் கொள்ளும் காதல். தியாகம் செய்யும் காதல். ஓசையில்லாத காதல். பட்டுச்சேலையின் ஊடும் பாவுமாக அறிவுலகும் காதல் மனமும் கதையைப் பின்னிச் செல்கின்றன. இளம் வயதில் ஆராய்ச்சியில் ஆர்வம் கொண்ட அறிவு மட்டு மல்ல, காதல் கசியும் மனமும் கொண்டவராக பொன்னுசாமி இருந்திருக்கிறார் என்ற இரகசியம் இந்த நூலில் அவிழ்ந்து அம்பலமாகிவிட்டது.

காதல் இருக்கிறதே தவிர, கதையில் ஆபாசம் இல்லை. அப்படி எழுத நேரும் சூழ்நிலையில் கூட நாசூக்காக நயம்படச் சொல்லி நகர்கிறார். 'என் கை எனக்கு உதவி செஞ்சது; எட்டிப் பிடிச்சிட்டேன், கதறிட்டான்' என்ற இலைமறைகாய் வரிகளும், ஆராய்ச்சிக் கூடத்தின் இருட்டறைச் சல்லாபங்களும் இதற்குச் சாட்சி. பொன்னுசாமியின் நோக்கம் வாசகனைக் கிளர்ச்சியூட்டுவதல்ல. சினமேற்படுத்துவது என்ற அவரது சமூகப் பொறுப்பிற்கும் அவை சான்று சொல்லும்.

கிளர்ச்சி இல்லை. நெகிழ்ச்சி உண்டு. அண்ணாவின் (அவர் பெயரைச் சொல்லவில்லை ஆனால், அது கண்டுபிடிக்க முடியாத

கடினப் புதிர் அல்ல) மறைவும் அவர் உடல் எரியூட்டப்பட்டதாக எழுதப்படும் அத்தியாயம் இதயத்தை இளக்குகிறது.

அண்ணா எரிக்கப்படவில்லை, புதைக்கப்பட்டார், சந்தனப் பெட்டிக்குள் கண்ணுறங்கும் செந்தமிழ்த் தலைவர் அவர் என்று வரலாற்றைத் தோண்டியெடுத்து கதையை மறுக்கக்கச்சை கட்டிக் கொண்டு வரவேண்டாம். கதை சொல்லியின் கற்பனைக்குச் சற்று இடம் அளியுங்கள்.

அலங்காரமற்ற ஆனால், நயம் நிறைந்த நடை சென்னைக்கு மாலையில் வருகைதரும் தென்றலைப் போல மனதை வருடுகிறது:

'விதைகளைப் போட்டு விருட்சம் வளர்த்துக்கொண்டு அதை மௌனத் திரையிட்டு மூடி மறைத்துக்கொண்டிருக்கிறான்.'

'மக்களில்லாமல் வெறிச்சோடியிருந்தது சாலை - எல்லாரும் கடற்கரை மணலைக் கண்ணீரால் நனைக்கப் போயிருந்தார்கள்.'

சுவையான வரிகள் மட்டுமல்ல நகை பொலியும் வார்த்தை களும் உண்டு:

'தோல்டாக்டர் வேற! யாரையும் அதிகம் தொடாம இருந்துக்கிட்டே மருந்து கொடுப்பேன். ஒருத்திய கட்டிக்கிட்டு அவளை அதிகம் தொடாம இருந்துக்கிட்டேன்னா, கதை எப்படிப் போகும்?'

பொன்னுசாமியின் முந்தைய நாவலான படுகளத்திலிருந்து இது பெரிதும் வேறுபட்டது. இன்றைய இளைஞர்களுக்குப் புரிவது போல், எடுத்துக்காட்டுடன் சொல்ல வேண்டுமானால் 'படுகளம்' பாரதிராஜா ரகம். மண் வாசனை வீசும். 'நெடுஞ்சாலை விளக்குகள்' மணிரத்தினம் ரகம். காதலும் அறிவுலக அரசியலும் நிழலும் ஒளியுமாக நீளும். இலக்கிய இதயங்கள் அதைப் 'பங்காளிச் சண்டை பேசும் பாரதம்' என்றும், 'இது காதலும் போரும் கைகோர்க்கும் அக-புற நானூறு' என்றும் அறிந்துகொள்ளும்.

வெவ்வேறு வகைகளில் எழுதி, அதில் முத்திரை பதிப்பது படைப்பாளிக்கு அவசியமான ஒன்று. பொன்னுசாமி அதில் கவனம்

செலுத்தியிருப்பது மகிழ்ச்சி அளிக்கிறது. சிமிழுக்குள் சிறைப்பட்டுப் போக எந்தப் படைப்பாளியும் சம்மதிக்க மாட்டான். ஏனெனில், எழுதும் சிறகு சிறிதாக இருந்தாலும் வானம் பெரிது.

வீதி நீண்டு கிடக்கிறது. விளக்குகள் வெளிச்சம் கசிகின்றன. பயணம் போக வாருங்கள். அது இனிமையாகவே இருக்கும். இதற்கு நான் உறுதி.

(நவம்பர் 10, 2013)

களம் புதிது - அறிவியல் முகக் கண்ணாடி!
சுப்ரபாரதிமணியன்

தமிழ்ச் சூழலில் அறிவியல் நூல்கள், பெரும்பாலும் விளக்க நூல்களாகவே அமைந்துவிடுகின்றன என்ற குற்றச்சாட்டு உள்ளது. அறிவியல் துறைகளில் பணிபுரிவோர், தங்களின் அனுபவங்களை பதிவு செய்வது குறைவு. அவர்களுக்கும் இலக்கியம், நுண்கலை களுக்கும் தொடர்பும் இரசனையும் வெகுறைவாகவே இருக்கிறது. அவர்கள் மலிந்த இரசனை கொண்டவர்கள் என்ற குற்றச்சாட்டும் நெடும் காலமாக இருந்துவருகிறது. அறிவியல் விஞ்ஞானிகள் தங்கள் அனுபவங்களைப் பதிவுசெய்வது வெகு குறைவே. அதிலும் இலக்கிய அக்கறை கொண்டவர்களே அதை சில சமயங்களில் செய்கிறார்கள். கலாமின் விஞ்ஞான உலக அனுபவங்கள் பல வடிவங்களில் சொல்லப்பட்டிருக்கின்றன. குழந்தைகளுக்கான எளிமையான கதைகள், வாழ்க்கை அனுபவங்கள் என்ற வகையில் சொல்லப்பட்டிருக்கின்றன. வா.செ. குழந்தைசாமியின் சமீபத்திய நூல் வரை அவர்களின் அனுபவங்கள் சொல்லப்பட்டிருக்கின்றன. நிறைய விஞ்ஞானக் கட்டுரைகள் எழுதும் நெல்லை சு.முத்து, அபூர்வமாக விஞ்ஞானக் கதைகள் எழுதுகிறார். திண்ணையில் கனடா ஜெயபாரதன், உயிர்மை இதழில் சமீப காலத்தில் ராஜ் சிவாவும் அதிகமாய் தென்படுகிறார்கள். விஞ்ஞானக் கதைகள் வேறு. விஞ்ஞானிகளின் அனுபவங்களின் பதிவுகள் வேறு. மக்களிடமிருந்து பெற்றதை மக்களுக்கு ஏதேனும் வகையில் கொண்டுசெல்ல விஞ்ஞானிகளின் கண்டுபிடிப்புகள் பயன்படுகின்றன. அத்துறை

அனுபவங்கள் அபூர்வமாகவே இலக்கியப் பதிவுகளாகியிருக்கின்றன. முனைவர் வா.செ.குழந்தைசாமி, அண்மையில் தன் வாழ்க்கை வரலாற்றை 'ஆடு மேய்ப்பதில் தொடங்கி அண்ணா பல்கலை தாண்டி' என்ற நூலில் பதிவுசெய்திருக்கிறார். இந்நாவலும் ஆனந்தமூர்த்தி தொடங்கி செல்வன் வரை, பலரின் வரலாறாகவும் விரிந்திருக்கிறது.

அந்த வகையில், இயற்பியல் விஞ்ஞானியான ப.க.பொன்னுசாமி 'நெடுஞ்சாலை விளக்குகள்' என்ற நாவலின் களம் தமிழுக்குப் புதிதே. விஞ்ஞானிகளின் ஆய்வுக்கூடமே அவரது இந்நாவல் உலகம். பொதுவான மருத்துவ உலகின் வெளிச்சம் பற்றி இறுதி அத்தியாயத்தில் ஒரு உரை இதை உறுதிப்படுத்துகிறது. 'நீண்ட நெடுஞ்சாலையில் பயணம் போறோம். பயணம் தொடங்கறப்ப சாலையை தூரத்துக்குப் பாத்தா விட்டுவிட்டு கம்பங்கள்ல விளக்குக மங்கலா ஒளியைக் காட்டிகிட்டு நிக்கும். கொஞ்ச தூரம் போயிப் பார்த்தாலும் அப்படித்தான் தெரியும். ஒரு விளக்குக் கம்பத்துக்கு அடியில் போனதும் நல்லா வெளிச்சமாயிருக்கும். அதைக் கடந்ததும் இருட்டும் வந்திரும். எந்த விளக்குக் கம்பத்துக்கும் கீழயும் வெளிச்சமாவும், அதைக் கடந்ததும் இருட்டாவும் இருக்கும். மருத்துவத் தொழில்லே வெளிச்சம் காட்ட சத்தியம் செஞ்சிட்டு வந்திருக்கோம்.'

நோய்களுக்கு மருத்துவம் பார்க்கிற மருத்துவர்கள் இல்லாமல், நோய்கள் வராமல் இருக்க ஆய்வு செய்யும் விஞ்ஞான மருத்துவர்களைப் பற்றி இந்நாவல் பேசுகிறது. 'ஆளு தான் குட்டை. மூளை நெட்டை' என்ற வகையைச் சார்ந்தவர்கள் இவர்கள். எல்லாத் துறையைச் சார்ந்தவர்களைப் போல இவர்களின் வாழ்க்கையும் பொறாமையும், துர்குணங்களும், பெருமிதங்களும், உழைப்பும் கொண்டதாக இருக்கிறது.

ரங்கநாதன் என்ற விஞ்ஞானிதான் துறையின் மூத்தவர் என்ற தகுதியில் எல்லா துஸ்பிரயோகங்களையும் செய்கிறார். ஆனந்தமூர்த்தி, உழைப்பால் உயர்ந்து நின்று முன்னுதாரணமாக இருந்தாலும் பிரச்சினைகளாலும், தனிமையாலும் மன நோய்க்கு ஆட்பட்டுவிடுகிறார். கதை கட்டிவிட்டு வேடிக்கை பார்க்கும்

அர்ச்சுனன் போன்றவர்களும் இருக்கிறார்கள். இவர்களுக்குள் பெண் விஞ்ஞானிகளும் இருக்கிறார்கள். அவர்கள் பெண்கள் என்ற அளவில் சிரமப்படுகிறார்கள். துருப்புச் சீட்டுகள் போல ஆய்வுக் கூடத்து மனிதர்கள் பயன்படுத்தப்படுகிறார்கள். மைதிலி என்ற பெண் விஞ்ஞானி, இந்த குழப்பங்களிலும் தன்னை ஒரு வெடிகுண்டாகவே நகர்த்திக்கொள்கிறாள். ரங்கநாதனிடம் இருந்து ஆய்வேட்டிற்கு கையெழுத்து வாங்குவது முதல் பத்மநாபன் என்பவனின் சுயரூபம் அறிந்து திருமணம் ஒன்றை நடக்காமல் இருக்கிற துணிச்சலான வேலையையும் செய்கிறாள். காதல், காமம், நட்பு இவர்களுக்கிடையில் பழகும் ஆண்களின் உலகில் சகஜமாகத் தன்னை கவுரவப்படுத்திக் கொண்டு நடமாடுபவளாக இருக்கிறாள்.

அறிவியல் சார்ந்த மந்தமான சூழல் அவர்களிடம் நிலவி, அது தரும் சோர்வு பல திசைகளில் அவர்களைத் தள்ளுகிறது. புதிய உலகிற்குச் செல்ல வேண்டும், இதுவரையில் பார்க்காத உலகத்தை, அனுபவங்களைப் பார்க்க வேண்டும் - என்ற ஆவலில் அறிவியல் உலகை விட்டு ஓட ஆசைப்படுகிறவர்களும் இருக்கிறார்கள். மன்னாடிக்கு வயதான அம்மாவைப் போய்ப் பார்த்துவிட்டு ஓய்வெடுப்பதும், அமெரிக்காவிற்குப் போவதும் இப்படியாகத்தான் அமைகிறது. செல்வன் போதைப் பொருட்களின் உபயோகிப்பில் தன்னை மாய்த்துக்கொள்கிறான். தமிழ்ப்பற்று, இந்தி எதிர்ப்பு, தலைவணங்காமை என்பவையே வேறு உலகங்களுக்குள் துரத்துகிறது. ஆய்வும் வேண்டாம், ஆய்வு முடிவும் வேண்டாம் என்று நொந்து போகிறார்கள்.

அறிவியலாளர்களும் தங்களின் குரூர முகங்களோடே வாழ்கிறார்கள். பிறரின் ஆய்வுக் கட்டுரையைப் படித்துவிட்டுத்தான், தங்களின் முந்தைய ஆய்வு அனுபவத்தை வைத்துக்கொண்டு, அவர்கள் கட்டுரையைத் தயாரித்து அவசரமாகப் பிரசுரித்ததோடு தன்னுடைய கண்டுபிடிப்பைத் தவறென்றும் சொல்லித் தங்களின் கண்டுபிடிப்பிற்கு முன்னுரிமை பெறும் கேவலமான முயற்சிகளும் நடக்கின்றன. கூட்டு ஆராய்ச்சியில் பெயர்களை விட்டுவிடுகிறார்கள்.

'கடல் வத்திப் போகாது. உங்க மூளையிலே இன்னும் எத்தனையோ புதுமைகள் உதிக்கும்,' என்று ஆறுதலை மட்டும் தந்துவிட்டுப் போகிறார்கள். சாதிக்காரங்களுக்குச் செய்யும் சலுகைகளும் உண்டு. 'என்னெல்லாம் செய்யக் கூடாதுங்கறதுதான் இங்க செய்தி. அப்படிச் செய்யக்கூடாத ஒண்ண நடிப்புல செஞ்சு காட்டி, அதை நான் செய்ய வேமாட்டேன்னு உறுதி சொல்கிறவர்களாயும் இருக்கிறார்கள்.

அறிவியல் உலகம் சார்ந்த பலரின் வரலாறாக மட்டுமில்லாமல், அறிவியல் கல்வி வரலாறாகவும் இந்நாவல் நீண்டிருக்கிறது. அறிவுலக அரசியலின் அம்சங்களும் காதல் உணர்வுகளும் இயைந்து கிடக்கின்றன.

கரையான்களை இந்த வீட்டில் ஒழிக்க முடியாது என்று ஒதுங்கிப் போகிறவர்களும் இருக்கிறார்கள். ஆரோக்கியமான விவாதங்கள் என்று வருகிறபோது, 'இது அரசியல் கூட்டங்கள் அல்ல' என்று ஒதுக்கப்படும் சூழல்களும் இருக்கின்றன.

இந்நாவலின் முதல் அத்தியாயத்தில், ஓர் ஆங்கில நாவல் பற்றிய அபிப்பிராயத்தில் ஒரு கதாபாத்திரம் இப்படிச் சொல்கிறது: 'நாவல், நாவலா இருக்கு.' அப்படித்தான் எந்த மிகை உணர்வும் இன்றி இயல்பான கிராமத்து ஆற்றொழுக்கோடு இந்நாவல் செல்கிறது. அறிவியல் உலகம் சார்ந்த வக்கிரங்கள், குரூரங்களைக் காட்டும் நிகழ்வுகளும்கூட மிகை உணர்ச்சியோ, அதீத வகையிலோ சொல்லப்படாமல் இருப்பதில் ஆசிரியரின் எழுத்து நோக்கம் தென்படுகிறது.

அறிவியல் உலகம் சார்ந்தவர்கள் ஆய்வுக்கூடத்தின் உலகிற் குள்ளேயே முடங்கிப்போகிறார்கள். அவர்களை ஆட்டுவிக்கும் தனிமனித உணர்வுகளின் கூட்டிசைவாய் சம்பவங்கள் அமைந்து விடுகின்றன. வெளி உலகமோ, அரசியல் தாக்கமோ, கலாச்சார நடவடிக்கைகளோ அவர்களைப் பாதிக்காமல் இருப்பதாலேயே, அவர்கள் குறித்த எதிர்மறையான விமர்சனங்கள் இருந்துகொண்டே இருக்கின்றன. ஆனால், இந்தி எதிர்ப்புப் போராட்ட காலப் பின்னணியும், திராவிட அரசியல் சார்ந்த அம்சங்களும் இந்நாவலில்

இழையோடி இருப்பது அறிவியலாளர்களுக்குள் இருக்கும் தமிழ் அரசியல், மொழி சார்ந்த அக்கறையை வெளிப்படுத்தியிருக்கிறது.

ஒரு கலைநுட்பக் காவியம்

ப. மருதநாயகம்

பேராசிரியர் ப.க.பொன்னுசாமியின் இரண்டாவது நாவல், 'நெடுஞ்சாலை விளக்குகள்'. பல ஆண்டுகள் அறிவியல் பேராசிரியராகவும் இரண்டு பல்கலைக்கழகங்களுக்குத் துணை வேந்தராகவும் இருந்து ஓய்வுபெற்ற பொன்னுசாமி, நாவல் என்னும் படைப்பிலக்கிய உலகிற்குக் காலம் தாழ்த்தியே வந்தவர். இவருக்கு ஆங்கிலத்தில் பயன்படுத்தப் பெறும் 'late bloomer' எனும் பட்டம் பொருத்தமானதாகும். அவரது முதல் நாவலாகிய 'படுகளம்' வட்டார நாவலாக வெற்றிபெற்றது. பல நூலாசிரியர்கள், முதல் நாவல் நல்ல வரவேற்பினைப் பெறுமானால், இரண்டாவது நாவலுக்கும் அதனைப் போன்ற கதைக் கருவினையும், அதில் தோன்றும் பாத்திரங்களையொத்த பாத்திரங்களையும் அதில் கையாண்ட மொழி நடையையும் தவிர்க்க முடியாது. முதல் நாவலின் நகலாகவோ, தழுவலாகவோ இரண்டாவது நாவலையும் படைத்து இடர்ப்படுவதை மேலை நூலாசிரியர்களின் வரலாற்றிலும் பரக்கக் காணலாம். உலகப் புகழ்பெற்ற பெரும் எழுத்தாளர்கள் சிலரும்கூட, முதல் நாவலையே மூன்று நான்குமுறை மீண்டும் எழுதியிருக்கிறார்கள்

(He has rewritten the same novel three or four times) என்ற குற்றச்சாட்டிற்கு ஆளாகியுள்ளனர். பொன்னுசாமியோ, முதல் நாவலிலிருந்து முற்றிலும் மாறுபட்ட களத்தை, இரண்டாவது நாவலுக்குத் துணிச்சலோடு தேர்ந்தெடுத்துக்கொண்டுள்ளார். படுகளம் நாவலுக்கு வேளாண்மையே மையமாகக் கொண்ட கிராமப்புற சூழலைப் படம்பிடித்துக் காட்டியவர், இரண்டாவது நாவலுக்குக் கல்லூரிகளிலும் பல்கலைக்கழகங்களிலும் காணப்பெறும் அறிவியல் கல்வியையும் ஆய்வுக் கூடங்களையும் பின்புலமாக ஆக்கிக்கொண்டது அவரது படைப்பாற்றல் திறனைக் காட்டும்.

அறிவியல் துறைகளையும் ஆய்வுக்கூடங்களையும் அவற்றில் வலம் வரும் ஆசிரியர்களையும், ஆய்வறிஞர்களையும், மாணவ மாணவியரையும் அவர்களின் அறிவுலக வாழ்க்கையையும் காதல் அனுபவங்களையும் முன்னிறுத்தும் நாவல்கள் தமிழில் மிகக் குறைவானவை. பொன்னுசாமியின் இரண்டாவது நாவலுக்கு முன்னும் பின்னும் இத்தகையவை ஒன்றிரண்டு எழுதப்பெற்றிருந் தாலும், அவை பெரிதும் அறியப்படாமல் மறைந்து போயின என்றே சொல்லவேண்டும்.

மேலை உலகிலும்கூட இவ்வகை நாவலைக் கல்லூரி நாவல் (campus novel) என்றும் academic novel (கல்வியுலக நாவல்) என்றும் தனிவகைப்படுத்தி அழைக்கும் அளவிற்கு அவை அண்மையில் பெருகியிருப்பினும், அவற்றுள் உலகப் புகழ் பெற்றவை ஒரு சிலவே. சிகாகோ பல்கலைக்கழகத்தில் பேராசிரியராகப் பணியாற்றி, நாவலாசிரியராகப் பெரும் பெயருக்கு உரியவராகி, நோபல்பரிசு பெற்ற சால் பெல்லோ (Saul Bellow) எழுதிய நாவல்களில் ஹெர்சாக் (Herzog) என்னும் நாவலின் தலைமைப் பாத்திரம், வரலாற்று ஆய்வில் ஈடுபாடு கொண்ட பேராசிரியர் ஆகும். இந்த நாவலிலும் அப்பேராசிரியரின் தனிவாழ்வும், காதல் போராட்டங்களுமே பேரிடம் பெறுகின்றன. பெல்லோவின் More Die of Heartbreak எனும், பெயர்கொண்ட நாவலுக்கு ஒரு தாவர இயல் பேராசிரியர் தலைமைக்

கதை மாந்தராகிறார். இவர், தமிழகத்து அண்ணாமலைப் பல்கலைக் கழகம் உள்ளிட்ட, பல்கலைக் கழகங்களின் தாவர இயல் துறைகளோடு கொண்டுள்ள தொடர்பு நாவலில் பேசப்படுகிறது. ஆனாலும் அவரது அறிவியல் ஆய்வுகளைவிட, அவரது தனி ஆளுமை பற்றிய பகுப்பாய்வே நாவலில் சிறப்பிடம் பெறுகிறது.

ஒரு பல்கலைக்கழகம் அல்லது கல்லூரியில் நடைபெறும் நிகழ்ச்சிகளை மையப்படுத்தி எழுதப்பெறும் கல்விக்கூட நாவல், (campus novel) இருபதாம் நூற்றாண்டின் ஐம்பதுகளிலிருந்து வரலாறு படைத்துள்ளது. மேரி மக்கார்த்தி (Mary Mccarthy)-யின் The Groves of Academe *(1952)*, ஜான்பார்த் (John Barth) தின் Giles Goat–Boy *(1966)*, டேவிட்லாட் (David Lodge) ஜின் Changing Places *(1975)*, ராபர்ட்சன் டேவீஸ் (Robertson Davies) என்பாரின் The Rebel Angels ஆகிய நாவல்கள், இவ்விலக்கிய வகையைச் சார்ந்தவை. இவை யாவும் நகைச்சுவை அல்லது அங்கதச் சுவையை முதன்மையாகக் கொண்டவை. உயர்கல்விக்கூட வாழ்க்கையின் அவலங்களை எடுத்துரைப்பவை.

பொன்னுசாமி, தமது நாவலின் முன்னுரையில் தாம் இந்நாவலுக்காகத் தேர்ந்தெடுத்துக்கொண்ட களம் பற்றியும், தமது அறிவியல் ஆய்வுலக அனுபவத்தை ஏன் தன்-வரலாறாக எழுதாமல் நாவலாக்கினார் என்பது பற்றியும் தெளிவாகக் குறிப்பிடுகிறார்.

'ஒரு மிகச்சிறு குன்றுயரத்துக்கு வாழ்க்கையில் உயர முடிந்து பணி ஓய்வு பெற்றபிறகு, அந்தக் குன்றின் உச்சிக்கு ஏறிப்போன போது, கடந்த படிகள் சிலவற்றில் நின்றுகொண்டு, அதுவரை எதிர்கொண்ட இன்னல்களையும், அதேபோது அவ்வுயரத்தில் தன் பார்வையில் விழும் சில காட்சிகளையும், சலிப்பு மனிதர்களையும் நினைவுக்குக் கொண்டுவந்து அசை போடுவதில் ஒரு சுகமிருக்கிறது. அந்தச் சுகத்தை ஒரு வாழ்க்கை வரலாறாகப் பதிவுசெய்வது பயனுள்ளதாக இருக்குமென்றாலும், அந்த வரலாற்றை 'எவ்வளவுக்கு நீட்டுவது?' என்பதிலும், அது அவ்வளவு ஈர்ப்பாக இருக்குமா? என்பதிலும் முரண்பட்ட எண்ணங்கள் தோன்றும். அதேபோது

53

எந்தப் படியிலும் நின்று - திரும்பியும், சுற்றியும் பார்த்தவற்றை ஒரு கதையாக, நாவலாகப் பதிவுசெய்ய முயன்றால், 'எந்தப் படியோடும் நின்றுவிடலாம், வேண்டிய அளவுக்கு இணைப்புப் பசையாகக் கற்பனையையும் குழைத்துச் சேர்த்தும் கொள்ளலாம்' என்ற வாய்ப்புக் கிடைத்துவிடுகிறது. அப்படி முற்படும்போது, அந்தப்பதிவு முழுமையான உண்மை வரலாறாகவும் இல்லாமல் முழுக்கற்பனையாகவும் இல்லாமல், சில முக்கிய நிகழ்வுகளை, மனிதர்களை, பாதிப்புற்ற சமூகத்தை நம்மால் படம்பிடிக்க முடியும்.'

இக்கூற்று, வாழ்க்கை வரலாற்றை எழுதுவதினும் வாழ்க்கை வரலாற்று நாவல் (biographical fiction) எழுதுவதிலுள்ள நன்மைகளையும், வாழ்க்கை வரலாற்று நாவலுக்குள்ள சில தனிச் சிறப்புகளையும் எடுத்துக் காட்டுகிறது. ஜேம்ஸ் ஜாய்ஸ் எழுதிய A Portrait of the Artist as a Young Man *(கலைஞனின் இளமைக்காலம் பற்றிய ஓர் ஓவியம்)*, அவரது இளமைக்காலப் பள்ளி வாழ்க்கை பற்றியதாகும். அவர் பயின்ற கத்தோலிக்கப் பள்ளியின் பாதிரிமார்கள், மாணவர்கள், பள்ளிச்சூழல் பற்றிய செய்திகளை அவருடைய பெற்றோர், உறவினர், நண்பர்கள் ஆகியோரைக் கற்பனைப் பாத்திரங்களாக மாற்றி, அரிய படைப்பிலக்கிய மாகத்தருவது இந்நாவல். அதன் பாத்திரங்கள், நிகழ்ச்சிகள் ஆகியவற்றின் நம்பகத் தன்மை இவ்வுத்தியால் வலுப்பெறக் காணலாம். பாரதியின் சின்ன சங்கரன் கதையும் இத்தகையதே. தமது பள்ளிப்பருவ வரலாற்றைத் தன் வரலாறாகத் தராமல் நெடுங்கதையாகத் தருகிறார் பாரதி.

பொன்னுசாமியின் கல்லூரிக் கல்வியும், ஆய்வுப் படிப்பும் நிகழ்ந்த காலமாகிய 1960 முதல் 1975 ஆம் ஆண்டு வரையிலும், தமிழகத்தில் நிகழ்ந்த முக்கிய நிகழ்வுகளையும், தமிழக அரசியலில் ஓங்கிநின்ற மனிதர்களையும் நாவலில் கற்பனைத்திறனால் சற்றே மாற்றம் செய்து, தமது நாவலை அவர் உருவாக்கியிருக்கிறார். அக்கால கட்டத்தில் தமிழகத்துத் தாய்ப் பல்கலைக்கழகம் 'ஒரு நீண்ட தொடர் தலைமையிலிருந்து விடுபட்டு, புதிய தலைமைக்கு மாறியது. நெடுங்காலமாகப் புகையைக் கக்கிக்கொண்டிருந்த இந்தி எதிர்ப்பு உணர்வு, ஒரு பெரும் மாணவர் போராட்டமாக வெடித்தது. பல

ஆண்டுகளாக ஒரு மாபெரும் தேசியக்கட்சியின் ஆளுமைக்குட்பட்டிருந்த தமிழகம், ஒரு மாநிலக்கட்சியின் பிடிக்கு கைமாறியது.' இந்த மூன்று வரலாற்று நிகழ்வுகளையும் குறிப்பிடும் நாவலாசிரியர், 'இந்த மூன்று களங்களிலும், சில நிகழ்ச்சிகள், சில மனிதர்கள், சில உறவுகள், இந்த நாவலின் எலும்பும், தசையும், குருதியுமாய் இணைந்து உயிரோட்டத்தைக் கொடுக்கின்றன. நாவலில் உலாவரும் பல பாத்திரங்களைப் படிப்பவர்களால் அடையாளம் கண்டு கொள்ளமுடியும். குறிப்பாக, ஓர் உன்னத அரசியல் தலைவரையும், ஓர் உயர்ந்த அறிவியல் மேதையையும், சில மாணவ மணிகளையும் நெஞ்சில் பதிய வைத்துக்கொள்ள முடியும்' என்பார்.

நாவலுக்கு எழுதிய அணிந்துரையில், மாலன் எடுத்துரைக்கும் நாவல் பற்றிய எண்ணங்கள் சிறப்பானவை. 'நாவலில் வரும் மூன்று அறிவியலாளர்களாகிய ஆனந்தமூர்த்தி, மன்னாடி, ரங்கநாதன் ஆகிய மூவரும் மூன்று வெவ்வேறு இயல்பு உடையவர்கள். தம் அறிவைக் கூர்மைப்படுத்திக்கொள்வதன் மூலம், புகழ்பெற விரும்புபவர் ஆனந்தமூர்த்தி; அறிவு பெறுவதும் அதனைப் பகிர்ந்து கொள்வதும் புகழ் பெறுவதைவிட பெருமைக்குரியவை என்று நினைப்பவர் மன்னாடி; தான் உழைக்காமல், பிறர் அறிவைத் திருடி, அதனால் புகழ்பெற முனைபவர் ரங்கநாதன். இம் மூவருக்கும் ஏற்படும் முடிவு முரண்பட்டதாகும். அறிஞரான ஆனந்தமூர்த்தி மன நோயாளியாகிறார்; விளம்பரம் விரும்பாத மன்னாடிக்கு அமெரிக்காவிலிருந்து அழைப்பு வருகிறது; கட்டுக்கடங்காத சபலத்தால் ரங்கநாதன் சமரசங்களை மேற்கொள்கிறார். மூன்று ஆய்வறிஞர்களைப் பற்றிப் பேசும் நாவல், மூன்று ஆண் - பெண் காதல்களையும் உள்ளடக்கியுள்ளது. 'தயக்கம் நிறைந்த காதல், சந்தேகம் கொள்ளும் காதல், தியாகம் செய்யும் காதல், ஓசையில்லாத காதல், பட்டுச்சேலையின் ஊடும் பாவுமாக, அறிவுலகும் காதல் மனமும் கதையைப் பின்னிச் செல்கின்றன.'

பொன்னுசாமி, தனது இரண்டாது நாவலிலேயே கலைநுட்பம் அறிந்த கைதேர்ந்த நாவலாசிரியராகப் பொலிவுறுகிறார் என்பதைக் காட்டும் பகுதிகள் பல.

'ஆய்வுக்கூடத்தின் ஒரு மூலையிலிருந்து வாய்ச் சீழ்க்கை ஒலி புல்லாங்குழல் இசையாகப் பிசிறில்லாமல் தோடி ராகத்தில் படர்ந்து கொண்டிருந்தது. நாற்பதைத் தொட்டுக்கொண்டிருப்பவர், ஒல்லியான முதுகு ஒரு பத்து டிகிரி அளவுக்கு வளைந்து, உடல்தான் என்று அடையாளம் கண்டுவிடக்கூடிய - நடமாடும் எலும்புக் கூட்டுக்குச் சொந்தக்காரர் மன்னாடி. கால் அங்குலத்துக்கு நறுக்கப்பட்ட, வயதில் இருபதைக் கூட்டிக்கொண்ட உடைசல் முடி; சிறுவயதிலிருந்தே தன் பாதையை அடைத்துக்கொண்டுவிட்ட கண்ணாடிப் பிரேம்களால் நன்றாகவே பதுங்கிக்கொண்ட குண்டு விழிக் கண்கள்; தொண்ணை மூக்கு; பட்டன்களில் மேலிரண்டைத் தன்னுள் நுழையவிடாமல் பார்த்துக்கொள்ளும் நீளவரி அரைக்கைச் சட்டை; வயதில் சிறியவர்கள் என்றால் புகையும் சிகரெட் - வாயிலோ கையிலோ; வயதில் பெரியவர்கள் என்றால் சட்டென்று சிகரெட்டை மறைத்துவிடும், எறிந்துவிடும் லாவகம்; அப்படி எறியும் சிகரெட்டை நொடியில் வீசிவிட ஏதுவாகக் கைகழுவும் பேசினுக்கு அருகில் உட்காரும் நாற்காலி; அண்மையில் வெளிவந்த ஓர் ஆங்கில நாவல்; ஓர் இசைப்புத்தகம், சிறிய பெரிய ஸ்குரூ டிரைவர்கள்; ஒரு பாட்டில் தண்ணீர்... பெரியவர் கூப்பிட்டால் மட்டும் ஒரு வாய்க் கொப்பளிப்பு; நான்கு ரோஜா பாக்குத்தூள் சப்பல்; மற்றவர்களுக்கு அந்த மரியாதை கிடையாது; யாரும் அதை எதிர்பார்ப்பதும் இல்லை.'

பெர்னாட்ஷா தமது நாடகங்களில் இப்படித்தான் தமது பாத்திரங்களை அறிமுகம் செய்வார்! ஒவ்வொரு நாடகக் காட்சி தொடங்கு முன்னும் பாத்திர, சூழல் அறிமுகம் மிக நீண்டதாக இருக்கும்.

ஆய்வறிஞர் மன்னாடிக்கும் ஆய்வு மாணவன் செல்லமுத்துவுக்கும் உள்ள நட்பு, தக்க உருவகங்கள் கொண்டு விளக்கப்படுகிறது:

'அலையில் கரை ஒதுங்கிய மீன் துடிக்கும் நிலையில் செல்லமுத்து இருப்பதாக அவனிடம் பரிவாகச் சொன்னார் மன்னாடி.' 'விளக்கை ஏற்ற நெருப்புக் குச்சியை நீட்டும் பார்வையற்றவராக'

மன்னாடி இருப்பதாக ஆதங்கப்பட்டான் செல்லமுத்து. இரண்டு பேருக்கும் 'ஏதோ ஒன்று தேவை' என்ற உள்ளுணர்வு இருந்தது.

காலைப்பொழுதில் கடற்கரைச் சாலையின் காட்சி:

'கடற்கரைச் சாலை, தன் பனிப்போர்வையை இன்னும் விலக்கிக் கொள்ளவில்லை. பரந்து நீண்டிருந்த மணற் பரப்பும் தன்னை முழுவதுமாகப் பதுக்கிக்கொண்டது போல பனி மூட்டத்துள் கிடந்தது. கடலும், தன் வயிறு வெளியில் தெரிய வேண்டாமென்று குவிந்த பனிப்போர்வைக்குள் இருந்தது. சாலையை ஒட்டிய நடை பாதையில் இரண்டும் மூன்றுமாக மனிதவுருவங்கள் அப்போதுதான் அங்குவந்து சேர்ந்த நிலையில் மெதுவாக எட்டுவைக்கத் தொடங்கின... ஐ.ஜி. ராஜசேகரன் ஜீப் சாலையில் பனிப்படலத்தைக் கிழித்துக்கொண்டு பாய்ந்துகொண்டிருந்தது.'

ஆய்வு மாணவியான மைதிலியின் தோற்றம்:

'எளிமையும், வெளியில் தெரியாமல், ஆனால் முகத்துக்கு ஒரு மலர்ச்சியைக் கொடுக்கும் புன்னகை, அவளுக்கு இறைவன் கொடுத்த வரம் என்றே சொல்ல வேண்டும். அந்தப் புன்னகையையும், அவளுடைய செதுக்கிச் செய்யப்பட்டது போன்ற சிறிது நீண்ட மூக்கையும், இயற்கையில் புருவங்களுக்குக் கீழ் லேசாகப் படர்ந்த இளங்கருமையையும், சிறிது உள்பதிந்து இமைகள் திறக்கும்போது சிறு பளிங்குக் குண்டுகள் உருள்வது போலச் சுழலும் விழிகளையும் யதார்த்தமாகப் பார்க்க நேரிடும் இளைஞர்களை ஒருகணம் தாம்போய்த் திரும்ப அவளைப் பார்க்க வைக்கவும் தான் என்றுதான் கொள்ள வேண்டும். கொஞ்சம் உயர்வு குறைவுதானென்றாலும் எளிய பருத்தி நூல்சேலையும், அளந்து எட்டு வைக்கும் மெதுவான நடையும் அவளுடைய முதிர் இளமையையும், ஈர்ப்பையும் இணைத்து அடையாளம் காட்டிக்கொண்டிருந்தன.'

சத்யாவின் பாட்டு உயிரிய உருவகம் (Organic metaphor) **ஒன்றால் வருணிக்கப்படுகிறது:**

'சத்யாவின் பாட்டு இடியாகத் தொடங்கி, சாரலாக வந்து, மழையாகப் பொழிந்து, தூறலாகப் பரவியது. சட்டென்று தூறல்

நின்று வானம் வெளுத்துக்கொண்டதுபோல அரங்கில் பேரமைதி நிலவியது. பிறகு, கரவொலி அரங்கை அதிர வைத்தது.'

மன்னாடியின் சீக்கிஒலியிசை அளித்த பேரின்பம்:

'திடீரென்று ஓர் ஒலிக்கீற்று மின்னலாய் நீண்டு, சுரண்டு புரண்டு, நிமிர்ந்து விவரிக்கமுடியாத ஒரு பரிமாணத்தில் அரங்கை வியாபித்துக்கொண்டது. பத்து விநாடிகளுக்குள் அந்த ஒலி மின்னல் தன்னை அடையாளம் காட்டிக்கொண்டு, இசைஞானம் கொண்டிருந்தவர்களைக் கட்டிப்போட்டுவிட்டது. அடுத்த சில நொடிகளில் அந்த மின்னலின் தொடர்ச்சி, மற்றவர்களையும் ஒரு சிலிர்ப்பில் ஆழ்த்தி அமைதியாய் அமர வைத்துவிட்டது. மன்னாடியின் சீக்கி ஒலியிசை அடுத்து பத்து நிமிடங்களுக்குப் பல்வேறு பரிமாணங்களில் அவையினரைக் குளிரவைத்து, பட்டாம்பூச்சியொன்றின் பயணத்தைக் கூர்ந்து கவனித்து அனுபவிக்கும் காட்சிப் பாங்கில் அவையிலிருந்த ஒவ்வொருவரின் செவிகளிலும் மன்னாடியின் ஒலிக்கீற்று ஊர்ந்தும், நடந்தும், தத்தியும், விந்தை செய்துகொண்டிருந்தது.'

தேர்தலில் காங்கிரஸ்கட்சி தோற்றதற்கு மாணவர்கள் நடத்திய இந்தி எதிர்ப்புப் போராட்டமே மூலகாரணமாய் அமைந்ததென்பதைக் கொண்டசாமி ஒரு பழமொழியால் விளக்குவார்:

'எறும்பு கடிச்சு யானை விழுந்திட்ட மாதிரி எளசுக நடத்துன மொழிப்போராட்டம் காங்கிரஸ் கப்பலக் கமுக்கீருச்சே தம்பி!' கொண்டசாமி ஆதரவாக ஆதங்கப் பட்டுக்கொண்டார்.

டாக்டர் கோலப்பனின் ஒல்லியான உருவத் தோற்றத்திற்குத் தரப்படும் நகையுணர்வுமிக்க உருவகம்:

'எலும்புகளும் நரம்புகளும் கிடைக்கும் சதைக்காகப் போராடும் ஒல்லியான உடல்; கைகால்களும் நாசியும் முடியும் தேவைக்கு மீறிய நீளங்களில்; சட்டென்று அங்கும் இங்குமாக அந்த சிவப்பு வெட்டுக்கிளி உருவம் மேடையில் தாவித் தாவிக் குதிக்கிறது. 'கொசு டோய்!' மாணவர்கள் ஆர்ப்பரித்தார்கள்.'

ப. க. பொன்னுசாமியின் படைப்புலகம்

நாவலாசிரியரால் சில வரிகளிலேயே தமிழகத்து முதல்வர் அறிஞர் அண்ணாவின் ஆளுமையையும், அவர் இறப்பு ஏற்படுத்திய துயரையும் சித்திரிக்க முடிகின்றது:

'கடின உழைப்பாலும், கொள்கைப் பிடிப்பாலும், அருமைச் சொல்லாலும், அடலேறு எழுத்தாலும், அன்பாலும், எளிமையாலும், எதிரிகளையும் தன்னோடு கைகோக்கச் செய்யும் பெருந்தன்மையாலும், எதையும் தாங்கும் இதயத்தாலும் மக்கள் மனத்திலும் அரசு அரியணையிலும் கோலோச்சிய அருமைத் தலைவர், விவரிக்க இயலாத உடல் வேதனைகளிலிருந்து தன்னை விடுவித்துக் கொண்டு கண்களை மூடிக்கொண்டார்.

அதற்கு முன் கடற்கரைச்சாலை அத்தகைய மக்கள் வெள்ளத்தை ஒன்றாகக் கண்ணீர்சிந்தி, நகர்ந்த சோகக் காட்சியைக் கண்டதில்லை. அந்தக் கடற்கரை மணல் பரப்பில் மலர் வண்டியில் அமைதியாய்ச் சலனமற்றுப்படுத்தியிருந்த அந்தக் குட்டை உருவம், தன் சொல்லாற்றலால் லட்சோப லட்சம் பேர்களைக் கட்டிப்போட்டு, ஆர்ப்பரிக்கச் செய்து, கையோசை எழுப்பவைத்து, தனக்கு மட்டும் தெரிய மூக்கில் பொடி போட்டு, அனைவரும் பார்க்குமாறு தோளில் துண்டைச் சரிசெய்து - எத்தனைமுறை வெற்றி கொண்டிருக்கும்? அப்போதெல்லாம் கடல் தாயின் அமைதியும் ஆர்ப்பரிப்பும் அவர் பேசும் பேச்சின்போது, மக்கள் காட்டும் அமைதிக்கும் ஆர்ப்பரிப்புக்கும்... மக்களில்லாமல் வெறிச்சோடியிருந்தது சாலை. எல்லாரும் கடற்கரை மணலைக் கண்ணீரால் நனைக்கப் போயிருந்தார்கள்.'

அறிவியல் பேராசிரியராக பொன்னுசாமி நாவலாசிரியராகச் செயல்படும்போது காட்டும் நகையுணர்வு வியப்புக்குரியது. நாவலில் நகையூட்டும் காட்சிகள் ஏராளம்:

திருமணம் செய்துகொள்ளாத தோல்மருத்துவர் தம் செயலை நியாயப்படுத்துகிறார்:

'தோல் டாக்டர் வேற! யாரையும் அதிகம் தொடாம இருந்துக்கிட்டே மருந்து கொடுப்பேன். ஒருத்தியக் கட்டிக்கிட்டு

அவளை அதிகம் தொடாம இருந்துக்கிட்டேன்னா, கதை எப்படிப் போகும்?'

மன்னாடியின் சீக்கை ஒலியிசையைப் பாராட்டும் இசைய மைப்பாளர் கூற்று:

'மன்னாடி அவர்களின் கைகளைத்தான் என்னால் முத்தமிட முடிந்தது. முத்தம் பெறவேண்டிய இடம் அவருடைய உதடுகளும் நாவும் ஆகும். அங்கெல்லாம் முத்தங்களை என்னால் கொடுக்க முடியாது.'

நாவலாசிரியர், தாம் இயற்றிய நகைச்சுவை மிக்க ஒரு கவிதையையும் உரிய இடத்தில் சேர்த்துள்ளார். கொசுவென்று மாணவர்களால் அழைக்கப்பட்ட டாக்டர் கோலப்பன் பாடும் பாடல்:

நான் தான் கொசு!
புடிச்சுப் பாருங்க - நான்
போயே போயிருவேன்
அடிச்சுப் பாருங்க - நான்
அகப்படவே மாட்டேன்
காதும் மூக்கும் எனக்குக் கைலாயம்! - உங்க
காதும் மூக்கும் எனக்குக் கைலாயம்!
காதில் புகுந்து கரணம் அடிப்பேன்
மூக்கில் புகுந்து மூச்சைப் புடிப்பேன்
போங்க போங்க போத்தித் தூங்க!
பொறுக்காதுங்க உங்க மூச்சு!
கைலாயம் தெறக்குமுங்க!
காது மூக்கோரம் பறப்பனுங்க!
புடிச்சுப் பாருங்க - நான்
போயே போயிருவேன்
அடிச்சுப் பாருங்க - நான்
அகப்படவே மாட்டேன்

நான் தான் கொசு!
நான் கடித்தால் உங்களுக்கு
ஒரு துளி ரத்தம் -
நீங்க அடித்தால் போகும்
என் உயிர் மொத்தம்!

அறிவியல் செய்திகளில் எளிதில் புரிந்துகொள்ள முடியாதன வற்றையும் நல்ல தமிழில் தெளிவாக எடுத்துரைக்கிறார் நாவலாசிரியர். விரிந்துகொண்டிருக்கும் அண்டம், காற்று ஏற்றப்படும் ஒரு பலூனைப் போன்றது என்பதற்கான விளக்கம்:

பேரண்டத்தில் ஏராளமான கோள்கள் இருக்கின்றன. அவையெல்லாம் ஒன்றிலிருந்து ஒன்று பிரிந்து, வேகமாக ஓடிக் கொண்டிருக்கின்றன. பலூனின் மேற்பரப்பில் பல புள்ளிகள் இருப்பதாக வைத்துக்கொள்வோம். ஒரு புள்ளியில் உட்கார்ந்து பலூனுக்குள் காற்றை ஊதிக்கொண்டிருந்தால், புள்ளிகளெல்லாம் ஒன்றைவிட்டு ஒன்று விலகி ஓடுவது போல் நமக்குத் தெரியும். கோளங்களும் அண்டத்தில் இப்படித்தான் ஒன்றைவிட்டு ஒன்று தூரமாக ஓடிக்கொண்டிருக்கின்றன.'

இயல்பியல் வல்லுநர் ஆனந்தமூர்த்தி, தமது கண்டுபிடிப்பு என்னவென்பதைப் பாமரர்க்கும் புரியும் வண்ணம் எடுத்துரைக்கிறார்:

'இந்தச் சிறிய மூலக்கூறில் பத்து அணுக்கள் உள்ளன. இவற்றில் சில அணுக்கள் ஒரு தளத்திலும், சில அணுக்கள் மற்றொரு தளத்திலும் இருப்பதைப் பாருங்கள்... முதல் தளத்தை இப்போது ஒரு அச்சில் சுற்றுகிறேன்... முழுவதுமாக என்னால் சுற்ற முடிகிறது. இரண்டாம் தளத்தை இன்னொரு அச்சில் இப்போது சுற்றுகிறேன்... இப்போதும் முழுவதுமாகச் சுற்ற முடிகிறது. இப்போது இரண்டு தளங்களையும் அவற்றின் அச்சுக்களால் ஒரேபோது சுற்றுகிறேன்... இரண்டையும் கொஞ்ச தூரம் சுற்ற முடிகிறது... பிறகு சுற்ற முடியவில்லை. இரண்டு தளங்களின் முனைகளும் முட்டிக்கொண்டு நிற்கின்றன.

இரண்டு தளங்களையும் சுழற்றும்போது மூலக்கூறின் முப்பரிமாண உருவம் மாறுகின்றது. சில கோணங்களில் முனைகளிலிருக்கும் அணுக்கள் மோதிக்கொள்கின்றன. அணு மோதல் இருக்கும் உருவங்களை மூலக்கூறால் பெறமுடியாது. அணுமோதல் வராத உருவங்களையே அது பெறும். இதுதான் எங்கள் கண்டுபிடிப்பு.'

நாவலின் 'நெடுஞ்சாலை விளக்குகள்' என்னும் அருமையான உருவகத் தலைப்பிற்கு ஒரு பாத்திரத்தின் மூலம் ஆசிரியர் விளக்கம் தருகிறார்:

'நீண்ட நெடுஞ்சாலையில் பயணம் போறோம். பயணம் தொடங்கறப்ப சாலையைத் தூரத்துக்குப் பார்த்தா விட்டுவிட்டு கம்பங்கள்ல விளக்குக மங்கலா ஒளியைக் காட்டிக்கிட்டு நிக்கும். கொஞ்ச தூரம் போயிப் பார்த்தாலும் அப்படித்தான் தெரியும். ஒரு விளக்குக் கம்பத்துக்கு அடியில போனதும் நல்லா வெளிச்சமாக இருக்கும். அதைக் கடந்ததும் இருட்டு வந்துரும். எந்த விளக்குக் கம்பத்துக்குக் கீழயும் வெளிச்சமாகவும், அதைக் கடந்ததும் இருட்டாகவும் இருக்கும். பேராசிரியர் சோமையா இப்ப நமக்கு வெளிச்சம் தருகிற விளக்கு. இவுங்களைப் போன்றவர்களுக்கெல்லாம் வெளிச்சம் காட்டுன நம்ம முன்னோர்கள் ஆயிரமாயிரம் பேர்கள். அவுங்களையெல்லாம்-அவுங்க செஞ்ச செயல்களையும், பட்ட துயரங்ளையும் வாழ்வுங்கற நெடுஞ்சாலையில் நாம பயணிக்கிற போது நெனச்சுக்க வேணும். அவுங்களையெல்லாம் நாம மறக்கக் கூடாது. நாம எல்லாரும் மருத்துவத் தொழில்ல அவுங்களையெல்லாம் போல வெளிச்சம் காட்டச் சத்தியம் செஞ்சிட்டு வந்திருக்கோம்.'

அறிவியல் பேராசிரியராகிய நாவலாசிரியர், அறிவியல் துறைகள் அனைத்தின் சார்பாகவும்; மக்களுக்கு அளிக்கும் செய்தியும் வாக்குறுதியும் இதுவாகத்தான் இருக்கமுடியும்.

('மேலைநோக்கில் தமிழ் நாவல்கள்' நூலில்.)

ப.க.பொ, திருப்பூர் கிருஷ்ணன், கா. செல்லப்பன், நல்ல ஜி, பழனிசாமி, இரா.கிருஷ்ணமூர்த்தி, மாலன், சிற்பி பாலசுப்ரமணியன், ஸ்டாலின் குணசேகரன்

3. திருமூர்த்தி மண்

சீதையின் நிழலில் சென்றிடும் வாழ்க்கை.

பிரேமா நந்தகுமார்

இந்தப் புதினம் வளர்ந்துவருவதை அறிந்திருந்தேன். பேராசிரியர் பொன்னுசாமி அவர்களே தனது 'படுகளம்' புதினத்திற்கு ஒரு தொடர் எழுதுவதாக என்னிடம் கூறியிருந்தார். பாரதத்தின் கிராம வாழ்க்கையினைப் பற்றி பல புதினங்கள் ஒரு நூற்றாண்டாகவே எழுதப்பட்டு வந்துள்ளன. அவற்றின் மூலம் பாரத நாட்டின் கிராம வாழ்க்கை பற்றிய ஒரு வரைபடமே அமைந்திருந்தது எனலாம். ஆங்கில மொழிபெயர்ப்புகள் மூலம் நாட்டின் அனைத்துப் பகுதிகளிலும் தோன்றியுள்ள நாவல்களை ஓரளவு அறிந்திருந்தது மட்டுமல்லாமல், எழுதப்பட்ட மொழியிலேயே தெலுங்கு, கன்னடம், இந்தி, ஆங்கில நூல்களைப் படிக்கும் பாக்கியம் பெற்றிருக்கிறேன். எனது 19ஆவது வயதில் கா.சி.வேங்கடரமணியின் 'முருகன் ஒரு உழவன்' படித்ததிலிருந்தே, கிராமங்களைப் பின்னணியாகக் கொண்ட புதினங்களைப் படிப்பதில் ஒரு தனிப்பட்ட நிறைவு இருந்து வந்துள்ளது.

இதற்கு ஒரு காரணமும் இருக்கிறது. நான் பத்து வயது வரை தாமிரபரணிக் கரையில் ஒரு குக்கிராமத்தில் வளர்ந்தவள். இனிமையான, ஆரோக்கியமான, அழகிய சூழ்நிலை. தூரத்தே தெரிந்த கொழுந்து நாகமலையை நோக்கி என் பாட்டியைப் போல் நானும் கைகூப்புவதுண்டு. அந்த மலையில் பல சித்தர்கள் வசித்துவருவதாகச் சொல்வார்கள். மின்விளக்கு இல்லாவிட்டால் என்ன, பொழுது விடிந்தால் தினமும் கீரை அல்லது வாழைக்காய் கறியமுதே சாப்பிட்டால் என்ன, அந்த ஊரில் மேலைத் திசையில் விஷ்ணு கோவில், கிழக்குத் திசையில் சிவன் கோவில், அருகே தாமரைக்குளம், அதன் கரையில் அம்மன் கோவில் - என்று நிறைவு இருந்தது. அவளே அந்த ஊருக்குக் காப்பு. குழந்தையின் கண்களுக்கு இவை யாவுமே மிகப் பெரியனவையாகத் தோன்றியதில் வியப்பில்லை.

என் தந்தையாருக்கு வெளிமாநிலங்களில் வேலை. அதனால் நான் கிராமத்தை விட்டு வெளியூர் செல்லவேண்டியதாயிற்று. லீவு நாட்களுக்கு இங்கு வருவோம். அப்பொழுதுதான் எனக்குச் சிறிது சிறிதாகக் கிராம வாழ்க்கையின் இயல்பு புரியலாயிற்று. ஜாதிகள் தொகுப்பாக உள்ள கிராம வாழ்க்கை, ஹரிஜனங்களின் சேரி என்பன நிறைந்த, வேற்றுமைகள் இருந்தாலும் அரசல் புரசலாக ஏதேனும் காதில் விழுந்தாலும், மொத்தத்தில் அனைவரும் ஓரளவு நட்புரிமையுடன் வாழ்வதை, அனைவருமே ஏதோ ஒரு விதத்தில் விவசாயத்துடன் சம்பந்தப்பட்டிருப்பதை என் மனத்தைச் சூழ்ந்திருந்த திரைகளை மெல்ல விலக்கலாயிற்று. இச்சிறு கிராமத்தினுள்ளேயே வேறு உலகங்களும் உண்டு. இங்கு வலுவான காதலும் காழ்ப்பும் இருப்பது, 'உன்னைவிட நான் மேல்' என்ற கர்வங்கள், 'என் மூதாதையர்தான் மிகவும் உயர்ந்தவர்கள்' என்று உடலையும் மனத்தையும் சிலிர்த்துக்கொள்வது என்பது இருப்பது சிறிது சிறிதாகப் புரிந்தாலும், அது மழைக் காலத்தில் இருள் கவியும் மாலைப் பொழுதில் காண்பது போல்தான் இருந்தது. எதுவும் எனக்குத் தெளிவாக இல்லை.

ஆனால் பி.ஏ, எம்.ஏ., பிஎச்.டி., எழுத்தாளர் என்று முன்னேறும்போது, கிராமங்களைப் பற்றிய புதினங்களைப் படிப்பதும் அதிகமாயிற்று. சண்டை சச்சரவு, கொலை, ஆணாதிக்கப் பண்பாட்டில் பெண்கள் படும் பாடு என்பவை படித்து மனம் வாடினாலும், விடாமல் இயற்கையன்னை மீண்டும் மீண்டும் வயல்களில் பசுமையைப் பரப்பிடுவதும், அறுவடை காலத்தில் களங்களில் குமியும் பொன்னிற நெற்குவியல்களும், பசுக்கள், காளைகள், எருமைகள், கோழிகள், ஆடுகளும் மனத்தினுள் ஒளியைப் பாய்ச்சின. திருவிழாக்கள், நாதசுர ஒலி, தெருக்கூத்து என்று கலகலப்பும் இருந்தது. நமது கிராமங்களில் இன்னும் பெரும் புரட்சிகரமான மாறுதல்கள் ஏற்பட்டுள்ளதாகத் தெரியவில்லை.

ஆயினும், கிராமங்களுக்கே உரித்தான வழக்குகள் நிறைந்த பேச்சினைப் பதிவுசெய்வதெப்படி? திருநெல்வேலியில் கோடகநல்லூர் கிராமத்தின் பேச்சுவழக்கு மாதிரியாகவா மதுரைக்

கிராமத்தில் இருக்கிறது? திருமணமாகி திருவரங்கம் வந்தால், கிராமங்களிலிருந்து வருவோர் பேச்சை எனக்குப் புரியவைக்க என் மாமியார் மொழிபெயர்க்க வேண்டியிருந்தது. இவ்விடங்களிலிருந்து வேகமாக உடுமலைப்பேட்டை வந்தால், திருமூர்த்தி மண் கிராமத்தின் பேச்சு முற்றிலும் வேறுவிதமாக இருக்கிறது. நவரசங்களும் நிறைந்து ஒலிக்கும் குரல்களைக் கேட்டு எழுதும் மொழி வழியில் பதிவுசெய்ய முடியுமா? 'முடியும்' என்று இரண்டாம் முறையாக நல்லதொரு புதினத்தை பேராசிரியர் எழுதியிருக்கிறார். 'என்ன நடந்தாலும், எத்துணை துன்பங்கள் வந்தாலும், சமூகத்திற்கே உணவிடும் கிராம மக்களது சமுதாயமிது' என்பதை நமக்கு நினைவூட்ட ஒரு இயல்பியல் பேராசிரியரான திரு.பொன்னுசாமி அவர்கள், 'படுகளம்', 'திருமூர்த்தி மண்' இரண்டையும் நமக்கு அளித்திருக்கிறார்.

இலக்கியத்தின் ஒரு முக்கியமான செய்தி. கிராமங்கள் பற்றி எழுதும்போது, அதன் ஆழமான பிரச்சனைகள், அன்றாட நடப்புகள் பற்றி எழுதும்போது, நகைச்சுவை அல்லது எளிமையான சங்கதிகளை வைத்து எழுத முடியாது. இமயம் முதல் குமரி வரை உள்ள கிராமங்கள் அனைத்தும் இந்த வரம்பினுள் இருப்பவைதான். இங்கு கோபம், கண்ணீர், கொலைவெறி, குரூரம் முதலியவற்றின் நிழல்கள் சூழ்ந்தவாறே இருக்கும். இதையும் மீறி கிராம மக்கள் சற்று மகிழ்ச்சியுடன் இருப்பதைக் கோவில் திருவிழாக்களில்தான் காணமுடிகிறது. திருமணங்கள்கூட ஒருவித இறுக்கத்தில் காணப்படுவதை நான் பல சமயம் கண்டிருக்கிறேன். அதனால்தான் 'திருமூர்த்தி மண்' உண்மையாகவே ஒரு கிராமப் புதினமாக உருவெடுத்திருக்கிறது. இங்கு தியாகம் உண்டு, மற்றவர்களது துன்பங்களுக்கு இரங்குவாரும் உண்டு என்றாலும் கிராமம் பற்றிய புதினம் என்றால் அதில் துன்பியலே தலைதூக்கி நிற்கிறது.

அரை நூற்றாண்டிற்கு முன், சில அற்புதமான கிராமியப் புதினங்களை சங்கர ராம் போன்றவர்கள் எழுதினார்கள். பிற்பாடு வந்தவர்களிடம் கிராம வாழ்க்கை பின்தங்கிட, சென்னை மற்றும் தமிழக நகரங்கள் (அவை நரகங்களாக இருக்கும் பரிதாபம் பற்றி)

எழுத ஆரம்பித்துவிட்டனர். நானும் வேறு மாநிலங்களுக்குச் சென்றுவிட்டேன். தமிழ் இலக்கியம் பற்றிய எனது நோக்கும் சங்க இலக்கியம், 'மணிமேகலை'யை ஆங்கிலத்தில் மொழிபெயர்த்தல்' என்று வேறு தளங்களுக்குச் சென்றுவிட்டது.

அதனால்தான், திரு. பொன்னுசாமியின் 'படுகளம்' எனக்கு என் பிறந்த மண்ணைப் பற்றிப் புரிந்துகொள்ள மீண்டும் உதவலாயிற்று. தவிர, பல புதிய செய்திகள். மிகச் சிறந்த இயல்பியல் பேராசிரியர், ஆய்வாளர், பல்கலைக்கழகத்தின் துணைவேந்தர் என்று நான் அறிந்த திரு.பொன்னுசாமியிடம், தாய் மண்ணை நேசித்து, அத்தாய் படும் துன்பங்களை உள்ளது உள்ளபடி பதிவுசெய்யும் கூர்ந்த நோக்குடைய நாவலாசிரியர் மறைந்திருப்பதைக் கண்டேன். 'இந்து' பத்திரிகை படுகளம் புதினத்திற்கு விமரிசனம் எழுதுமாறு கேட்டு, நாவலை அனுப்பியிருந்தனர். பக்கம் பக்கமாக அதைப் படித்து வந்தபோது இயல்பியல் ஆசிரியரை, துணைவேந்தர் போன்ற உயர் பதவிகளை அனாயாசமாக வகித்தவரை, நான் காணவில்லை. வாழ்நாள் முழுவதும் கிராமத்தில் இருந்து, அதன் இன்ப துன்பங்கள் நிறைந்த (துயரமே அதிகமாகத் தெரியும்) வாழ்வினைப் பகிர்ந்துகொண்டு இருப்பவராகவே ஆசிரியர் இருந்தார். அதனால், சோர்வு இல்லாமல் மேலும் பல தெரிந்துகொள்ள வேண்டுமென்று ஆவலுடன் படித்தேன். அன்பும், வெறுப்பும் பின்னிச்செல்ல, 'கிராமப் பின்னணியில் செல்லும் படுகளமும் மகாபாரதமே' என்று புரிந்துகொண்டேன்.

திருமூர்த்தி மண் நாவலும் அது போன்ற புதினம்தான் என்று சொல்லிவிட முடியாது. இரண்டு அல்லது மூன்று முறை படித்தால்தான் இரு புதினங்களுக்கும் உள்ள வேறுபாடுகள் தெளிவாகின்றன. பெண் கல்வியை முன்வைக்கும் வகையாக இராசேசுவரியின் வெற்றி, புது வாழ்வினை நோக்கி மெல்லடி வைக்கும் ஆழ்ந்த தைரியம் நமது மனத்தை இனிமையாக வருடுகிறது. துன்பியலில் அவளது திருமணம் முடிந்தபோதும், 'கிராமப்புறம் சார்ந்த இந்தப் பெண் வாழ்வில் வெற்றிபெறுவாள்' எனும் நம்பிக்கை நமது அச்சத்தைப் போக்குகிறது. அவளது கையில் படிப்பு எனும் துணை இருக்கிறதே!

அடுத்து, நாவலின் தொடக்கம் 'குருசாமியின் குதிரை' வண்டியைப் போல ஓட்டுவதில் முன்னேறத் துடிக்கும் இளைஞர்கள் நாகரிகமாகப் பேசவும் பழகவும் செய்வது, நாளடைவில் 'கிராமங்களில் வழிவழியாக வந்த புகைச்சல்கள், கொலை வெறி முதலியவற்றை இவர்கள் வெற்றிகொள்வார்கள்' என்ற நம்பிக்கையை நம்முள் வளர்க்கிறது. இவர்கள் பேசும் பேச்சு மற்றும் செய்கையில் வரும் நாகரிகம் படிப்பால் வந்ததல்ல, வருவதல்ல. குருசாமி போன்ற பெரியோர்கள் நல்ல வகையில் வழிகாட்டுவதன் மூலம் அடைய முடியும் அல்லவா? அப்படிச் சிலர் பதட்டப்படாமல் நடந்து கொள்வதை வெங்கிட்டம்மாள் பற்றிய பதிவில் காண்கிறோம்.

மூன்றாவதாக என்னைத் தாக்கிய மாறுதல், அரசியல் சூதுவாது அறிந்திராத நமது கிராம மக்களைப் படுத்தும் பாடு! ஒரு காலத்தில் காந்தியின் கள்ளுண்ணாமை இயக்கத்திற்குக் கைகொடுத்த இம்மக்களே இன்றைய அரசியல்வாதியின் பகடைகள். ஒரு மொந்தைக் கள்ளுக்காக, ஒரு பச்சை நோட்டுக்காக, யாரோ ஒருவருக்கு ஜே சொல்லித் தாங்கள் அடிபடுபவர்கள்.

நான் சொல்லும் முதலிரண்டும், நல்வாழ்வினைக் கோடிட்டுக் காட்டும் மாறுதல்கள், இந்த அரசியல் அசுரனால் அழிக்கப்படுவதே கிராமங்களில் இன்றும் மேடையேறும் துன்பியல் நாடகம்.

ஆயினும் நம்பினோர் கெடுவதில்லை; நான்கு மறைகள் தீர்ப்பு. நாம் நம்பிக்கை இழக்காதவரை நல்ல நாள் வரும். பாரதி கூறியபடி 'சென்றதினி மீளாது மூடரே!' அதுவே காலத்தின் கட்டாயம், நிச்சயமாக நன்மை கொண்டு வரும் என்பதை, நாவலில் முதலிலேயே ஆசிரியர் குறிப்பிட்டுவிடுகிறார். ஊர் இருக்கும் நிலையை நினைத்து கண்ணுச்சாமி மனம் வெதும்புகிறார். இதையெல்லாம் பார்த்துக்கொண்டும் கேட்டுக்கொண்டும் இருப்பது அவருக்கு தாங்க முடியவில்லை, மூப்பும், நோயும் அவரை விரட்ட, செத்துப்போனால் நிம்மதி என்கிறார். அப்பொழுது உடன் நடந்து வரும் பாலுச்சாமி சொல்வார்:

'விடுங்க மாமா, யாரோ, எப்படியோ மோதிக்கிடட்டும். நாம நம்பாட்டுக்கு இருப்பம்,' என்று சமாதானமாக, 'இயல்பாக'ச் சொல்கிறார். அப்பொழுது கண்ணுச்சாமியின் பதில் வருகிறது:

'நீ சொல்றதுதாஞ் சரி. ஊருன்னா நாலும் இருக்கும். ஆனா, என்னோட ஆசை இதுதாம் பாலு. செட்டி குளம் இப்படியே எப்பவும் நெறஞ்சிருக்கணும். ஊருக்குள்ள வருங்காலத்தில யாவது ஒத்துமையும் நெறஞ்சிருக்கணும்.' குளத்தைப் பார்த்தவாறு ஒரு தீர்க்கதரிசி போல் பேசிய அந்த நல்ல மனிதரிடம் பாலுச்சாமி அழகாகச் சொல்கிறார்:

'கனவுன்னாலும் நெனவுன்னாலும் உங்க மனசுக்குள்ள அப்படித்தான் இருக்கும்,' பாலுச்சாமி நெகிழ்ந்து சொன்னார்.'

இப்படி எவ்வளவோ சந்தர்ப்பங்கள் நமது மனத்தைக் குளிர்விக்கின்றன. இதற்குக் காரணம், இன்றும் கிராமமே நமக்கு 'உண்ணுஞ்சோறு, பருகும் நீர், தின்னும் வெற்றிலை' எல்லாம் அளிக்கிறது. அதனால் கிராம வாழ்வு எப்படி இருந்தாலும், ஏர் பிடித்தவனே நமது சமூகத்தின் தலைவனாக இருக்கிறான். திருவள்ளுவர் சொன்னதும் பொய்யோ?

உழுதுண்டு வாழ்வாரே வாழ்வார் மற்றெல்லாம்
தொழுதுண்டு பின் செல்பவர்.

மனிதனாகப் பிறந்துவிட்டால் அவனை மண்ணாசை, பெண்ணாசை, பொன்னாசை மூன்றும் கட்டிப்போடுகின்றன. இது கிராமத்தின் மக்களைப்பற்றி மாத்திரமல்ல. எங்குமே கண்ணுச்சாமி போன்றவர்களது குரல்கள் வலுவிழந்துபோகின்றன. இந்த மூவாசைகளும் அசுரத்தன்மை உடையவை என்பதே காரணம். அதே சமயம், கிராம மண்ணிற்கு இந்த ஆசைகளைக் கட்டுப்பாட்டில் வைத்து, உழைப்பில் மகிழ்ச்சி கொண்டு ('கிரமத்தில் இயற்கையாகப் பாடும் தெம்மாங்கில் இருந்தல்லவா கர்னாடக இசையே தோன்றி யிருக்கவேண்டும்' என்று, சங்கீதப் பெருந்தகை திரு.ரங்கராமானுஜ அய்யங்கார் எழுதியதை முன் படித்து மகிழ்ந்ததுண்டு), கிராமத்தில் பிறந்தவனுக்கு தன் கடமைகளை நன்கு செய்யாவிட்டால்,

'நில மகள் நகும்' எனும் உள்ளுணர்வு உண்டு. அதனால் வருங்காலத்தில், ஏன், இந்த நூற்றாண்டிலேயே இம்மக்கள் வாழும் திருமூர்த்தி மண்ணின் நிலமகள் கேலியாகச் சிரிக்காமல், 'வளம் கண்டு, மெய்சிலிர்த்து மகிழ்வாள். ஆசி தருவாள்' எனும் பாலுச்சாமி போன்றோர் கனவு நனவாகுக!

இப்புதினத்தை மீண்டும் படித்துவிட்டு ஜாக்கிரதையாக மூடி வைக்கும்போது, அசோக வனத்தில் சிறையிருந்தவள் தெரிகிறாள். அனுமன், ராமனின் முத்திரை பதித்த மோதிரத்தை அன்னை சீதையிடம் கொடுக்கிறான். அவ்வாழியைத் தன் சிரத்தின் மேல் வைத்துக்கொண்டு, கண்கள் நீர்பொழிய, அனுமனிடம் 'அப்பனே! இம்மோதிரத்தைக் காண்பது அமுதமும் விஷமும் நிறைந்த கோப்பையைக் கண்டதுபோல் இருக்கிறது, 'அம்ருதம் விஷ சம்ஸ்ருஷ்டம்' என்று சொல்லியதாக வால்மீகி பதிவுசெய்கிறார். மோதிரத்தைக் கண்டதால், அம்மோதிரம் ராமனின் உருவம் என்பதால் அமுதம் பருகியது போலும், ஆனால், தன் முன் மோதிர உருவில் காணும் ராமன் உண்மையாகவே எப்பொழுது வந்து தன்னைக் காப்பாற்றுவானோ என்று நினைக்கும்போது விஷமருந்தியது போலும் உள்ளதாம். எத்தனை நாள் காத்திருப்பேன்? என்று கேவு கிறாளாம்! கிராமத்தைச் சேர்ந்த இராஜேசுவரி, வெங்கிட்டம்மாள் போன்றோர் நல்வாழ்வினுக்கு இன்னும் எத்தனை நாள் காத்திருக்க வேண்டும்? திருமூர்த்தி மண் புதினமும் இந்த உணர்வினைத் தோற்றுவிக்கிறது. என் தேசத்தின் கிராமங்கள் இவ்வளவு விஷமயமான நிலையில் உள்ளனவா என்று மனம் சோகத்தில் தோய்கிறது. இல்லை இல்லை, கைவிடாத இயற்கை அன்னை இந்த நூற்றாண்டில் மலர்ச்சி தருவாள் என்று நம்பிக்கையும் துளிர் விடுகிறது.

இப்புதினத்தை இவ்வளவு ஆற்றல் மிகுந்த சொற்களால், நடையால் அமைத்து, நமக்கு மறக்கமுடியாத அனுபவத்தை தந்துள்ள திரு. பொன்னுசாமி அவர்களுக்கு, எனது நன்றி நிறைந்த கைகூப்பு.

அருவிபோல் பொங்கும் படைப்பாற்றல்!

திருப்பூர் கிருஷ்ணன்

ப.க.பொன்னுசாமி எழுதிய 'படுகளம்' புதினத்தின் தொடர்ச்சியாக வெளிவந்துள்ள அதன் இரண்டாம் பாகமான 'திருமூர்த்தி மண்' எண்ணற்ற பாத்திரங்களைக் கொண்டு கட்டமைக்கப்பட்டுள்ளது. கதை வளர வளர, புதிய புதிய பாத்திரங்கள் கதை நெடுகிலும் தோன்றிக்கொண்டே இருக்கிறார்கள். தங்கள் பேச்சாலும், செயல்களாலும் நம் மனத்தில் அவர்கள் நிலைபெறுகிறார்கள்.

எத்தனை பாத்திரங்களைப் படைத்தாலும், ஒவ்வொரு பாத்திரத்தையும் அதனதன் தனித் தன்மையோடு வார்க்கவேண்டிய கட்டாயம் படைப்பாளிக்கு உண்டு. அந்தக் கடினமான பணியில் கதாசிரியர் வெற்றி பெற்றிருக்கிறார்.

பல பாத்திரங்கள் புனைவுப் பாத்திரங்கள் அல்ல. உண்மையிலேயே வாழ்பவர்களும் வாழ்ந்தவர்களும் தான். அவர்களின் அனுபவங்களைக் கண்டறிந்தும் கேட்டறிந்தும் இந்தப் படைப்பில் பயன்படுத்தியுள்ளார். அதற்கான கடின உழைப்பை அவர் மேற்கொண்டிருக்கிறார் என்ற வகையில் நிச்சயம் நம் பாராட்டுகள் அவருக்கு உரியன.

1935 முதல் 1985 வரையுள்ள ஐம்பதாண்டுக் காலம், இந்தப் படைப்பில் படம் பிடிக்கப்பட்டுள்ளது. உண்மையான முப்பத்தியேழு பேரின் அனுபவங்கள் பெயர் மாற்றிச் சற்றே கற்பனை கலந்து இந்தப் புதினத்தில் எழுதப்பட்டுள்ளன.

இத்தகைய கடின உழைப்புக்குப் பெரிய பலன் கிட்டியிருக்கிறது. புதினம் அதன் இலக்கியத் தரத்தால் மட்டுமல்ல, அதன் உண்மைத் தன்மையாலும் நம்மை பிரமிக்கவைக்கிறது.

ஒரு புனைவை உண்மைபோல் சொல்வதற்கும் உண்மையையே புனைவாக்கிச் சொல்வதற்கும் வேறுபாடு உண்டல்லவா? இந்தப் படைப்பு உண்மையைப் புனைவாக்கிய படைப்பு. அதனாலேயே இதன் மதிப்பு கூடுதலாகிறது.

ஒரு வகையில் இதை ராஜம்கிருஷ்ணன் பாணிப் படைப்பு என்று சொல்லலாம். தமிழ் எழுத்தாளர்களில், நேரடியாகக் களத்திற் குச் சென்று கள ஆய்வு செய்து, படைப்புகள் படைத்தவர் என்ற தனித்தன்மை அவருடையது.

அவரது 'மலர்கள்' போன்ற மிகச் சில புதினங்கள் தவிர, மற்றைய 'குறிஞ்சித்தேன், வளைக்கரம், கரிப்பு மணிகள், சேற்றில் மனிதர்கள், மண்ணகத்துப் பூந்துளிகள், பாதையில் பதிந்த அடிகள்' போன்ற எல்லாப் படைப்புகளும் தீவிர களஆய்வின் பின்னணியில் படைக்கப்பட்டவையே.

ப.க.பொன்னுசாமியின் 'திருமூர்த்தி மண்' புதினமும் அப்படியான ஒரு படைப்பே. பல்லாண்டு கால உழைப்பின் பலன் இது.

'படுகளம்' போலவே இந்தப் படைப்பிலும் நம்மைச் சொக்க வைப்பது படைப்பாளி பயன்படுத்தியுள்ள கொங்கு வட்டாரச் சொற்கள். கொங்குத் தமிழின் நயங்களனைத்தையும் இதில் கொண்டுவந்து குவித்திருக்கிறார் ஆசிரியர். ஆர்.ஷண்முக சுந்தரத்தின் 'நாகம்மாள்' தொடங்கி, தமிழில் தழைத்த கொங்குத் தற்கால இலக்கியம் பொன்னுசாமி கரங்களிலும் கம்பீரமாய் அதன் எல்லாவித எழிலோடும் கோலோச்சுகிறது.

வட்டார வழக்கு இலக்கியம் இலக்கியமே அல்ல என்றும் அது தமிழைக் கெடுக்கும் போக்குத்தான் என்றும், இப்போது சிலர் சொல்லத் தொடங்கியிருப்பது சரியல்ல. வட்டார வழக்குப் படைப்பு என்பது தமிழின் தற்கால இலக்கியத்தின் ஒரு தனித்த, மதிப்பு மிக்க துறை. கி. ராஜநாராயணன் போன்ற சிலர் இன்று அந்தத் துறையில் அரசாட்சி செய்கிறார்கள்.

இலக்கிய நேர்த்தியோடு அத்தகைய படைப்புகளைப் படைப்பது என்பது அந்த வட்டார வாழ்வில் ஊறிய சிலரால் மட்டுமே இயலக் கூடியது. அந்த வட்டார மனிதர்களோடு மனிதர்களாக நாமும் இணைந்து வாழ்ந்த உணர்வை வட்டார வழக்கு இலக்கியங்கள் நம்மிடம் ஏற்படுத்துகின்றன.

இசை என்றால் வாய்ப்பாட்டு மட்டும்தான் என்றோ வீணையிசை மட்டும்தான் என்றோ வகைப்படுத்த முடியுமா? புல்லாங்குழல், வயலின், மிருதங்கம் என எத்தனையோ இசைக் கருவிகளால் இசைக்கப்படுவதெல்லாம்கூட இசை தானே? அதுபோல் தற்கால இலக்கியத்தில் சமூகப் புதினங்களில் ஒருவகையாக அமைந்துள்ள 'திருமூர்த்தி மண்' போன்ற வட்டார வழக்கு இலக்கியங்களும் நமக்கு உயர்ந்த இலக்கிய அனுபவத்தைத் தருகின்றன.

வட்டார வழக்கு இலக்கியத்தின் சிரமம் அல்லது தன்மை என இன்னொரு விஷயத்தையும் நாம் நினைத்துப் பார்க்கலாம். படைப்பாளி எந்த வட்டாரத்தைச் சேர்ந்தவரோ... அந்த வட்டார வழக்கு இலக்கியத்தை மட்டுமே அனுபவபூர்வமாக நேர்த்தியாக அவரால் படைக்க முடியும்.

பிற வட்டார இலக்கியங்களைப் பொதுவாக அத்தனை நேர்த்தியுடன் அவரால் படைக்க முடிவதுமில்லை. எனவே அவர் அதற்கான முயற்சியில் ஈடுபடுவதுமில்லை.

கொங்கு வட்டார வழக்கைத் தாண்டி ஆர். ஷண்முக சுந்தரம் முயற்சி செய்ததில்லை. அதற்கான அவசியமும் இல்லை. கி.ரா. என்றால் கரிசல் வழக்குத்தான். மற்ற வழக்குகள் அல்ல. அதுபோல் ப.க.பொன்னுசாமி என்றால் கொங்குத் தமிழ்தான். பிற வட்டாரத் தமிழ் அல்ல.

'வெல்லக் கட்டித் தமிழின் பல் பிடுங்கப்பட்டு, தமிழ் அவியல் தழைக்கிறது' என முன்னுரையில் கதாசிரியர் சொன்னாலும்கூட, வெல்லத்தின் இனிப்பை அதிக அளவு வழங்குவதில் அவர் பின்வாங்கவில்லை. வெல்லம் படிக்கப் படிக்க இனிக்கிறது.

இந்தப் புதினத்தின் கணிசமான பகுதியாக திருப்பூர் இடம் பெறுவதில் எனக்கு ஒரு தனித்த மகிழ்ச்சி!

திருமூர்த்தி மண் நவரசங்களையும் உள்ளடக்கிய படைப்பு. இதில் நகைச்சுவை உண்டு, மர்மம் உண்டு, சோகம் உண்டு, காதல் உண்டு, வழக்கு மன்றத்தில் இடம்பெறும் மிக சுவாரஸ்யமான உரையாடல்கள் உண்டு. ஊகிக்க இயலாத திடீர்த் திருப்பங்களும் உண்டு:

'பள்ளிபுரம் பொண்ணு கடத்தல் சம்பந்தமானவங்களைக் கொண்டு வாங்க!'

துணை ஆய்வாளர் தலைமைக் காவலருக்குக் கட்டளையிட்டார்...

'அந்தப் பொண்ணோட விருப்பப்படிதான் நான் நடவடிக்கை எடுக்கணும்... அது மேஜரான பொண்ணு.'

ஆய்வாளர் சொல்லவும்,

'அதுக்கு அவ்வளவு விவரமில்லீங்க சார்...'

சுந்தரசாமி தெரிவித்தார்.

'ரொம்ப விவரமான பொண்ணுங்க அது. கையில வயசு சர்ட்டிபிகேட்டோட வந்திருக்கு.'

கன்னிமுத்து சொல்லவும் சுந்தரசாமியின் முகம் சிவந்தது.

காதலித்த பெண் கையில் வயதுச் சான்றிதழை வைத்திருப்பாள் என்ற திருப்பம் நாம் எதிர்பாராதது. இப்படி எத்தனையோ திருப்பங்கள் புதினத்தில் உண்டு.

நாம் அறியாத சில சுவாரஸ்யமான தகவல்கள் அழகிய நடையில் பதிவாகியுள்ளன. எடுத்துக்காட்டாக ஒன்று இதோ:

'யார் வென்றாலும் குத்தாட்டமும் கூட்டுக் குரலும் தூள் பறக்கும். பகைமை பொறாமை இருக்காது. வென்ற குழுத் தலைவனுக்குத் தோற்ற குழுத் தலைவன் ஒரு முத்திரையைப் பதிப்பான். நெருப்புப் பெட்டியில் ஒரு பெரிய கொண்டைக் குச்சியை எடுத்து உரசிப் பற்றவைத்து, அதை ஊதி அணைத்து, கருகிய குச்சி முனையை எச்சிலில் ஈரமாக்கி எழுதுகோலாக்கி முத்திரை பதிக்கத் தொடங்குவான். வென்றவன் கம்பீரமாக அமர்ந்திருக்கத் தோற்றவன் நாளை மலரப்போகும் மீசைப் பகுதியில் தீக்குச்சிக் கரியில் மெல்லிய கோடு வரைந்து விடுவான். சற்றுக் கருநிறமான சென்னியப்பனுக்கு அந்தக் கரிக்கோடு வளைமீசை உண்மையில் அவன் நாளை பெறப்போகும் ஆண்மையையும் ஆளுமையையும் காட்டும்.'

ஆங்காங்கே நகைச்சுவைக்கும் பஞ்சமில்லை. இதோ அப்படியான ஓர் இனிய காட்சி:

'என்ன மாமா, சைக்கிளை இப்படி அழுக்கா வெச்சிருக்கீங்க? தண்ணியும் துணியும் குடுக்கட்டுமா? கழுவித் துடைச்சுக்கிட்டுப் போங்க.'

என்று குறுஞ்சிரிப்பில் கனகவேலைப் பார்த்தபடி வெங்கிட்டம்மாள் கேட்டாள்.

'எஞ்சைக்கிளு எப்பவும் இப்படித்தாம்மா இருக்கும். கழுவினா கரைஞ்சு போகும். தொடைச்சாத் தேஞ்சு போகும்.'

கேலிக்கும் கிண்டலுக்கும் பெயர்போன கன்னிமுத்து பதில் சொன்னார்...

ஒவ்வோர் அத்தியாயத் தலைப்பும் சிந்திக்கவைக்கிறது. 'இடம் மாறிக்கொண்டது பகை, பாசாங்குப் பழனியம்மாள், களவாடிய காளைகள், வீராசாமி தலையசைத்தான், மீண்டும் ஓடிவிட்டாள், மீசையில் மண், துணிஞ்ச பொண்ணுக, பழச் சொய்யான், உச்சிமாகாளி ஒப்பவில்லை, காத்திருக்கும் தேர்தல்' போன்ற பல தலைப்புகள் நம்மைப் பெரிதும் கவர்கின்றன.

இந்தப் படைப்பின் இன்னொரு தன்மை, எண்பத்து நான்கு அத்தியாயங்கள் கொண்ட இதன் எந்த அத்தியாயத்தையும் தனியே எடுத்துப்படிக்கலாம். இதில் உள்ள பல அத்தியாயங்கள் ஒவ்வொன்றும் ஒரு தனிச் சிறுகதைபோல் தென்படுகின்றன. அத்தியாயங்கள் அடுத்த அத்தியாயத்தை எதிர்நோக்காமல் அதனதன் அளவிலேயே ஒரு முழுமையோடு திகழ்கின்றன. எனவே, அலுப்பில்லாமல் வாசிக்க முடிகிறது.

புதினத்தை முழுமையாகப் படித்து முடிக்கும்போது, இந்த உலகம் எத்தகைய மனிதர்களையெல்லாம் தன்னகத்தே கொண்டு நடக்கிறது என்ற பிரமிப்பு மனத்தில் எழுகிறது. தலைவர்களின் வாழ்க்கையும் பிரமுகர்களின் வாழ்க்கையும் மட்டுமல்ல, சராசரி மனிதர்களின் வாழ்க்கையும் கூட, கொண்டாடத் தக்கதுதான் என்ற நிறைவு நம்மிடம் எழுகிறது.

தொடர்ந்து கண்ணியமான நல்ல படைப்புகளையே தந்து கொண்டிருக்கும் கதாசிரியர் ப.க.பொன்னுசாமிக்கு மனம் நிறைந்த வாழ்த்துகள். வற்றாமல் அருவிபோல் அவரிடமிருந்து பொங்கும் படைப்பாற்றல் மேலும் தழைக்கவும், இன்னும் இதுபோன்ற பல சிறந்த படைப்புகளை அவர் படைக்கவும் என் மனமார்ந்த வாழ்த்துகள்.

ஓர் உரைநடைக் காவியம், இலக்கிய ஓவியம்!
கா. செல்லப்பன்

புதினங்களை உரைநடைக் காப்பியங்கள் என மேலைத் திறனாய்வாளர்கள் கூறுவர். வீரயுகத்தின் இலக்கிய வகையாகக் காப்பியம் திகழ்ந்தது. மக்கள்யுகத்தின் இலக்கிய வகையாகப் புதினம் விளங்குகிறது. சாதாரண மனிதர்களின் சராசரி வாழ்வைப் படம் பிடிக்கும் புதினங்கள், மக்களின் மொழிக்கு முதன்மை தருவதோடு, மண் சார்ந்த வாழ்க்கை முறையையும் காட்டுகின்றன. கரிசல் நிலம், கொங்கு மண்டலத்தைக் களமாகக் கொண்ட சிறப்பான பல படைப்புகள் தமிழில் வந்துள்ளன. பேராசிரியர் பொன்னுசாமி; 'படுகளத்தை'யடுத்து, 'திருமூர்த்தி மண்' என்று கொங்கு மண்டலப் புதினத்தைத் தமிழுக்குத் தந்துள்ளார்.

இந்நூலுக்கு அணிந்துரை வழங்கியுள்ள பிரேமா நந்தகுமார், அசோகவனச் சீதை அனுமனைக் கண்டபோது, பின் இராமன் வந்து தன்னை மீட்பான் என்று நம்பிக்கையோடு எண்ணியது போல், இராஜேஸ்வரி போன்றோரின் கிராம வாழ்வு காட்டப்பட்டுள்ளதாகக் கூறுகிறார். திருப்பூர் கிருஷ்ணன் கொங்குத் தமிழில் ஓர் சமூகத்தின் பல்வேறு தளங்கள் புதினத்தில் காட்டப்பட்டுள்ளதைச் சிறப்பாகக் கூறியுள்ளார்.

முதல் அத்தியாயத்தில், குருசாமியின் குதிரை வண்டி பயணத்தை வர்ணிக்கும்போதே, ஆசிரியர் தனது இட உணர்வை (Sense of place) மிக நுணுக்கமாகக் காட்டுகிறார். அதை முந்திக் கொண்டு இன்னொரு வண்டி செல்கிறது. அதில் செல்லும் நல்லதம்பி, மாணிக்கம் ஆகிய கதையின் முக்கிய பாத்திரங்களின் அறிமுகமும் இயல்பாக உள்ளது. குருசாமிக்கும் அவர்களுக்கும் இடையே உள்ள உரையாடல், முதுமை & இளமை மோதலாகக் காட்டப்பட்டுள்ளது. குதிரைவண்டிச் சவாரி, கதை முழுதும் காலச் சுழற்சி, இட இணைப்புகளின் குறியீடாக வருகிறது.

இரண்டாம் அத்தியாயத்தில், இந்தப் பகுதியின் வாழ்வாதாரமாகச் செட்டி குளமும், திருமூர்த்தி அணையும், அதன் நீர் நிறைவதில் அக்கறைகாட்டும் கண்ணுச்சாமியும் பாலுச்சாமியும் அறிமுகப்படுத்தப்படுகின்றனர். இங்கே, பத்து ஆண்டுகளுக்கு முன் கன்னியப்பனும் செல்லானும், பன்னீர்க் கவுண்டரையும் பொங்கியண்ணக் கவுண்டரையும் எதிரெதிராக நடக்கவிட்டது நினைவு கூரப்படுகிறது. பன்னீர்க் கவுண்டரின் தண்ணீர் பற்றிய அடாவடித்தனமும், அந்தப் பகுதி மக்கள் தண்ணீர் நிறைவதைப் பொருத்து விவசாயத்தில் மாறுதல்கள் செய்து வருவதும் பேசப்படுகிறது. மொத்தத்தில் செட்டிகுளம் ஒரு வகையில் ஊரின் ஒற்றுமைக்குக் குறியீடாகவும், அதுவே மக்களின் பகைக்குக் காரணமாகிவிடுவதையும் உணர்த்துகிறார் ஆசிரியர்.

அடுத்து வரும் அத்தியாயங்களில், பகையும் காதலும் பள்ளிபுர வாழ்வில் ஊடும்பாவுமாகப் பின்னி வருகின்றன. பகை, நிலத்தையும்

நீரையும் ஒட்டி வருகிறது. பொங்கியண்ணன், சென்னியப்பன் பகைக்கு இடையே கனகவேல்-வெங்கிட்டம்மாள் காதல் அரும்புகிறது. அதை வீராசாமி மீசை முறுக்குவதோடு இணைத்துக் கூறுகிறார். வீராசாமியின் மீசை கதையில் திரும்பத் திரும்ப வரும் ஓர் இணைப்புப் படிமமாக உள்ளது. இதை motif என இசை பற்றிய சொல்லால் திறனாய்வாளர்கள் கூறுவர்.

வெங்கிட்டம்மாளை கனகவேலும் நல்லதம்பியும் கடத்த, திருமலை ஆலையில் ஏற்பட்ட கொந்தளிப்பால் கனகவேல் படுகாயப்பட்டு மருத்துவமனையில் சேர்க்கப்படும்போதும், வெங்கிட்டம்மாள் உறுதிகுலையவில்லை. இன்னொரு முக்கியப் பெண் பாத்திரமான இராஜேஸ்வரி, பட்டம் பெற்ற பின்னும் நல்லதம்பியின்பால் உறுதியாக உள்ளாள். ஆனால், நல்லதம்பி அவ்வளவு உறுதியாக இல்லை. நல்லம்மாளுடன் திருமண ஏற்பாடு நடக்கிறது.

சென்னியப்பன் கிணறு வெட்டும்போது வெடிவிபத்தில் இரண்டு பேர் இறக்க யார் காரணம் என்பதைக் கடைசியில் வரதன் மனைவி பொன்னி வழியாகத்தான் தெரிகிறது. கடைசி வரை ஆசிரியர் வெளிப்படுத்தாது நல்ல கதை சொல்லும் உத்தியாக உள்ளது. இதுபோல், பல இடங்களில் சிக்கல்களை உடனே அவிழ்க்காமல் ஆசிரியர் விட்டுவிடுகிறார். வீராசாமி தலைமைக் காவலரின் கைகளைக் குலுக்குவதன் பொருளும் புதிராகவே விடப்படுகிறது.

பொன்னி தவறு செய்த வேலையாள் வரதனை தன் கணவனையே போலீசில் காட்டிக்கொடுக்கிறாள். ஆணாதிக்கமுள்ள இந்த சமூகத்தில் ஆண்கள் பகை வளர்ப்பவர்களாகவும், காதலில் உறுதியில்லாதவர்களாகவும் உள்ளபோது, இந்த மூன்று பெண்களிலும் பெண்மை திண்மையோடு விளங்குகிறது. வெங்கிட்டம்மாளுக்கு உதவும் கீர்த்தியும் குறிப்பிடத்தக்கவள்.

இராஜேஸ்வரி, தன் கல்வியை வளர்க்க சென்னையில் பேராசிரியர் அரங்கனிடம் மருத்துவமனையில் இருந்தபோது, அதே

மருத்துவமனைக்கு நோயுற்ற கனகவேலும் வெங்கிட்டம்மாளும் வருகிறார்கள். கதையின் இரு கூறுகளையும் இணைக்கும்போது, பெண்களுக்கிடையே உளமார்ந்த இணைப்பையும் (Solidarity) ஆசிரியரின் கதை பின்னல் ஆற்றலையும் காணலாம்.

கண்ணுச்சாமியின் மறைவைக் குறிக்கும்போது, ஆசிரியர் தொடக்கத்தில் அவரைப் பற்றிக் கூறியதை மறக்கவில்லை. கண்ணுச்சாமியின் கடைசி ஊர்வலம், அவர் தன் 'சின்ன நிலம்' வயலுக்குச் செல்லும் பாதையிலேயே போவதாகக் கூறுகிறார்.

'அப்போதெல்லாம் பல நேரங்களில் குளக்கரையில் ஏறியதும் கிழக்கே திரும்பி சற்று தூரத்தில் தன் அம்மாவையும் அருமைத் தம்பியையும் புதைத்த இடத்தைப் பார்ப்பார். அவர்கள் பற்றிய எண்ணம் அவர் நடையுடன் தொடரும். சிறிது தூரத்தில் வயலுக்குப் போகும் நீர்மடை வந்துவிடும். இப்போது, அவரது உடல் அவர்களுக்குப் பக்கத்தில் புதைக்கப்பட்டு மண்ணையும், காய்ந்துபோன ஒரு மாலையையும் சுமந்து கொண்டிருக்கிறது.'

பள்ளிபுரத்தில் சாவும், வாழ்வும் இணைந்தே வருகின்றன. நல்லதம்பி மயிலம்மாள் திருமண ஏற்பாடுகள் தொடர்கின்றன. கிணற்று வழக்கின் தீர்ப்பும் அச்சுறுத்திக்கொண்டிருந்தது.

சென்னையில் ராஜியின் அறிவுரை வெங்கிக்குப் புதிய ஒளியைத் தருகிறது. அவள் அம்மாவும் திருந்தியதாக அறிந்து, ஊருக்குத் திரும்ப நினைக்கிறாள். காதல் சுமையை இறக்கிவைத்து ஆராய்ச்சியில் ஈடுபட்ட ராஜியின் மனத்தையும் மாணிக்கம் பக்கம் திருப்ப முயல்கிறாள். ராஜி, மாணிக்கத்திடம் நட்புதான் என்று கூறும்போது, நட்பு காதலைவிடப் பெரியது என்றும், நட்பு காதலாக மாறலாம் என்றும் அவன் கூறுவது ராஜிக்கு வியப்பளித்தது. படித்துக் காதலில் தோற்றவரும் படிக்காமல் காதலில் தோற்றவரும் இணைந்தாலும் அவர்களின் அணுகுமுறைகளிலும் வேறுபாடு இருந்தது. காதலுக்காகக் கனகவேலுவைக் கவனிப்பதையே கடமையாக வெங்கி கருதினாள். ஆனால், அது மட்டுமே ஒரு

இளம் பெண்ணின் முடிவாக இருக்கக் கூடாது என்பது ராஜியின் புதிய பார்வை என ஆசிரியர் காட்டுகிறார்.

வீராசாமி & வெங்கிட்டம்மாள் திருமண ஏற்பாடு நடைபெறுகிறது; அதற்கிணையாக, வீராசாமி சென்னியப்பன் மீசைச் சண்டையும் நடக்கிறது. மீசை மறுபடியும் கதையில் முக்கிய இடம் வகிக்கிறது. திருமணமும், பகையும், வாழ்வும் சாவும் போல கதையில் இணைந்தே வருகின்றன.

இறுதிக் கட்டத்தில் திருமூர்த்தி அணையும், அங்குள்ள பஞ்சலிங்க அருவியும் கதையின் களமாகின்றன. திருமூர்த்தி அணை பள்ளிபுரத்தின் வாழ்வாதாரமாகவும், சச்சரவுகளின் மூலாதாரமாகவும் இருக்கிறது. அதேபோல அணை நீர், கடந்த கால நிகழ்வுகளின் நினைவோடையாகவும், நிகழ்கால நிகழ்வுகளின் தளமாகவும் இருப்பதால், இங்கு கடந்த காலமும் நிகழ் காலமும் இணைகின்றன. ராஜி, பஸ்ஸில் மாணிக்கத்துடன் வரும்போது, பஸ் பள்ளிபுரத்தைக் கடந்தபோது, நல்லதம்பியுடன் திருமூர்த்தி மலைக்கு வந்ததையும், நீரோடையில் குளித்து மகிழ்ந்ததையும், பஞ்சலிங்க அருவியில் வெள்ளம் வந்தபோது நல்லதம்பி தன்னைக் காப்பாற்றியதையும் நினைவுகொள்கிறாள். அதேபோல் சோமுத்தேவரும் பத்து வருஷங்களுக்கு முன் ராஜேஸ்வரியும், கவுண்டர் சின்ன மகள் சிவந்தியும் அருவியில் நீச்சலடித்துக் கொண்டிருந்தபோது, அவர்களை நல்லதம்பி வெள்ளத்திலிருந்து காப்பாற்றியதை நினைவு கூர்ந்து அங்கு மறுபடியும் வந்ததாகக் கூறுகிறார். காலம் காலமாக வீழும் அருவி, ஓடும் கனவு மற்றும் நினைவுகளைச் சுட்டும் குறியீடாக உள்ளது. காலங்களின் மூலமாகவும் முடிவாகவும் (ஓட்டமாகவும்) மலையும், குன்றும் காட்டப்படுகின்றன.

அதேபோல, அங்குள்ள திருமண மண்டபமும் கடந்த நிகழ்கால நிகழ்வுகளின் இணைப்பாக உள்ளது. வீராசாமி வெங்கிட்டம்மாள் திருமணம். அங்குதான் நிகழவுள்ளது. கண்ணுச்சாமி, சோமுத் தேவரிடம் ‘எங்கய்யனுக்கும், பெரியவங்க ரெண்டுபேருக்கும் இந்த மண்டபத்தில்தான் கல்யாணம் நடந்ததுங்க. முருகாத்தா, செவ்வந்திக்கும் இங்குதான் நடந்ததுங்க’ என்று கூறுகிறார்.

மண்டப அறைக்குள், மணப்பெண் வெங்கிக்கு அலங்காரம் செய்யும் ராஜி, விளையாட்டாக 'எனக்குக்கூட இந்த மண்டபத்தில் கல்யாணம் நடந்திருக்கணும், நடக்கல' என்று அவளிடம் கூறுகிறாள். இப்படி நடந்த, நடக்காத கல்யாணங்களின் மௌன சாட்சியாக மண்டபம் இருக்கிறது. 'இனிமே நடக்கும்' என்று வெங்கி கூறும்போது, எதிர்கால நம்பிக்கையின் குறியீடாகவும் உள்ளது.

ஆனால், விடியும் பொழுதில் மண்டபத்திற்கு மணமகன் வீராசாமி வரும்போது, கல்தூணுக்குப் பின்னால் காத்திருந்த சென்னியன், வீராசாமியை வெட்டுகிறான். அவனது ரத்தத்தைப் பெருவிரலால் துடைத்து தன் மீசையில் தடவிக்கொள்கிறான். மீசை, கதையின் முக்கியப் பாத்திரமாகக் கடைசி வரை காட்டப்பட்டுள்ளது. கொலையையும் ஆசிரியர் கலைநயத்தோடு காட்டுகிறார்.

திருமணம் நின்று போய், அய்யாசாமி காவல் நிலையத்துக்குள் நுழையும்போது, பொன்னி காவல் அதிகாரியை வணங்கி வெளியே வருவதாக ஆசிரியர் சொல்வது, பள்ளிபுரத்தில் கொலையும், காவல் நிலையம் போவதும் ஒரு தொடர்கதை என்பதைக் குறிக்கவே.

கதை முடிகிறது; ஆனால், வாழ்க்கை முடியவில்லை, முடியாது. மாக்பத்தில் (Macbeth) டங்கனின் கொலைக்குப்பின் போர்டர் (Porter) கதவைத் தட்டுவதை, சாவின் கதவை வாழ்க்கை தட்டுவதாகக் கூறுவார்கள். தேர்தல் ஒத்தி வைக்கப்படுவதைத் தண்டக்காரர் அறிவிப்பது அதுபோன்றது. சில நாட்களாகவே, வெங்கி சிவன் பின்னலாடைக் கூடத்தில் வழக்கம்போல வேலைக்குப் போகத் தொடங்குவது, வாழ்க்கையின் தொடர்ச்சியைக் காட்டுகிறது.

வெங்கியின் திருமணம் நின்றது, கவிதா நீதிக்கு (Poetic justice) முரணானதோ எனச் சிலர் கருதலாம். ஆனால், ஒரு நல்ல படைப்பாளியின் நோக்கம் தன் பாத்திரங்களுக்கு கல்யாணம் செய்து வைப்பதன்று. அப்படிச் செய்திருந்தால் வெங்கியின் அடிப்படைப் பண்புக்கு முரணானதாக இருக்கும். அவள் ஒரு சராசரி வாழ்வு நடத்தும் சராசரிப் பெண்ணாகவே இருந்திருப்பாள். கதையும் ஒரு

சராசரி கதையாகவே முடிந்திருக்கும். ஷேக்ஸ்பியரின் 'லியர் (Lear) அரசன்' என்ற நாடகத்தில், அரசனும் கார்டெலியாவும் (Cordelia) இறுதியில் இறந்திருக்கக் கூடாது என்று கருதுபவர்களும் உள்ளனர். ஆனால் லியர் நாடகம் வாழ்வின் பிரும்மாண்ட சோகத்தையும், அன்புக்குச் சாவைத்தடுக்க முடியாவிட்டாலும் 'சாவு பொய், அன்புதான் நிரந்தர உண்மை' என்பதையும்தான் காட்டுகிறது.

ஜார்ஜ் லூகாக்ஸ் (Georg Lukacs) என்ற மார்க்ஸீயத் திறனாய்வாளர், புதினங்களில் வாழ்வின் இயல்பான (Organic) தன்மைக்கும் கருத்துக்கும் (idea) இடையே உள்ள தன்மையில் காலம் கட்டமைக்கப் படுவதாகவும், நாவலின் அர்த்தமும் சாரமும் (essence) காலத்தன்மையிலிருந்து (temporal) பிரிக்கப்படுகிறது என்றும் நாவலின் உள் இயக்கம், காலத்திற்கெதிரான போராட்டம் என்றும் கூறுகிறார்.

பீட்டர் ஃப்ரூக்ஸ் (Peter Brooks) என்ற உளநூல் சார்ந்த திறனாய்வாளர், இந்தப் போராட்டத்தை புதினத்தில் நினை வலைகளால் பின்னோக்கியும், நிகழ்வுகளால் முன்னோக்கியும் மாற்றி மாற்றிக் கதை செல்வதாகக் காட்டப்படுவதாகக் கூறுகிறார். இப்படிப்பட்ட கால அமைப்பை 'திருமூர்த்தி மண்'ணிலும் காணலாம்.

காலங்களை கதாசிரியர் இணைப்பதில் montage தெரிகிறது. ஆனால், காலங்களின் இயக்கம் இடத்தில் இணைப்பதைக் காணலாம். சோமுத்தேவரும் கடந்த காலத் திருமணங்களைப் பற்றிப் பேசும்போது, மும்மூர்த்திகள், திருமூர்த்தி மலையில் கண்ணுச்சாமிக்குப் பக்கத்திலே குடியிருப்பதால், திருமணங்களை அங்கு சுலபமாக நடத்திவிடலாம் என்று கூற, 'சோமுத் தேவரின் சதாபிஷேகத்தை அங்கு நடத்தலாம்' எனக் கண்ணுச்சாமி கூறுகிறார். காலங்களின் சங்கிலியாகவும், அங்கமாகவும், திருமூர்த்தி ஆலயம் காட்டப்படுகிறது.

அப்போது, திருமூர்த்திமலைக் கதையை கண்ணுச்சாமி கூறுகிறார். கலியுக மக்களின் அக்கிரமம் அதிகரித்ததற்குப் படைப்பின் கடவுளான பிரம்மா கவலைப்பட, சிவன் அதைப் பார்த்துச் சினம் கொண்டு, உலகத்தை அங்குள்ள குண்டாகச் சுருக்கி உதைத்ததாகவும், விஷ்ணு உருண்டு வந்த அதே குண்டைத் தடுத்துக் காத்து அந்த இடத்திலே நிறுத்திவிட்டதாகவும் கண்ணுச்சாமி கூறுகிறார்.

கதை முடிவுக்குமுன் வரும் இக்கதையை ஒரு மக்கள் தொன்மத்துடன் இணைத்து, அதற்குத் தரும் பொதுவான விளக்கமாகக் கருதலாம். படைத்தல், அழித்தல், காத்தல் ஆகிய மூன்றும் பிரபஞ்சத்தின் நிரந்தர நிகழ்வுகள். இந்தக் கதை நிகழ்வுகளும் அதன் ஒரு பகுதியே; திருமூர்த்தி மண்ணிலே திருமணம், பகை & சாவு, அதற்குப் பின்னும் தொடரும் வாழ்க்கையில் இக்கூறுகளைப் பார்க்கலாம். இது, கதைக்கு ஒரு பொதுமை (universal) பண்பைத் தருகிறது. திரிமூர்த்தியின் திரிதல்தான் திருமூர்த்தி.

அடுத்து வரும் மும்மூர்த்திகளும் கற்பின் செல்வியான முனிவரின் மனைவியால் குழந்தைகளாக மாற்றப்படும் கதையும், இந்தப் புதினத்துக்குப் பொருத்தமானதே. ஏனென்றால், இந்தக் கதையில் மேலெழுந்த வாயிலாக ஆணாதிக்கம் இருப்பதாகத் தோன்றினாலும் பெண்மையே வாழ்வின் அடி நாதமாகக் காட்டப் படுகிறது. வெங்கி, ராஜி, பொன்னி, லட்சுமி, சரஸ்வதி, துர்க்கையோடு இணைத்துப் பார்க்கத் தோன்றுகிறது.

மண்ணின் மணம்கமழும் இப்புதினத்தில் மொழி, நடை பற்றி, திருப்பூர் கிருஷ்ணன் சிறப்பாக எழுதியுள்ளார். பக்தீன் (Bakhtin) என்ற பிரபல ரஷ்யத் திறனாய்வாளரின் புதின மொழி, பற்றிய கருத்துக்களையொட்டி இப்புதினம் பற்றி சிலவற்றைக் கூறுவது பொருத்தமாகும். அவர், 'சமுதாயத்தின் பேச்சு வகைகளின் பன்மைப் பண்பைப் புதினத்தில்தான் காணமுடியும்' என்றும், 'காப்பியம் போன்ற பழைய இலக்கிய வகைகளில் மொழியின் மையம் நோக்கிய தன்மை இருப்பதாகவும், புதினத்தில்தான்

சமூகத்தில் பல தளங்களில் வழங்கும் மொழி வகைகளின் வேறுபட்ட தன்மைகள் (hetero-glossia) பதிவு செய்வதாக'வும் கூறுகின்றார்.

திருமூர்த்தி மண்ணில், மண்ணோடு ஒன்றிணைந்த பல வகை மக்களின் மொழி வகைகளை நாம் காணலாம். இங்கே சாதிகள் குறிப்பிடப்பட்டாலும் சாதிகளின் மோதல்கள் காட்டப்படாததைக் குறிப்பிட வேண்டும். ஆலையில் அரசியல் குறுக்கிடுகிறது. ஆனால் அடிப்படையில், நிலம், நீர் சம்பந்தமான பிரச்சனைகளும், தனிப்பட்ட பொறாமை, பகைமைகளும்தான் கதையின் அடித்தளமாக உள்ளன. இந்தச் சின்ன உலகத்தில் வாழும் மக்களின் வாழ்க்கைச் சந்தங்களைப் பாத்திரங்களின் இயல்பான உரையாடல்களில் கேட்கலாம்.

இந்தப் புதினத்தின் ஒரு சிறந்த அம்சம், கதையைப் பாத்திரங்களின் வழியாக, அவர்களது உரையாடல்கள் வழியாகக் காட்டுவதே. ஆசிரியரின் குறுக்கீடும், இணைப்பும் மிகக் குறைவே. உரையாடல்களில் பாத்திரங்களின் மோதல், மொழி வகைகளின் மோதலாக உள்ளது. பக்தீனின் இலக்கணத்துக்கு இது எடுத்துக்காட்டு. இதனால் கதையின் நாடகப் பண்பும், கதை சொல்வதில் புறவயப் (objective) பண்பும் மிகுதியாகிறது.

மொத்தத்தில் 'திருமூர்த்தி மண்' ஒரு கிராமத்தின் கதையாக, அதன் மக்களின், ஏன் அனைத்து மக்களின் அடிப்படைப் பிரச்சனைகளை அழகான கலையோவியமாக, ஓர் உரைநடைக் காவியமாகப் படைக்கப்பட்டுள்ளது. திருமூர்த்தி மண், வெறும் சமூக ஆவணம் இல்லை; ஓர் இலக்கிய ஓவியம் (Not a Social Document, But a Literary Monument).

வரலாறுகள் தொன்மங்களாகும்!
சுப்ரபாரதிமணியன்

வரலாறுகள் தொன்மங்களாகும். தொன்மங்களும் வரலாறாகும். திருமூர்த்தி மலைப் பிரதேசம் சார்ந்த இரண்டு தொன்மங்கள்

இந்நாவலில் உள்ளடங்கி, அந்தத் தொன்மக் கதாபாத்திரங்கள் இன்றைய யதார்த்த வாழ்விலும் தென்படுவதை இந்நாவல் சொல்கிறது. திருமூர்த்தி மலையின் நாயகர்களும், உச்சிமாகாளியும் அந்தவகைத் தொன்மங்களில் நிறைந்திருக்கிறார்கள்.

தொன்மங்களைப் போலவே பெண் கதாபாத்திரங்களும் தொன்மங்களாகிப் படிமங்களாகி நிலைத்து நிற்பவை. அந்த வகையில் இந்த நாவலில் தென்படும் பெண்கள், தாய்மையின் அடையாளமாக இருக்கிறார்கள். உழைப்பின் சிகரங்களாக இருக்கிறார்கள். கல்வி குறித்த உரிமைகளை நிலைநாட்டுகிறவர்களாக இருக்கிறார்கள். ஆண்களின் அடிமைத்தனத்தை எதிர்த்து விலகிச் செல்பவர்களாக இருக்கிறார்கள்.

விவசாயமும் பஞ்சாலையும் திருமூர்த்தி மண்ணின், உடுமலை மண்ணின் அடையாளங்களாக இருந்து பல்வேறு மாறுதல்களை அடைகின்றன. நவீனயுத்திகளும் வியாபாரப் போக்குகளும் விவசாயத்தை விட்டு விவசாயிகளை விலகச் செய்கின்றன. பனியன் உற்பத்தி, பவர்லூம் - விசைத்தறி நெசவில் ஈடுபடச் செய்கின்றன. நுகர்வு சார்ந்த எண்ணங்கள் பாசப் பிணைப்புகளைத் தவிர்த்துவிட்டு உறவுகளையே எதிரிகளாக்கி விடுகின்றன. குடும்ப ஆடம்பரச் செலவுகளால் சில குடும்பங்கள் சிதைகின்றன. சாதிகள் சார்ந்த சார்பும், வேற்றுமையும் மனிதர்களைப் பிரித்துப்போடுகிறது.

மதுரை, திருப்பூர், உடுமலை மக்களின் வாழ்க்கைகளால் இந்த நாவல் நிரம்பி வழிகிறது. தலித் சமூகம் சார்ந்தவர்களின் எழுச்சியும் ஆதிக்கசாதியைச் சார்ந்தவர்கள் கல்வி பெற்று விளங்குவதும், ஆலை சொந்தக்காரர்கள் இந்த சாதிய அடுக்குகளில் நிறைந்திருப்பதும் காட்டப்பட்டுள்ளன.

50 வருட உடுமலைப் பிரதேசத்தைச் சார்ந்த சுமார் 40 கதாபாத்திரங்களின் வாழ்வியல் அனுபவங்கள், ஊடுபாவாக இந்த நாவலில் விளங்குகின்றன. (அந்தக் கதாபாத்திரங்களின்

கோட்டுருவங்களைக் கொண்டு அவர்களை உயிர்ப்பித்திருக்கிறார் ஓவியர் ஜீவா). பள்ளிபுரத்தில் கூத்தம்பூண்டி ஆத்தாளின் கூட்டுக் குடும்பம் இதன் மையம். கவுண்டர்களின் விவசாயப் பின்னணி, ஆலைக்குச் சொந்தமான சோமுத்தேவரின் குடும்பத் தடங்கள், எளிய மக்களாய் கிணறு வெட்டுவதிலிருந்து கரும்புவெட்டு வேலை வரைக்கும், பல தரப்பட்ட சாதாரண மனிதர்களின் அனுபவங்கள் இதிலுள்ளன. ஜீவனுள்ள, மிகை எதுவும் இல்லாத அனுபவங்கள். அவை சொல்லப்பட்ட முறையில் எந்த இலக்கியச் சொக்கட்டான் விளையாட்டும் இல்லாமல் யதார்த்த பாணியின் உச்ச எழுச்சியைத் தொடுபவை.

வில், அம்பு எடுத்து ஆடும் படுகள நிகழ்ச்சி போல் பல பழிவாங்கல்கள். நாவலின் இறுதியில் அப்படியான பழி வாங்குமெண்ணத்தில் கொலை செய்துவிடுகிறவன் நல்லவன் தான். ஆனால் சூழலும் பழிவாங்கும் எண்ணங்களும் அவனைச் சிறைக்கு அனுப்பிவிடுகிறது. கனகவேல் போன்ற மக்களுக்காகப் பாடுபடும் நல்லவர்கள், எதிர்பாராத விதத்தில் உடல் நலிவடைந்து மக்களிடமிருந்து மறைந்து போகிறார்கள். பங்காளிகளின் உறவும் பகைமையும் கண்ணாமூச்சி ஆடும் வித்தைகளைப் பல சம்பவங்கள் மூலம் சொல்கிறார். இந்த விதத்தில் அவை ஊர்ச்சனியன்கள். இதைத் தவிர ஊர்ச் சனியன்களாக பல விசயங்கள் நடந்து கொண்டே இருக்கின்றன.

முரட்டுத்தனத்தில் ஒவ்வொரு சாதியும் ஒன்றை ஒன்று மிஞ்சிக்கொள்ளும் சம்பவங்கள். கிணறுவெட்டு போன்றவை மிக முக்கியத் திருப்பங்களாக அமைகின்றன. கிணற்று விவசாயம் போய், போரிங் போட்டு தண்ணீர் எடுப்பதும் முக்கியமாகிவிடுகிறது. திருமூர்த்தி அணை மக்களின் பாசம் சார்ந்த நடவடிக்கைகள் சில சமயங்களில் பொய்த்துப்போகின்றன.

திருமணத்திற்குள்ளேயே பெண்களை முடக்கிப் போடுவது, சாதாரணமாக அமைந்து விசித்திரமானதாகத் தென்படுகிறது.

குழந்தை பாக்யம் இல்லாத பொன்னி, வரதனை சகித்துக்கொண்டு வாழ்கிறாள். தென்னை மரம் பட்டுப்போவதைப் போல் ராஜேஸ்வரி, வெங்கிட்டம்மாள் போன்றோரின் காதலும் திருமணமும் தடை படுகின்றது. படித்து, காதலித்து தோல்வியில் மயங்குகிறவர்கள், படிக்காமலும் தோல்வியில் மயங்குகிறவர்கள் என்று விதவிதமாய் மனிதர்கள். ராஜி மற்றும் வெங்கிட்டம்மாவை எங்காவது திருமணம் செய்து வைத்துவிட வேண்டும் என்று பலரும் துடித்து பல முயற்சிகளை எடுக்கிறார்கள். பழனியம்மாள் கருப்பாயம்மாள் போன்ற முதியவர்கள் குடும்பப் பெருமையையும் பெண்களையும் காப்பாற்றும் முயற்சியில் படிமச் சித்திரங்களாகிறார்கள். மனச்சிதைவுக்குள் சாதாரணமாக ஆளாகக்கூடிய சூழல்கள். இந்நிலையில் அரங்கன் போன்ற மனநல மருத்துவர்கள் உலாவும் முன்மாதிரியாக இருக்கும் மனநல மருத்துவமனைகள், நல்ல சித்திரங்களாக இந்நாவலில் கண் முன்னால் கொண்டுவரப் பட்டிருக்கின்றன.

வறண்டுபோகும் திருமூர்த்தி அணைகூட ஒரு படிமமாக நிலைபெறுகிறது. அது நிலம் சார்ந்த படிமமாக இல்லாமல் மனிதர்கள் சார்ந்த உருவவியலாக அமைகின்றது. அணை சுருங்கி ஏழைகளின் குளம் குட்டை சிறுத்துப்போகிறது. கிராம மக்களுக்கு குடிநீர் வேண்டும். விவசாயத்திற்கு அணைத் தண்ணீர் வேண்டும்... இதெல்லாம் கிராமத்தின் இளைய தலைமுறையினரை திருப்பூர் பனியன் தொழிலுக்கும், விசைத்தறிக்கும் துரத்தும் விசயம் முக்கியமானதாக உள்ளது.

மீசையும் தோள் துண்டும் கொங்கு மனிதர்களின் நல்ல பெருமைக்குரிய அடையாளங்கள். அவை தரும் கற்பிதங்களைப் பல இடங்களில் பல பிரச்சினைகளின் அலசலாகக் காணலாம்.

நல்ல சாப்பாட்டைச் சொல்லும்போது, கொங்கு பிரதேசத்தில் 'ஒணத்தியான பலகாரம்' என்பார்கள். அது போல் நல்ல இலக்கிய விருந்தாய் ஒணத்தியான பலகாரமாய் இந்நாவல் அமைந்துள்ளது.

எல்லோருக்கும் பெயர் இருக்கும்போது, திராவிடக் கட்சித் தலைவருக்கு மட்டும் இல்லாமல் இருக்கிறது. பகுத்தறிவு சார்ந்த இயக்கங்களின் ஊடுருவல் எவ்வாறு நிகழ்ந்தது என்பதற்கு பல அடையாளங்களாய் பல சுவடுகள் உள்ளன. அவை திராவிட அரசியலின் பங்காய் விளங்குவதை அறிந்துகொள்ள முடிகிறது.

'விதைக்குள் மரம் ஒளிந்திருப்பதை நாம் நம்பியாக வேண்டும். அதுபோலத்தான் பள்ளிபுரம் என்னும் சிறு கிராமத்தில் ஒளிந்தும் வெளிப்படையாகவும் நடைபெறும் நிகழ்வுகளையும் நாம் நம்பியாக வேண்டும்' என்ற ஆசிரியரின் கூற்று நாவலின் ஆசிரியரால் ஓர் இடத்தில் பதிவுசெய்யப்பட்டுள்ளது. அப்படி நம்பியாகவேண்டிய அல்லது நம்பும் வகையிலான சம்பவங்களின் தொகுப்பாகவே இந்த நாவல் அமைந்துள்ளது.

'அயலார் படையெடுப்பால் வெல்லக்கட்டித் தமிழின் பல் பிடுங்கப்பட்டு, தமிழ் அவியல் தழைக்கிறது. கூட்டு வழிபாடுகள் போய் சாதி வழிபாடுகள் செவிப்பறையைக் கிழிக்கின்றன' என்ற கூற்றை நினைவுபடுத்த பல செய்திகளை இந்த நாவல் உள்ளடக்கியிருக்கிறது.

நவீன இலக்கிய வறட்சி கொண்டது உடுமலைப் பகுதி. ஆனால், உடுமலைப் பிரதேசத்து மக்களின் வாழ்க்கையை முந்தைய 'படுகளம்' நாவலின் தொடர்ச்சியாகக் கொண்டுவந்திருப்பதில் அம்மண்ணின் வளமையான அனுபவங்களைப் பதிவுசெய்ததில் முக்கியப் பங்கு ப.க.பொன்னுசாமி அவர்களுக்கு, இந்த இரு நாவல்கள் மூலம் நிறைவேறுகிறது. 'நெடுஞ்சாலை விளக்குகள்' போன்ற பிற களங்களைச் சார்ந்த அவரின் நாவல்கள் இன்னும் வேறு திசைகளில் கலங்கரை விளக்காய் வெளிச்சம் காட்டுபவை என்பதையும் குறிப்பிட வேண்டும்.

கொங்கு இலக்கியத்தின் இன்னுமொரு மணிமகுடம் 'திருமூர்த்தி மண்' எனலாம்.

கொங்கு வாழ்க்கையின் கண்காட்சி!

அருள் செல்வன்

முன்னாள் துணைவேந்தர் எழுத்தாளர், ப.க.பொன்னுசாமி அவர்களின் எண்ணத்தில் உதித்த கரு, எழுத்தாக உருப்பெற்று சுமார் 522 பக்கங்களில், உடுமலையின் ஒரு பகுதியில் நடை பெற்ற உண்மையான நிகழ்வுகளின் ஒரு பதிவாக, புதினமாகத் 'திருமூர்த்தி மண்' மிளிர்கின்றது.

இதில் கொங்கு வட்டாரத்தில் பயன்படும், பயன்படுத்தப்படும் அனைத்து சொற்களும் மிகைப்படுத்தப்படாமல் அப்படியே பயன்படுத்தியது இந்த நாவலுக்கு மிகவும் நல்ல உயிரோட்டத்தைக் கொடுத்துள்ளது. சுமார் 50 வருடங்களுக்கு முன்பு நமது மண்ணில் நடந்த ஒரு காதலை அப்போதைய சமூக அரசியலோடு இயல்பாகப் பொருத்தி, நடந்த நிகழ்வுகளை மீண்டும் நம் கண்முன் கொண்டுவந்து நிறுத்தியுள்ளார்.

பள்ளபாளையம் (பள்ளிபுரம்), கொங்கக் குறிச்சி (கொங்கலக் குறிச்சி) குறிச்சிக் கொண்டை (குறிச்சிக் கோட்டை, மானுப்பட்டி, தளி, செல்லப்பம்பாளையம், உடுமலைப் பேட்டை, போடிபட்டி, திருமூர்த்தி பஞ்சாலை (திருமலை ஆலை), என ஊர்களின் பெயர்களை நாட்டுப்புற வழக்காறுகளோடு பொருத்திப்

புனைவுகளாக இல்லாமல் மீமாமிசம் இல்லாது இன்னமும் கிராமங்களில் நடந்தேறும் நிகழ்வுகளை நம் மனக்கண்முன் கொண்டுவந்து நிறுத்துகின்றார்.

இதில் கரிசல் நாவலின் நாயகர் கி.ரா. வைப் போன்று கொங்கு மண்ணின் மணம் கமழும் சொற்களைத் தம்முடனே உலவ விட்டிருக்கின்றார். பஞ்சாலையில் வேலை செய்துகொண்டே விவசாயத்தையும் பார்த்துக்கொண்டு சமூகப் பணிகளில் ஈடுபட்ட முன்களப் பணியாளர்களின் நிலையை விரிவாகவும், விளக்கமாகவும் ஒன்பது பாகங்களாகப் பதிவுசெய்துள்ளார்.

ஒன்பது பாகங்களிலும் ஒன்றோடொன்று தொடர்புபடுத்தி சங்கிலித்தொடர் போல் மென்மையாகவும், தென்றல்காற்றாகவும், கொங்கு வட்டார வழக்குச் சொற்களை மட்டுமே பயன்படுத்தி நாவலைக் கொண்டுசெல்கின்றார்.

குருசாமியின் குதிரை, செட்டிகுளம், ஆலை முதலாளி தாமோதரன், திருமூர்த்தி ஆலை, இடம் மாறிக்கொண்டது பகை, ஒரு காதல், சோமுத்தேவருக்கு உள்பகை, பாசாங்குப் பழனியம்மாள், பாவம் ராமு, வீராசாமி எனும் கதை மாந்தர்களின் அறிமுகத்தையும், அவர்களின் பின்னணியைக் கூறும் வகையில் அறிமுகமாக முதல் பாகத்தினை எழுதியுள்ளார். இதில் கொங்கு வட்டாரத்தில் நடைபெற்ற ரேக்ளா பந்தயம் எனும் கொங்குக் காளைகளின் வளர்ச்சிப் பரிமாணத்தையும் எந்தெந்த வரிசைப் பல் வகைகளோடு எந்தெந்த நிறக்காளைகள் ஓடவேண்டும் என்பதையும், காளைகளின் ஓட்டப் பந்தயத்திலே கொங்கின மக்களின் வாழ்க்கைப் பயணம் போட்டி போட்டுக்கொண்டு போவதையும் பதிவுசெய்துள்ளார்.

இந்தப் புதினம், கொங்கு வட்டாரத்தில் வாழும் ஒரு கிராமக் குடும்பத்தின் நிகழ்வுகளை ஒரு திரைப்படம் பார்த்த உணர்வை ஏற்படுத்தும். உதாரணமாக, ஒரு நகைச்சுவைக் காட்சியில், ‘என்ன மாமா, சைக்கிளை இப்படி அழுக்கா வெச்சிருக்கீங்க? தண்ணியும், துணியும் குடுக்கட்டுமா? கழுவித் துடைச்சுட்டுப் போங்க’ என்று குறுஞ்சிரிப்பில் கனகவேலை வெங்கிட்டம்மா கேட்க, ‘என்சைக்கிளு, எப்பவும் இப்படித்தாம்மா இருக்கும். கழுவினா,

கரைஞ்சு போகும். தொடச்சாத் தேஞ்சு போகும்' எனக் கேலிக்கும் கிண்டலுக்கும் பஞ்சமில்லாமல் புதினம் பயணிக்கின்றது.

படுகளம் நாவல் முன்னோட்டச் சுருக்கமாக, திருமூர்த்தி மலைக் கோயிலும், அதை ஒட்டிய திருமூர்த்தி மலை அணையும் உடுமலைப் பேட்டையிலிருந்து தெற்கே இருபத்தி இரண்டு கிலோ மீட்டர் தூரத்தில் தென்மேற்குத் தொடர்ச்சி மலைப் பகுதியில் அமைந்தவை. பள்ளிபுரம் கிராமமும் அதைச் சுற்றியிருக்கும் பல கிராமங்களும் திருமூர்த்தி அணையால் பயன்பெறும் கொங்கு மண்டலத்தின் தென்பகுதியாகும். அணை வருவதற்கு முன்னால் சுற்றிலும் அமைந்திருக்கும் ஏழு பெருங்குளங்களின் நீர்வரத்தால் இப்பகுதி கரும்பு, நெல் விளைச்சலில் திளைந்திருந்தன. அணை வந்த பிறகு நீண்ட தூரம் கீழ் மண்டலங்களுக்குப்போன நீர்ப் பங்கீட்டால், வேளாண்மை பங்கு போடப்பட்டுத் தள்ளாடுகின்றது.

பள்ளிபுரத்தில் கூத்தம்பூண்டி ஆத்தாள் கூட்டுக் குடும்பம், நல்லசாமிக் கவுண்டர், கண்ணுச்சாமிக் கவுண்டர், செல்லச்சாமிக் கவுண்டர், ஆகிய மூன்று சகோதரர்களின் ஒற்றுமையால் பெருமை பெற்றிருக்கின்றது. பிறகு, தனிக் குடும்பங்கள் ஆகின்றன. பங்காளிகள் பன்னீர்க் கவுண்டரும், பொங்கியண்ண கவுண்டரும், ஆத்தாள் குடும்ப எதிரிகளாகின்றனர். வீண் வீராப்புகளுக்கிடையில் ஆத்தாவின் முயற்சியால் பங்காளிகள் ஒற்றுமைப்படுகிறார்கள். பன்னீர்க் கவுண்டர் குடும்ப முழுக்காத குலம் சீர் விழாவில் இரவு முழுவதும் வில், அம்பு எடுத்து ஆடும் 'படுகளம்' நிகழ்ச்சியில் செல்லச்சாமிக் கவுண்டரும் வந்து ஆடுகின்றார். ஆட்ட முடிவில் அவர் மர்மமாக மரணிக்கிறார். ஊர் முணுமுணுக்கின்றது.

கண்ணுசாமிக் கவுண்டரின் கரும்புக்காட்டுத் தீயில் அவருடைய கண்களான காளைகள் கருகிச்சாகின்றன. அவர் மனைவி சின்னக் கண்ணுவைக் கேலி செய்து வந்த பன்னீர்க் கவுண்டரை நல்லசாமிக் கவுண்டர் கொடுவாளால் தாக்குகிறார்.

பரம்பரைப் பணக்காரரான பன்னீர்க்கவுண்டர், குடும்ப ஆடம்பரச் செலவுகளால் பூமிகளை விற்று ஏழையாகிறார். புதுப்பணக்காரர் பொங்கியண்ண கவுண்டர், அந்தப் பூமிகளை வாங்கிக்கொள்வதோடு

கண்ணுச்சாமிக் கவுண்டர் பூமியிலும் தொல்லை கொடுக்கிறார். சாதிகளின் முன்னுரிமையை முன்னிட்டு எழுந்த சிக்கலில், உச்சி மாகாளி அம்மன் திருவிழா நின்றுபோகிறது.

சேரிப் பெண்ணான மாராத்தாளுடன் உயர்சாதி வாலிபன் தொடர்பு கொண்டதால் சாதிச்சண்டை வெடிக்கின்றது. தன் ஆளுமையால் அச்சண்டையை அவள் தடுக்கிறாள். கரும்புப் பால் காய்ச்சும் தீக்குழியில் ஒருவர், யாரும் அறியாவண்ணம் வெந்து போகின்றார். கரும் பாலை ஆட்ட மதுரைப்பக்கம் போன கண்ணுச் சாமிக் கவுண்டரின் மகன் நல்லதம்பி, ஆலைக்குச் சொந்தக்காரர் சோமுத்தேவரின் பேத்தி ராஜேஸ்வரியைக் காதலிக்கிறான். பங்காளிகளுக்குள் கண்ணாமூச்சி ஆடிய பகைமை கொஞ்ச நாள் காத்திருந்து, மீண்டும் தன் ஆட்டத்தைத் தொடங்குகிறது.

கதை - ஆனந்தப் படுகளம் - ஆட்டத்தில் தொடங்கிப் பகைமை ஆட்டத்தில் இளைப்பாறுகிறது.

புதினத்தில் உலாவரும் கொங்குப் பங்காளிகள் பெயர் மாறியிருந்தாலும், இன்னமும் திருமூர்த்தி மண்ணில் உலா வருகின்றனர்.

'திருமூர்த்தி மலை மண்ணு நின்னு சொல்லும் மண்ணு.'

இதில் ஏழுகுளப்பாசனம் குறித்து ஒரு உரையாடலில்,

'காத்திருந்தவம் பொண்டாட்டிய நேத்து வந்தவந் தட்டீட்டுப் போன கததாம் பாலு,' கண்ணுச்சாமி சொல்லிச் சிரித்துக்கொண்டார்.'

'சாதிச்சனியனோ, ஊருச்சனியனோ, நம்மயெல்லாம் தொரத்திக்கிட்டே இருக்கு.'

'என்ன கூத்தப் பேசறீங்க? அவுங்க ஒரு சாதி, நாம ஒரு சாதி, ரெண்டும் மொரட்டுத் தனத்துல ஒண்ணுக்கொண்ணு கொறைஞ்சதில்ல.'

சோமுத்தேவர், பொங்கியண்ண கவுண்டர், சென்னியப்ப கவுண்டர் என சாதி ஒட்டுப்பெயர்களோடு இருந்தாலும் கதை மாந்தர்கள் சாதி பார்க்காமல் ஊருக்காகவும், ஊரின் நலனுக்காகவும்

கூட்டுக்குடும்பமாகவும், விட்டுக்கொடுத்து வாழ்வதையும் இன்னமும் கிராமப்புறங்களில் உயிர்ப்போடு இருக்கும் நிகழ்வுகளை அப்படியே உயிர்ப்பான படங்களுடன் பதிவுசெய்துள்ளார் துணைவேந்தர்.

பின்னிணைப்பாக, புதினத்தில் திருமூர்த்தி மண்ணில் வசித்த, வாழ்ந்த, வாழ்ந்து கொண்டிருக்கும் நல்ல மனிதர்களை ஆவணப் படுத்தும் வகையில் மிகவும் உயிர்ப்பான படங்களைப் போட்டு பதிவுசெய்துள்ளார். இதற்காக மிகவும் சிரத்தையெடுத்து ஓவிய நடிகர், கலையுலக மார்க்கண்டேயன் சிவகுமாரோடு இணைந்து படங்களை வரைந்துள்ளது மிகவும் உயிர்ப்புத் தன்மையோடிருக்கிறது.

திருமூர்த்தி மண் எனும், புதினத்தில் உயிராக வலம் வந்த நபர்கள் இன்னும் ஒரு சிலபேர் உயிர்ப்பாக இருப்பதை நுட்பமாகக் கூர்ந்து கவனித்தால் உணர்ந்தறிய முடிகின்றது. அதில் வந்த பெயர்கள், தற்போது 60, 70 வயது, மேற்பட்டவர்களுக்கு நன்றாகத் தெரிய வாய்ப்பு உள்ளது. மேலும் 1966-ல் திராவிடக் கட்சித் தலைவரைத் தாக்க முயற்சி செய்த நிகழ்வுகளை கண்ணாடியாகப் பதிவுசெய்துள்ளார் துணைவேந்தர். தாக்க முயற்சி செய்தபோது நடந்த கலவர நிகழ்வுகளையும், அதற்குப் பின்பு நடந்த மோதல்களையும் புதினத்தோடு இயைந்து சொல்லியிருக்கிறார்.

இதில் வரும் கதை மாந்தர் கனகவேல் பாத்திரத்தை அற்புதமாகப் பதிவுசெய்துள்ளார் துணைவேந்தர்.

ஏற்கெனவே இவர் எழுதிய படுகளம் நாவலில் பயன்படுத்திய அதே சொல்லாடல்கள், அதே தொடர்ச்சி.

கொங்கு வட்டாரப் புதினங்களில் பெயர்பெற்ற மந்திரி பாளையம் நடராசன் போன்று துணைவேந்தரும் கொங்கு வட்டாரச் சொற்களை மிகவும் சிறப்பாகவும் அழகாகவும் பயன்படுத்தி யுள்ளதைக் கட்டாயம் பதிவுசெய்ய வேண்டும்.

இதுவரை கொங்கு வட்டார நாவல்களுக்காக இல்லாமல் பொதுவான இலக்கிய நாவல்களுக்காக சிற்பி பாலசுப்பிர

மணியம், சுப்ரபாரதிமணியன் போன்ற எழுத்தாளர்கள் விருதுகள் பெற்றிருந்தாலும் பெரிய அளவில் இலக்கிய விருதுகள் கிடைக்கவில்லை என்ற அவாவினை கட்டாயம் இந்த திருமூர்த்தி மண் எனும், ‘படுகளம்’ நாவல்-2 நிவர்த்தி செய்யும் என நம்பலாம்.

சோ. தர்மனின் ‘சூல்’ நாவல் போன்று, கி.ரா.-வின் ‘கரிசல் மண் வாசனை’ போன்று, தமிழ்ச்செல்வியின் ‘ஆறுகாட்டுத் துறை’ போன்று வட்டார வழக்கு நாவல்களில் கொங்கு வட்டார நாவலாகப் பதிவுசெய்த துணைவேந்தர் ப.க.பொன்னுசாமி அவர்களுக்கு இந்நூல் ஒரு புதிய பரிமாணத்தைப் பெற்றுத் தரும், தரவேண்டும் என உடுமலை வரலாற்று ஆய்வு நடுவத்தின் சார்பில் நூல் மதிப்புரையாக இதனைப் பதிவுசெய்வோம்.

A tale of region and time

T. Ramakrishnan

TAMIL NADU

A Tale of a region and time

CHENNAI, FEBRUARY 27,2021 15:20 IST

P.K.Ponnusawmy, former Vice Chancellor of University of Madras and Madurai Kamaraj University, is an aspirant to be part of such a League.

ப. க. பொன்னுசாமியின் படைப்புலகம்

Not many professors among Tamils have taken to literary creative writing. P. Sundaram Pillai, Mu. Varadarajan and Indira Parthasarathy are among those who belong to this club. A specialist in bio-physics, P.K. Ponnuswamy, former Vice Chancellor of University of Madras and Madurai Kamaraj University, is an aspirant to be part of such a league.

Having roots in the western belt (called in Tamil Kongu zone), Prof. Ponnuswamy has now come out with his third novel, "Thirumurthi Mann," (Soil of Thirumurthi) which captures the social, cultural and economic changes in a rural part of the belt in the light of Tiruppur emerging as a new industrial hub in the garments sector. The work, brought out by NCBH publication, is an extension of his earlier novel, "Padukalam." It covers the events in the lives of a host of people over 50 years, ending with 1985.

As far as the 82-year-old author is concerned, his experiences in the most impressionable part of his life, are fresh in his memory and he has brought them out in ample measure through the work, which is characterised by the Kongu dialect. The period and the region, apart from the factor of familiarity for the author, are significant for the reason that there had been no major caste conflicts during the period in question in the region, known for having two evenly-balanced intermediate castes in terms of resources and social standing. The determination of women to carry on with their lives despite suffering misery is an important feature of the latest work, Prof. Ponnuswamy adds.

"இதுநாள் வரை கண்டறியாத பேராசிரியர் ப.க.பொன்னுசாமியின் பிறிதோர் அழகிய தோற்றம் கண்டு வியப்போடு மலைத்து நின்றேன். அவர் என்முன்னே தலை சிறந்த நாவலாசிரியராய்க் கம்பீரமாக இமயம்போல் நிற்கிறார். இது விசுவரூப தரிசனம்!

'படுகளம்' அவர் எழுதிய முதல் நாவல். அது முதல் நாவல் என்பதை நம்ப முடியவில்லை. முதன்மையான நாவலாகத் திகழ்கிறது. அதன் கதைக் கட்டமைப்பு, பாத்திரப்படைப்பு, உரையாடல் நேர்த்தி, நடை நலன் எல்லாம் எழுதி எழுதிப் பழக்கப்பட்ட எழுதுகோலின் படைப்பாகவே காட்டுகின்றன. 'படுகளத்'தின் தொடர்ச்சியே மூன்றாவது நாவலான 'திருமூர்த்தி மண்'. இரட்டைக் காப்பியங்களான சிலம்பும் மணிமேகலையும் போல, இவை ஒன்றோடொன்று தொடர்புடைய கதைகள். முன்னைய நூலில் வரும் பாத்திரங்கள் முழுமையடைந்த நிலையில் இதில் காணப்படுகிறார்கள். இவ்விரண்டனுக்கும் இடையே எழுதப்பட்ட 'நெடுஞ்சாலை விளக்குகள்' முற்றிலும் வேறானகளத்திலும் காலப் பின்னணியிலும் அமைந்தது. இந்தி எதிர்ப்புப் போராட்டம் நடந்த சூழலில், பல்லைக்கழகத்தில் அமைந்துள்ள அறிவியல் ஆய்வுத்துறையில் நடக்கும் கூத்துகளை விளக்குவது. அது மற்றொரு செருக்களம் என்பதைக் காட்டுவது."

தெ. ஞானசுந்தரம்

கட்டுரை நூல்கள்

கல்வி
அறிவியல்
இலக்கியம்

திரு. என். ராம், பேரா. வி. இராமகிருஷ்ணன்
பேரா. கா. செல்லப்பன், ப.க.பொ, பேரா. மு. ஆனந்தகிருஷ்ணன்
பேரா. பி. துரைசாமி, டாக்டர் திருப்பூர் கிருஷ்ணன்
டாக்டர் சி. பழனிவேலு, திரு. ச. சரவணன்

1. அறிவியல் - சில பார்வைகள்

அரிய கருவூலம்

மு. ஆனந்தகிருஷ்ணன்

பேராசிரியர் ப.க.பொன்னுசாமி அவர்கள், 'அறிவியல் - சில பார்வைகள்' என்ற நூலை மூன்று பாகங்களாக அளித்துள்ளார். இயல்பியல் துறையில் பேரறிஞரான இவர், அறிவியலின் நுட்பங்களையும், அணுகுமுறைகளையும் தத்துவார்த்தமாகவும் இன்றைய சமூக, பொருளாதார வளர்ச்சிக்கு ஏற்ற வகையிலும் விளக்கியுள்ளார்.

அறிவியல் அணுகுமுறை என்பதே ஐயப்பாடுகளை அலசுவது, சான்றுகளைப் பரிசோதிப்பது, புதுப்புது எண்ணங்களை உருவாக்குவது, உண்மைக்குப் புறம்பானவற்றை ஒதுக்குவது போன்ற செயல்களின் தொடர் முனைப்பாகும். குறிப்பாக, அறிவியல் நாளுக்கு நாள் பெருகிக்கொண்டே போகும் தன்மையைப் பற்றி பொன்னுசாமி குறிப்பிடுகின்றார். தலைசிறந்த அறிவியல் அறிஞர்கள் ஹெல்மண்ட் (Van Helmond), நோபல் பரிசுபெற்ற சர் பிரான்சிஸ் கிரிக் (Sir Francis Crick), மாக்ஸ் டுல் புரூக் (Max Dull Brook), ஜெகொப் ராபினோ (Jacob Rabinow), போன்றவர்களின் தலையாய அடிப்படை ஆய்வுகள் பற்றியும், பெரும் சாதனைகள்

படைத்த மாக்ஸ்வெல் (Clerk Maxwell), ஐன்ஸ்டின் (Einstein), ஹைஸன்பெர்க் (Hisenberg), லைனஸ் பாலிங் (Linus Pauling), சி.வி.ராமன் (C. V. Raman) போன்றவர்களின் எண்ணங்களையும், கண்டுபிடிப்புகளின் பயன்களையும் அனைவரும் புரிந்துகொள்ளும் வகையில் அளித்திருக்கின்றார். மனித வரலாற்றின் மொத்த அறிவியல் சாதனைகளையும் கணக்கிட்டு, 'இரண்டாண்டுகளுக்கு ஒரு கண்டுபிடிப்பு' என்ற வகையில் ஒரு சீராக அமைந்துள்ளது என்பதை குறித்துக் காட்டுகிறார். பரிசோதனையாளர்களும் (Experimentalists) கருது கோளாளர்களும் (Theorists) ஒருவருக்கொருவர் உறுதுணையாகச் செயல்படுவதன் இன்றியமையாமையை விவரிக்கின்றார். குறிப்பாக, உயர் ஆற்றல் இயல்பியல் (High Energy Physics) துறையில் நிகழ்ந்த முன்னேற்றங்கள் இதற்கு எடுத்துக்காட்டாக உள்ளதைக் குறிப்பிடுகின்றார்.

இளமையிலேயே அறிவியல் அணுகுமுறையில் செயல்படுவதன் பயனைப் பல்வேறு எடுத்துக்காட்டுகள் மூலம் விளக்குகின்றார். அவருடைய கணிப்புப்படி இந்தியாவில் திறமைமிக்க மாணவர்க ளெல்லாம் பெரும்பாலும் கருதுகோள் அறிஞர்கள் ஆகவே (Theoreticians) விரும்புகிறார்கள். இதனால் பரிசோதனையாளர் எண்ணிக்கை குறைகின்றது. ஒருவகையில், இது இந்தியாவின் அறிவியல் முன்னேற்றத்துக்கு இடையூறாக உள்ளது என்கிறார்.

கலீலியோவின் வாழ்க்கை மற்றும் அவரது கண்டுபிடிப்புகள், கோட்பாடுகள் பற்றி விவரிக்கும்போது, 17ஆம் நூற்றாண்டில் கத்தோலிக்க மதம் அவருக்கு விதித்த தண்டனையைப் பற்றி விளக்குகின்றார். ஆயுள் தண்டனை, பிறகு குறைக்கப்பட்ட வீட்டுச் சிறைத்தண்டனை, கண்பார்வை இழந்தபோது மருத்துவர்களை அனுமதிக்காத கொடுமை பற்றிக் கூறும்போது, அறிவியல் வளர்ச்சி எத்தகைய தடைகளையும் மீறி வந்துள்ளது என்பதைச் சுட்டிக் காட்டுகின்றார்.

'அண்டம் அறிவோம்' என்ற கட்டுரையில், மாணவர்களின் அண்டத்தைப் பற்றிய கூற்றுடன் தொடங்குகிறார். சற்று கடினமான கருத்துக்களைக் கொண்ட இக்கட்டுரை, பல நூற்றாண்டுகளுக்கு

முன் கிரேக்கத்திலும் இந்தியாவிலும் இருந்த வியத்தகு சிந்தனைகளிலிருந்து, இன்றுவரை வளர்ந்து வரும் கோட்பாடுகளைத் தெளிவாக விளக்குகின்றது.

உயிரினங்களின் தோற்றம், மாற்றம், பல்வேறு நோய்கள், அவற்றை எதிர்கொள்ளும் வழிமுறைகள், தடுக்கும் முயற்சிகள் - பற்றி சில கட்டுரைகள் விவரிக்கின்றன.

அறிவியல் வளர்ச்சியில், மொழியின் பங்கு பற்றிய மிகச் சிறந்த கருத்துக்கள் கொண்ட ஒரு கட்டுரை, நூலில் உள்ளது.

அதேபோல 'அறிவியலும் கலைகளும்' என்ற கட்டுரையில் நாடகங்கள், இசையமைப்புகள், மற்ற கலைப் பிரிவுகளின் அறிவியல் மீதான தாக்கம் பற்றிய சிந்தனையை விவரிக்கின்றார்.

இந்நூலின் மூன்றாம் பகுதியில், புகழ்பெற்ற மூன்று இந்திய விஞ்ஞானிகளின் வாழ்க்கை வரலாறுகளை, அவர்களின் அறிவியல் சாதனைகளைத் (அவற்றின் பயன்களுடன்) தெளிவாக விவரித்திருக்கின்றார். நோபல் பரிசு பெற்ற சர் சி.வி. இராமன், உயிர் இயல்பியல் சாதனையாளர் ஜி.என். இராமச்சந்திரன், மென்நரம்புக் கோட்பாடு (String Theory) என்ற ஆய்வுக்களத்தில் பல படைப்புகளைக் கொடுத்துக் கொண்டிருக்கும் அசோக் சென் ஆகிய மூவரைப் பற்றிய செய்திகளும், கண்டுபிடிப்புகளும் இக்கட்டுரைகளில் துல்லியமாகத் தரப்பட்டுள்ளன.

நிறைவாக, 'விடுதலைக்குப் பின் இந்திய அறிவியல்-தொழில்நுட்ப வளர்ச்சி' யைப் பற்றிய கட்டுரையில், நாட்டில் முனைப்புடன் தொடர்ந்து எடுக்கப்பட்ட முடிவுகள், கிடைத்த வெற்றிகள், இன்னும் பயணிக்கவேண்டிய தூரம் போன்ற பல எண்ணங்களைப் பகிர்ந்துகொள்கிறார்.

மாணவர்கள், ஆசிரியர்கள், ஆய்வாளர்கள் மட்டுமன்றிப் பொது மக்களும் ஆழ்ந்து படிக்கவேண்டிய நூல் இது. சீரிய சிந்தனையின் அடிப்படையில் உருவான இந்நூல், தமிழ் மக்களுக்குக் கிடைத்துள்ள அரிய கருவூலம்.

(ஆகஸ்ட் 15, 2018)

2. 'கல்வி - சில பார்வைகள்'
விவாதங்களைப் புறக்கணிக்க முடியாது!
மு. ஆனந்தகிருஷ்ணன்

பேராசிரியர் ப.க.பொன்னுசாமி அவர்கள் சென்னைப் பல்கலைக் கழகத்தில் துணைவேந்தராக இருந்தபோது, நாங்கள் இருவரும் நெருக்கமாகப் பழகவும், கல்வித்துறையின் வளர்ச்சியைப் பற்றி கருத்துப் பரிமாற்றங்கள் செய்யவும் பல வாய்ப்புகள் கிடைத்தன. ஓய்வுபெற்ற பிறகு, அவர் கல்வி சார்ந்த தனது எண்ணங்களை 'கல்வி - சில பார்வைகள்' என்ற இந்நூலின் மூலம் சமூகத்திற்கு அளித்திருக்கின்றார்.

இரண்டு பாகங்களாகப் பிரித்து, 18 கட்டுரைகள் மூலம் கல்வி சார்ந்த அனைத்து அம்சங்களையும் தெளிவாக, எளிதில் அறிந்து கொள்ளக்கூடிய வகையில் விவரித்துள்ளார். முதல் பகுதியில் பள்ளிக் கல்வியைப் பற்றியும், கற்கும், கற்பிக்கும் முறைகள் பற்றியும், தேர்வு முறைகள் பற்றியும் 2016-இல் கொண்டு வரப்பட்டு முடிவு பெறாத தேசிய கல்விக்கொள்கை பற்றியும், இன்னும் பல சீரிய கருத்துக்களையும் அவருக்கே உரிய பாணியில் தெள்ளத் தெளிவாக இந்நூலில் விவரித்துள்ளார்.

தாய்மொழி வாயிலாகப் பள்ளிக்கல்வி கற்பதனால் வரும் பயன்கள் பற்றியும் இன்றைய சூழ்நிலையில், அதன் இன்றியமையாத தேவை பற்றியும் விளக்குகின்றார். நம் சமூகத்தில் ஏழைக் குழந்தைகளின் ஒரே போக்கிடம் அரசுப் பள்ளிகளாக உள்ள நிலையில், அவற்றை மேம்படுத்தவும், பயனுள்ளதாக மாற்றவும் வேண்டிய காரணங்களைச் சுட்டிக் காண்பிக்கின்றார். இப்பள்ளிகளின் நிதிப்பற்றாக் குறை, ஆசிரியர் பற்றாக்குறை மற்றும் தேவையான கட்டுமான வசதிக்குறை மீது கவனம் செலுத்த வேண்டியதன் அவசியத்தை விளக்குகின்றார்.

பள்ளிகளில் கையாளப்படும் பயிற்று முறைகளை மாறிவரும் சூழ்நிலைகளுக்கு ஏற்ப கையாளவேண்டிய நான்கு வழிகளை விவரிக்கின்றார்: முதலாவதாக, வாழ்க்கையோடு ஒட்டிய கல்வி

வேண்டும்; இரண்டாவதாக, சிந்தனைகளோடு வேலை செய்யும் நுணுக்கம் வேண்டும்; மூன்றாவது, கருவிகளோடு வேலை செய்யும் திறமை தேவை; நான்காவது, மற்ற மனிதர்களோடு இணங்கி வேலை செய்யும் பாங்கு வேண்டும்.

எந்த வழிகளைக் கையாண்டாலும் மாணவர்களின் தன்னம்பிக்கையை வளர்க்கவும், அச்சமின்றி சிக்கல்களை எதிர் கொள்ளும் மனப்பாங்கை வளர்க்கவும் வேண்டும்; நினைவாற்றலை மட்டுமே மையமாகக் கொண்ட பயிற்சிமுறை பயனளிக்காது என்பனவற்றை விரிவாக எடுத்துரைக்கிறார்.

இவற்றைச் செயல்படுத்தவேண்டிய வகுப்பறைகளில் மாணவ, மாணவியர் வஞ்சிக்கப்படுகின்றனர் என்ற வேதனையை வெளிப்படுத்துகின்றார். இந்தக் குறைபாடுகளைக் களைய தற்போதைய கற்பிக்கும் மற்றும் மதிப்பிடும் முறைகளில் பெரிய மாற்றங்கள் தேவை என்கிறார். சீரான பள்ளிக் கல்விக்கு வேண்டியவை இரண்டு: ஒன்று, புதிய பாடத்திட்டமும் அதையொட்டிய பாட நூல்களும்; மற்றது, தனியார் பள்ளிகளில் அனுமதிக்கப்பட்ட கல்விக் கட்டணங்களின் சீரமைப்பு. இந்த இரண்டையும் பற்றி விரிவாக விளக்குகின்றார்.

'காணாமல்போன கல்விக் காவலர்கள்' என்ற கட்டுரைகளில் பொறுப்புடன் செயல்படவேண்டிய அலுவலர்கள், ஆசிரியர்கள், துணைவேந்தர்கள் போன்றோரின் நிலையை வேதனையோடு விளக்குகின்றார்.

இந்நூலின் இரண்டாம் பாகத்தில், தமிழ் நாட்டிலுள்ள உயர் கல்வியின் நிலையைப் பற்றி விவரித்துள்ளார். பல்கலைக் கழகங்கள், கல்லூரிகள், எண்ணிக்கை, தரம், ஆட்சிக்குழு, ஆசிரியர்கள் செயல்பாடு, பல்வேறு துறைகளின் செயல்பாடுகள், மற்ற நாடுகளுடன் ஒப்பீடு, தன்னாட்சி நிலை போன்ற பல்வேறு கள நிலைமைகளைப் புள்ளிவிவரங்களோடு விளக்குகின்றார்.

கல்வித்துறையில் அக்கறை கொண்ட கல்வியாளர்களும் அலுவலர்களும், ஆட்சியாளர்களும் பெற்றோர்களும், ஆழ்ந்து

படிக்கவேண்டிய நூல் இது. ஒரு சில இடங்களில் வேறுபட்ட கருத்துக்களுக்கு வாய்ப்புள்ளது. இருப்பினும் நூலாசிரியர், முனைவர் ப.க.பொன்னுசாமி அவர்களின் விவாதங்களைப் புறக்கணிக்க முடியாது.

கல்வித்துறையில் தமிழ்நாட்டில் மிகப் பெரிய மாற்றங்களையும், முன்னேற்றங்களையும் செய்ய பல்வேறு முயற்சிகள் நடைபெற்று வரும் இன்றைய நிலையில், இந்நூல் தக்க தருணத்தில் வந்துள்ளது. ஆசிரியருக்கு நன்றி கூற வேண்டும்.

(ஆகஸ்ட் 2018)

3. இலக்கியம் - சில பார்வைகள்

வ.ரா. வுக்குப் பிறகு வாராது வந்த மாமணி!

திருப்பூர் கிருஷ்ணன்

ப.க.பொன்னுசாமியின் ‘இலக்கியம் சில பார்வைகள்’ என்ற நூல் தமிழுக்கு ஒரு புதிய வரவு. ஏற்கெனவே பல நூல்களைப் படைத்தவர் பொன்னுசாமி. கொங்கு தமிழின் தேன்சுவை சொட்டச்சொட்ட அவர் எழுதிய ‘படுகளம்’ என்ற நாவல் ஆர். ஷண்முகசுந்தரம் மரபில் எழுதப்பட்ட அருமையான வட்டாரப் படைப்பு. ‘நெடுஞ்சாலை விளக்குகள்’ என்ற அவரது அடுத்த நாவலோ கல்வித்துறை சார்ந்த ஊழல்களை அம்பலப்படுத்துவது. அவ்விதம் படைப்பிலக்கியத்தில் தடம் பதித்தவரின் படைப்பிலக்கியம் அல்லாத கட்டுரைத் தொகுப்பு இந்தநூல் என்பதால், இது விசேஷ கவனம் பெறுகிறது.

பொதுவாகவே படைப்பிலக்கியம் எழுதிப் பழகியவர்கள் கட்டுரை எழுதும்போது, அதில் சீரான ஒரு நடையோட்டம் தென்படும். அது வாசகர்களை அலுப்பில்லாமல் தொடர்ந்து படிக்கவைக்கும். இந்த நூலும் எடுத்தால் கீழே வைக்க இயலாத சுவராஸ்யத்துடன் வளர்கிறது.

பல கட்டுரை நூல்கள் சிறப்பான கருத்துக்களோடு எழுதப் பட்டிருந்தாலும் ஒரே மூச்சில் படித்து முடிக்கும்படியான தெளிந்த

நடையில் அமைவதில்லை. 'தெளிவுறவே அறிந்திடுதல் தெளிவு தர மொழிந்திடுதல்' என்பது பாரதி வாசகம். தெளிவுற அறிந்தால்தான் தெளிவுதர மொழியும் திறன் ஏற்படும். அரைகுறையாக அறிந்தவர்கள், தாம் சொல்லவரும் விஷயத்தைத் தெளிவோடு எழுத இயலாது. இந்த நூலாசிரியர், தாம் சொல்லவரும் விஷயங்களில் தேர்ந்து ஆழங்கால் பட்டிருக்கிறார். அதன் பலனே இதன் தெளிந்த நடை. வெவ்வேறு காலகட்டத்தில் எழுதப்பட்ட தனித்தனிக் கட்டுரைகள் என்பதால், எழுதப்பட்ட நடையில் ஒவ்வொரு கட்டுரையிலும் மாறுபாடிருக்க வாய்ப்புண்டு. ஆனால், ஒரு தொகுப்பாகப் பார்க்கும்போது, எல்லாக் கட்டுரைகளும் ஒரே சீரான நடையில் அமைந்துள்ளதைக் கவனிக்க முடிகிறது. இதுவும் இந்நூலின் சிறப்புகளில் ஒன்று.

கட்டுரை இலக்கியம் என்றால் வ.ரா. வை மறக்க முடியுமா? 'தமிழ்ப் பெரியார்கள்' என்ற அவர் நூலில், கொடுமுடி கே.பி.சுந்தராம்பாளைப் பற்றி அவர் எழுதியுள்ள படைப்பு, கட்டுரை இலக்கியத்தின் கொடுமுடி அல்லவா? கவிதைக்குப் பாரதி, கட்டுரைக்கு வ.ரா.என்றல்லவா சொல்வார்கள்? வ.ரா.வுக்குப் பிறகு கண்ணதாசன், ஜெயகாந்தன் உள்ளிட்ட பலர் கட்டுரை இலக்கியத் துறையை வளப்படுத்தினார்கள்.

இதோ வ.ரா.வுக்குப் பிறகு, வாராது வந்த மாமணியாய் ப.க.பொன்னுசாமியும் தமிழின் முக்கியமான கட்டுரைப் படைப் பாளர்கள் வரிசையில் இணைகிறார். தம் தெளிந்த சிந்தனையைப் பகுத்தும் தொகுத்தும் ஒரு சிறுகதையைப் போன்ற கச்சிதமான வடிவத்தில் வழங்கும் திறன் அவருக்கு வாய்த்திருக்கிறது.

நாவுக்கரசரையும், ஞானசம்பந்தரையும் அற்புதங்கள் நிகழ்த்திய தெய்வங்களாகப் பார்க்காமல், சாதனைகள் புரிந்த இயல்பான மனிதர்களாகப் பார்க்கிறார் நூலாசிரியர். மகான்களைப் பற்றிய பார்வையில், அவர்களைத் தெய்வமாக்கிப் பார்ப்பதும் நம் ஆழ்மனத்தின் சூழ்ச்சிதானோ என்று தோன்றுகிறது. நாம் அவர்கள் நடத்திய எளிய உண்மையான வாழ்க்கை நெறியைப் பின்பற்றும் ஆர்வமில்லாததால் அவர்களைத் தெய்வமாக்கி அற்புதங்கள்

நிகழ்த்தியவர்களாகச் சித்திரித்து, ஒரு மேலான நிலையில் அவர்களை ஒதுக்கிவிட முயல்கிறோம். நாம் அவர்களின் வாழ்வியல் நெறியைப் பின்பற்றாமல் இருப்பதற்கு நம் மனத்திற்கு இப்போது ஒரு சமாதானம் கிட்டிவிடுகிறது. அவர்கள் நம்மினும் மேலான வர்கள். அவர்களால்தான் அப்படி வாழமுடியும். நம்மால் முடியாது. இப்போதிருக்கும் நிலையிலேயே நம் வாழ்க்கையை இம்மி முன்னேற்றமும் இல்லாமல் இறுதிவரை தொடர்வதற்கு இந்த சமாதானம் போதுமே!

மகான்களின் அற்புதங்களைப் பற்றிப் பேசாமல் அவர்களின் வாழ்வியலைப் பேசுவதே இன்றைய தேவை. இந்நூலாசிரியர், இன்றைய தேவைக்கேற்ற வகையில் மகான்களை அணுகுவது நிறைவு தருகிறது. கலீலியோ கலிலி என்ற மாபெரும் அறிவியலாளர் அதிகாரத்தை எதிர்க்கும் துணிவு வராமல் தோற்றுப்போனதையும், ஈசன் பற்றை இறுகப்பிடித்துக் கொண்ட இறையியலாளர் நாவுக்கரசர் அதிகாரத்தை எதிர்த்து வெற்றி கண்டதையும் ஒப்பிட்டு நூலாசிரியர் எழுதும் இடம் அருமையிலும் அருமை.

சிந்தனைக் கிளர்ச்சியூட்டும் வரிகள் நூலில் நிறைய உண்டு.

‘சதையும் குருதியும் கொண்டு காந்தி போன்ற ஒரு மனிதர் இந்தப் பூமியின்மீது நடந்தார் என்பதை எதிர்கால மக்கள் நம்பவே மாட்டார்கள்’, - காந்தியின் சந்திப்பில் பிறந்த ஐன்ஸ்டீனின் இந்தக் கூற்று, அவரைச் சந்திக்கும் வாய்ப்பை இழந்த நம்மை எப்படி காந்தி மீது ஈர்க்க வைக்கிறது? இந்த ஒரு கூற்றின் வழியாக ஐன்ஸ்டீன் எப்படி நம்மை ஈர்க்கிறார்?’ (பக். 56)

‘பொய்ப் பூசாரிகளிடம் எவ்வளவு எச்சரிக்கையாக இருக்க வேண்டுமோ அவ்வளவு எச்சரிக்கையோடு, பொய்யான அறிவி யலாளர்களிடமும் இருக்க வேண்டும்!’ (பக் 104)

‘என்னுடைய பிறப்பின் நோக்கமே தமிழ்தான் என்ற திருமூலர், என்னை நன்றாய் இறைவன் படைத்தனன், தன்னை நன்றாய்த் தமிழ் செய்யுமாறே என்றும் கூறி, தனக்குத் தமிழே மந்திரம் என்று குறிப்பிடுகிறார். மொழி நெறியும் இறைநெறியும் ஒன்றாகவே இணைந்து, தமிழ் மரபின் தமிழர் வளர்ச்சியின் படிகளாக இருந்தமை

வரலாறு சொல்லும் உண்மை. அந்த வரலாறு, சமயங்களுள்ளவரை தொடர வேண்டும்.' (பக். 111)

சில அரிய மேற்கோள்கள் நம் மனத்தை ஒரு சொடுக்குச் சொடுக்கி, சுண்டி இழுக்கின்றன.

'தாயுமானவரைப் போன்ற ஞானியொருவர் இங்கிலாந்திலே இருந்திருப்பாரானால், அவரைப் பற்றி அறியாத பாடசாலை மாணாக்கன் எந்த இடத்திலும் இருக்க மாட்டான்' என்ற மகாகவி பாரதியின் வரிகள் அப்படிப்பட்டவை.

சில ஒப்பீடுகள் நம்மை யோசனையில் ஆழ்த்துகின்றன: 'ஷெல்லி கடலுள் மூழ்கி இறந்தபோது, மனைவியும் மற்ற நண்பர்கள் சிலரும் மட்டுமே வருந்தினர். உலகம் வெளிப்படையான வருத்தத்தைக் காட்டவில்லை. பாரதியின் நிலையும் அதுவே. அவர் இறுதி ஊர்வலத்தில் பங்கு கொண்டவர் எண்ணிக்கை நமக்குத் தெரியும்.'

ஒரு சிறுகதை போல் வளர்ந்து நம் நெஞ்சைக் கவரும் கட்டுரை 'இன்னா செய்தாரை' என்ற கட்டுரை. 'இன்னா செய்தாரை ஒறுத்தல் அவர் நாண நன்னயம் செய்துவிடல்' என்ற திருக்குறள் கோட்பாட்டை ஒரு திரையரங்கில் நடைபெற்ற இக்கட்டான சம்பவத்தில் பெரியசாமிக் கவுண்டர் எப்படிப் பயன்படுத்தினார் என்பது மிகுந்த விறுவிறுப்போடு விவரிக்கப்பட்டுள்ளது. நூலாசிரியருக்கு மிகப் பழக்கமானதும் கைவந்ததுமான கொங்கு நாட்டுப் பேச்சு வழக்கு, அந்தக் கட்டுரைக்கு (கதைக்கு?) மெருகு சேர்த்திருக்கிறது.

கிருஷ்ணசாமி ராஜா நடத்தும் சிலம்பு வகுப்பைப் பற்றி, நூலாசிரியர் எழுதியுள்ள கட்டுரைதான் எத்தனை சுவாரஸ்யமானது! கண்ணகி உடைத்த சிலம்பில் இருந்த ஒரு மணி, மன்னவன் வாயில் போய்த் தெறித்தது ஏன் என்பதை நயம்பட விளக்குகிறார் கிருஷ்ணசாமி ராஜா. 'ஏ மன்னனே! உன் வாய்தானே என் சிலம்பை உன் மனைவியின் சிலம்பென்று பொய் சொல்லி என் கணவனைக் கொன்றுவிட வைத்தது. உடைந்த என் சிலம்பின் மணி ஒன்று, இதோ இதுதான் அந்தப் பொய் புகன்ற வாய் என்று அவை யோருக்குச் சுட்டிக் காட்டத்தான் அது உன் வாயை, நாவை உரசிச்

சென்றது!' என்ற வரிகளைப் படிக்கும்போது, அடேடே என அந்த விளக்கத்தின் நயத்தை எண்ணி மனம் வியக்கிறது.

ஜெயகாந்தன் பற்றிய கட்டுரை ஜே.கே. அன்பர்களை மகிழ்ச்சியில் ஆழ்த்தும். 'ஊர் என்றால் மனிதர்கள் என்று அர்த்தம். அதனால்தான் என் கதைகளில் மண்வாடை அடிக்கிறதில்லை, மனிதநெடியே வீசுகிறது', என்பன போன்ற ஜெயகாந்த வரிகள் மீண்டும் மீண்டும் படிக்கத் தூண்டுகின்றன.

'பெரும் பதவியில் இருப்பவர்கள், தம் துறை தாண்டிச் சாதனைகளைச் செய்தால் அவ்வளவு எளிதில் உரியவர்களிடமிருந்து ஏற்புக் கிடைக்காது. அந்த அழுத்தத்தைக் குலோத்துங்கன் சற்று அதிகமாகவே எதிர்கொண்டார் என நூலாசிரியர் எழுதும் வரி, குலோத்துங்கன் என்ற வா.செ. குழந்தைசாமியின் கவிதையாற்றலை உணர்ந்தவர்களது எண்ணத்தின் எதிரொலியே. (பக்.155). இந்த நூலாசிரியருக்கும்கூட அந்தவரி பொருந்தக் கூடும்.

சில இலக்கியவாதிகளின் ஆற்றலை மிகச் சரியாக எடை போடுவதில் நூலாசிரியர் நிபுணத்துவம் உடையவராகத் திகழ்கிறார். எ.கா, கவிஞர் சிற்பியைப் பற்றிய கணிப்பு இதோ:

'அறிவியல் இலக்கிய வரலாறுகளில் இரண்டு பேரை மறக்க முடியாது. ஒருவர் அறிவியலாளராக இருந்து இலக்கியம் படைத்த கிளெர்க் மேக்சுவெல். மற்றவர் இலக்கியவாதியாக இருந்து அறிவியல் விளக்கிய ஷெல்லி. சிற்பி என்ற நாணயத்தின் ஒருபுறம் மேக்சு வெல். மறுபுறம் ஷெல்லி.'

பேராசிரியர் கா.செல்லப்பனின் 'பொதிகைத் தென்றலும் மேலைக் காற்றும்' என்ற ஒப்பாய்வு நூல் பற்றிய ஆசிரியரின் கட்டுரை சுருங்கச் சொல்லி விளங்கவைப்பது.

'தமிழில் ஒப்பிலக்கியத் துறை நோஞ்சானாய்த்தான் உள்ளது. குறிப்பிடத்தக்க ஒப்பாய்வு நூல்கள் அதிகம் இல்லை. 'பொதிகைத் தென்றலும் மேலைக் காற்றும்', ஒப்பாய்வில் தமிழ்க் களம் கண்ட இப்போதைய சிகரம் என்றால் மிகையாகாது!' என்று நூலாசிரியர் செல்லப்பனின் எழுத்தாற்றலைக் கொண்டாடும்போது நாமும் நூலாசிரியரை வழிமொழிகிறோம்.

மாக்சிம் கார்க்கியின் 'தாய்' நாவலைத் தோழர் தொ.மு.சி. ரகுநாதனின் மொழிபெயர்ப்பில் படித்துவிட்டு எழுதப்பட்டுள்ள 'ஏழைகளின் தாய்' என்ற கட்டுரை உள்ளத்தை உருக்குகிறது. காலத்தை வென்ற ஓர் அமர காவியத்தைப் பற்றிய கட்டுரை அல்லவா அது?

'குந்தி என்ற அன்னை' என்னும் கட்டுரை மகாபாரதம் குறித்த சிந்தனைகளை நம் மனத்தில் எழுப்புகிறது. 'இன்றும் நம் கண் ணெதிரே குந்தியைப் போன்று எண்ணற்ற பெண்கள் தனித்து நின்று தம் மக்களை உயர்நிலைக்குக் கொண்டுவருகின்றனர். குந்தியைப் பாடுவதென்பது இவர்களைப் பாடுவதுதான்!' என்று கூறுகிறார் நூலாசிரியர். கடுமையாக உழைத்தும்கூட புறக்கணிக்கப் படும் பெண்மைக்கு ஆதரவாகக் கொடுக்கப்படும் இவரது குரல், கொண்டாடப்படவேண்டிய குரல் என்பதில் சந்தேகமில்லை.

ஐம்பது ஆண்டுகளுக்கு முன் எழுதப்பட்ட ஒரு சிறுகதையின் சுருக்கம், 'கதை பிறக்க' என்ற தலைப்பில் தரப்பட்டுள்ளது. சுருக்கம் நெஞ்சைக் கவர்கிறது. இவ்வளவு நல்ல கதையை எழுதிய கதாசிரியர் பெயரையும் நூலாசிரியர் தெரிவித்திருக்கலாம்.

திறனாய்வைப் பற்றி பேசும் நூலாசிரியர், 'இலக்கியமே நலமா?' என்ற கட்டுரையை இப்படி முடிக்கிறார்: 'இலங்கை இலக்கிய வேந்தர்கள், காலஞ்சென்ற பேராசிரியர் கைலாசபதியும் பேராசிரியர் கார்த்திகேசு சிவத்தம்பியும் தமிழ்த் திறனாய்வு தேசத்தின் அரசர்கள். தமிழகத்தின் முன்னோடிகளாகப் பேராசிரியர் தெ.பொ.மீனாட்சி சுந்தரனாரையும் தொ.மு.சி.ரகுநாதன் அவர்களையும் சொல்லலாம்.' (பக். 205)

நூலாசிரியர் எவ்வளவு தூரம் திறனாய்வு நூல்களைப் படித்து, அத்துறையில் ஆழங்கால் பட்டிருக்கிறார் என்பதை விளக்கும் வரிகள் இவை.

'எந்தவொரு திறனாய்வுப் பார்வையும் நடுநிலை பிறழாத வகையில் இருக்க வேண்டும் என்று நாம் நினைக்கிறோம். பல திறனாய்வுகள் அப்படி இருப்பதில்லை. வரலாற்றுப் பார்வை என்று காட்டிக்கொண்டு வேண்டுமென்றே நம்பும்படியாக இல்லாத ஒன்றை திணித்துக் காட்டிவிடுபவர்கள் உண்டு. தத்துவப்

பார்வை அல்லது விழுமியப் பார்வை என்று, சொல்லிக் கொண்டு, ஒரு படைப்பின் கலைப் பரிமாணத்தை மறைத்துவிடும் அளவுக்குத் திறனாய்வாளர் ஒரு தத்துவ, விழுமியப் போர்வையால் மூடிவிடுவதும் உண்டு. புதிய பார்வை என்று காட்டிக்கொண்டு ஒரு சொல் விளக்கத்தில் படைப்பின் முழுமையைத் திறனாய்வாளர் மறக்கவைத்துவிடுவதும் உண்டு. உளவியல் பார்வை என்று காட்டிவிட்டு, பாலியலைப் பெரிதும் முன்னிறுத்திவிடும் திறனாய்வாளர்களும் உண்டு.' (பக். 205).

இப்படித் தமிழ்த் திறனாய்வாளர்களைப் பற்றிப் பெயர் குறிப்பிடாமல், தொடர்ந்து எழுதிச் செல்கிறார் நூலாசிரியர். ஆனால், ஒவ்வொரு வரியைப் படிக்கும்போதும் நம் மனத்தில் அந்தந்த வரிக்கு உரியவர் பெயர் தானாய் வந்துபோகிறது!

அளவற்ற தற்பெருமைகளும் அகங்காரங்களும் தனி மனிதத் தாக்குதல்களும் குழு மனப்பான்மைகளும் மலிந்துகிடக்கும் இன்றைய தமிழ்த் தற்கால இலக்கியச் சூழலில், நடுநிலையான விமர்சனம் சாத்தியம்தானா என்கிற பெருமூச்சே இந்த வரிகளைப் படிக்கும்போது நம் மனத்தில் எழுகிறது.

நூலின் கடைசிக் கட்டுரையின் கடைசி வரிகள் முத்தாய்ப் பானவை:

'அடுத்த நூற்றாண்டுத் தமிழ் உண்மைத் தமிழ், ஒற்றுமைத் தமிழ், ஆய்வுத் தமிழ், நடுநிலைத் தமிழ், அன்னியர்க்குத் தமிழ் என நடைபோட வேண்டும். பாண்டித்துரைத் தமிழாகவோ செம்மொழிப் பெயரில் தவிக்கும் தமிழாகவோ நின்றுவிடக் கூடாது!'

இந்த வரிகளில் உள்ள செய்தியே, இந்த நூல் தெரிவிக்கும் செய்திகளில் மிக முக்கியமானது என்று கூறலாம். இந்தச் செய்தியை உள்வாங்கிக்கொண்டு இயங்குவதில்தான் நம் தமிழின் வளமான எதிர்காலம் இருக்கிறது.

நூலைப் படிக்கும்போதும் படித்து முடித்த பின்னரும் மனத்தில் ஏராளமான சிந்தனைகள் எழுகின்றன. எதிர்காலம் எப்படி அமைய வேண்டும் என்பதை நிகழ்காலப் பதிவைக்

கொண்டும், இறந்தகாலத் தடயங்களைக் கொண்டும் மிக அழகாக விளக்கிவிட்டார் ப.க.பொன்னுசாமி.

ஒப்பற்ற சிந்தனையாளரின் உயரிய சிந்தனைகளை ஏற்று அதற்கிசைந்த வகையில் எதிர்காலப் பணிகளைத் திட்டமிட வேண்டிய பொறுப்பு, தமிழிலும் தமிழர் நலன்களிலும் அக்கறையுள்ள அனைவருக்கும் உண்டு. தமிழின் கட்டுரைத் துறைக்கு ஒரு சிறந்த தொகுப்பைப் படைத்துக் கொடுத்திருக்கும் நூலாசிரியருக்கு ஒரு நிபந்தனையுடன்கூடிய வாழ்த்துக்கள்.

அந்த நிபந்தனை - வேறு செயல்களை ஒதுக்கி வைத்து விட்டு, இதுபோன்றதொரு சிந்தனைக் கிளர்ச்சியூட்டும் அடுத்த தொகுப்பொன்றை விரைவில் கொண்டு வாருங்கள் என்பதுதான். இன்னும் நூலாசிரியர் சிந்திக்கவும், கருத்துச் சொல்லவும் தமிழகத்தில் ஏராளமான விஷயங்கள் காத்துக்கொண்டுதானே இருக்கின்றன?

(ஜுலை 2, 2018)

4. 'அண்டம்... கோட்பாடுகள்... அசோக் சென்'

அறிவியல் என்ற நம்பிக்கையின் நாற்று!

வெ. பாலகிருஷ்ணன்

உங்கள் கைகளில் இருக்கும் இந்த நூல், என் பார்வையில் தனித்த சிறப்பைப் பெறுகிறது. மூன்று உண்மைகள் இதில் முப்புரித்

தழுவலில் பிணைந்து, நம் அறிவியல் பார்வைக்கு வலிமை கொடுக்கின்றன. என்னுடைய இந்த உணர்வை உறுதிப்படுத்த அந்த மூன்று உண்மைகளையும் சிறிது விளக்க வேண்டியிருக்கிறது.

'இப்போது நாம் அறிவியல்-தொழில்நுட்பக் காலப் பிரிவில் வாழ்ந்துகொண்டிருக்கிறோம்' என்று சொல்லுவது தேவையாகி விட்டது. ஒரு நாட்டின் மேம்பாடும் வளர்ச்சியும், அது எந்த அளவுக்கு கல்வி, உள்கட்டமைப்பு, செய்முறைக் கூடங்கள், தொழிற்சாலைகள், அரசுத் துறைகள் என்ற அனைத்துப் பிரிவு களிலும் அறிவியல்-தொழில்நுட்பம் என்ற பெயரில் எவ்வளவு செலவிடுகிறது என்பதைப் பொறுத்துள்ளது. புதிய இந்தியாவைக் கனவுகண்ட நம் முன்னோடித் தலைவர்கள், நாடு விடுதலை பெற்றதும் இந்த உண்மையைப் புரிந்துகொண்டு செயல் பட்டிருக்கிறார்கள். நாட்டின் இறையாண்மையை உறுதிசெய்ய 1949, நவம்பர் 26-இல் வெளிவந்த நமது அரசமைப்புச் சட்டம் பல வகைகளில் சிறந்த ஒரு தலையாய ஆவணமாகும். அதுவும், 'அறிவியல் உணர்வும், மனித நேயமும், அறிவுத் தேடலும், செம்மைப்படுத்தலும் குடிமக்கள் ஒவ்வொருவரின் கடமையாகும்' என்று அழுத்தமாகக் குறிப்பிடும் 51A(h) பிரிவுக் கூறு மிகக் குறிப்பிடத் தக்கதாகும்.

ஆகவே, 'புதியதாய்ப் பிறவியெடுத்திருக்கும் இந்திய நாடு, ஏனைய நாடுகளுக்கிடையில் தலைதூக்கியிருக்க, அறிவியல்-தொழில்நுட்பத் துறைகளில் தலை தூக்கியிருக்க வேண்டும்' என்று அன்றைய நம் தலைவர்கள் செயல்பட்டிருப்பதை நாம் பெருமையுடன் நினைவுகூற வேண்டும்.

தொடக்க காலத்தில் இமாலயத் தோற்றமளித்த அறிவியல்-தொழில்நுட்ப இடர்ப்பாடுகள் தன்னேரில்லா அறிவியல் அறிஞர்கள் சி. வி. இராமன், எம். என். சாகா, எஸ். என். போஸ், எச். ஜே. பாபா ஆகியோரின் வழிகாட்டுதல் ஒரு நம்பிக்கையைக் கொடுக்கத் தொடங்கியதும், நாட்டின் எதிர்கால வளர்ச்சிபற்றிய நம்பிக்கையும், தலைவர்களிடத்தும் மக்களிடத்தும் வேரூன்றிக் கொண்டது.

ஆனாலும், 'விடுதலை பெற்றபிறகு 67 ஆண்டுகளில் நாடு எந்த அளவுக்கு அனைத்துத் துறைகளிலும் முன்னேறி இருக்கிறது?' என்ற கேள்விக்கான விடை ஒருமுக ஏற்பில் இல்லை என்பது பேருண்மையாகும். 'பெருமளவுக்கு முன்னேற்றம் கண்டிருக்கிறோம்' என்றாலும், 'இன்னும் செல்லவேண்டிய தூரம் மிக அதிகம்' என்பதை நாம் சிந்தையில் கொண்டாக வேண்டும். இந்தப் பெரும் உண்மை சுட்டும் பல சவால்களில் ஒன்றை நாம் மிகவும் முன்னிலைப்படுத்தியாக வேண்டும்: 'எதிர்கால இந்தியாவின் நம்பிக்கை அடையாளங்களான நமது இளம் தலைமுறையினருக்குத் தேவையான பல்வகைத் திறன்வளர் பயிற்சிகளை எப்படி நல்குவது' என்பதுதான் அந்தச் சவால். இதுபற்றிய விவாதங்கள் பெருமளவில் தொடர்ந்து கொண்டிருக்கின்றன.

இப்பெரும் சவாலை வெற்றியுடன் சந்திக்க இரண்டு செய் முறைகள் முன்னுரிமை பெறுகின்றன: i) 'இளம் தலைமுறையினரை அறிவியல்-தொழில்நுட்பத் துறைகளுக்கு - குறிப்பாக, ஆராய்ச்சிக் கூடங்களுக்கு - வெகுவாக ஈர்க்க வேண்டும்; ii) 'அப்படி ஈர்க்கப் படுபவர்களைச் சரியாக முன்னிலைப்படுத்த வேண்டும்'. இந்த இரு செய்முறைகளுக்கும் ஊற்றுக்கண்களாக இருப்பவை - உடன் கிடைக்கக்கூடிய, ஈர்ப்பான, எளிதில் தொடர்புகொள்ளவல்ல, புரியக்கூடிய வண்ணம் எழுதப்பட்ட சிறந்த அறிவியல்- தொழில் நுட்பநூல்கள்தாம். பாடத்திட்டப்படி வகுப்பறைகளில் பயன்படுத்தப் படும் பாடநூல்கள் மட்டுமல்லாமல், பொதுமையாக இத்துறைகளில் எழுதப்பட்டிருக்கும் நூல்களையும் இங்கு முன்னுரிமையுடன் குறிப்பிட்டாக வேண்டும். தொடக்கத்தில் நான் குறிப்பிட்ட - அரசமைப்புச் சட்ட மொழிதல், முன்மாதிரி அறிவியல் மேதைகளின் வழி காட்டுதல் மற்றும் இளைய தலைமுறையினரை ஈர்த்தல் - ஆகிய மூன்று உண்மைகளும் வகுப்பறைக்கு வெளியில் காணக் கிடைக்கும் பொதுஅறிவு நூல்களை ஒட்டியவையாகும்.

முதலாவதாக, 'அறிவியல் கண்டுபிடிப்பு' என்பது ஒரு தொடர் நிகழ்வாகும்; 'அறிவியல்' என்பது எப்போதும் விரிந்து வளர்ந்து கொண்டு, ஒவ்வொரு பொழுதிலும் ஒரு புதிய விளிம்பு நிலையைத்

தொடக்கட்டறியா இயக்கத்தில் இருக்கும் ஒன்றாகும்; 'அறிவியல் அறிவு' என்பது மேலும் எதையும் ஏற்றுக்கொள்ளாத ஒரு முழுமை மெய்யறிவு (Closed book) அல்ல. அடிப்படை இயல்பியலில் முகிழ்த்துப்புடைக்கும் ஒரு விளிம்புநிலை ஆய்வுபற்றிய ஓர் உள்ளீட்டை அறிவியல் அறிவோடு இணைப்பதைவிடவும் வேறு எதுவும் இந்த உண்மையை உறுதிப்படுத்திவிட முடியாது.

இரண்டாவதாக, நாம் கருத்தில் கொள்ளவேண்டியது, அறிவியல் நாடகத்தின் கதை நாயகர்களாகும். 'முன் மாதிரி' (Role model) அறிவியல் ஆசான்களையும்விட வேறு எந்த ஒன்றுக்கும் இளைஞர்களை ஈர்க்கும் ஆற்றல் கூடியிருக்கும் என்று எடுத்துக்கொள்ள முடியாது. அறிவியல் ஆசான்களின், அதுவும் வாழும் அறிவியல் மேதைகளின் வாழ்க்கை வரலாறுகள் இந்த நிலையில் தலையாய பங்கு வகிக்கின்றன. குறிப்பாக, நம்மோடு வாழும் - உலக அரங்கில் பல விருதுகளையும் பாராட்டுகளையும் பெற்று முதன்மை முன்னோடியாக நடமாடும் - ஓர் அறிவியல் மேதையின் பணி மற்றும் கண்டுபிடிப்புகள் பற்றிய தகவல்களை தொகுத்துச் சுருக்கிக்கொடுத்து, வேகமாக வளர்ந்துகொண்டிருக்கும் ஓர் அறிவியல் விளைநிலத்தின் பசுமைப் பரப்பை சுட்டிக் காட்டுவதைவிட, வேறுஎந்த முயற்சியும் வளரும் இந்திய அறிவியலில் முன்னிலை பெற்றுவிட முடியாது.

மூன்றாவதாக நாம் சிந்தையில் நிறுத்தவேண்டியது அத்தகைய அருமையான தொகுப்பு/விளக்க நூல்கள், மிகப் பெரிய எண்ணிக்கையில் இருக்கும் நம் இளைஞர்களின் கைகளுக்கு எட்டாமல் இருப்பதுதான். இந்த உண்மை, பொதுவில் நமது கல்வி முறையின் பெரிய குறைதானென்றாலும், குறிப்பாக அதன் அழுத்தம் நமது வளம்மிக்க வட்டார மொழிகளில் மிகவும் அதிகமாகும். இளம் பருவத்தினரை மேற்குறிப்பிட்ட பசுமை நிலப்பரப்பின் கரைகளில் உலாவ கூட்டிச்செல்ல வேண்டு மென்றால், அவர்களைத் தம் வீடுகளில் பேசிமகிழும் மொழிகளில் அறிவியல் முன்னறிவைப் பெறும் வகையில் இருக்கும் எளிய, ஈர்ப்பான நூல்களோடு உறவுகொள்ள வைக்கவேண்டும். உரிய

கலைச் சொற்களின் தொகுப்பு நூல்களும் இங்கு குறிப்பிடத் தக்கவையாகும்.

மேலும், வட்டார மொழியில் இருக்கும் உயரறிவியல்- தொழில் நுட்ப நூல்களும், கலைச்சொல் தொகுப்புகளும் இரட்டை நன்மைகளைக் கொடுக்கின்றன: i) முதலில், 'ஒரு நூலில் கையாளப் பட்டிருக்கும் மொழியையும்விட, அதன் உள்ளடக்கம்தான் தலையாயது', என்ற உண்மை நமக்குத் தெரியவருகிறது; ii) அதேபோது, அது வட்டார மொழியைச் செழுமைப்படுத்தவும் செய்கிறது: ஆம், ஆங்கிலத்தைப் போல நம்மோடு அனைத்துப் படிநிலைகளிலும் இயக்கத்திலிருக்கும் ஒரு மொழியாக உருவெடுக்கும் திசையில் அதை நகர்த்தவும் முடிகிறது.

'அண்டம்... கோட்பாடுகள்... அசோக் சென்' என்ற இந்த நூல், மிகத் துணிவான ஒரு முயற்சியின் விளைவாகும். நான் மேலே குறித்த மூன்று படிநிலைகளிலும் மிக உயர்ந்து நிற்கும் வண்ணம், இது சிறப்பாகப் படைக்கப்பட்டிருக்கின்றது என்று உறுதியாக என்னால் குறிப்பிட முடிகிறது. மிகவும் ஈர்ப்பான, ஆனால், மிகவும் நுட்பமான ஓர் ஆய்வுத் தளத்தை - அணுக்கரு உட்பகுதி இயல்பியலை - மென்நரம்புக் கோட்பாடு வழியான ஆய்வை - மணிச் சுருக்கத்தில் இந்நூல் கொடுக்கிறது.

அலகாபாத் ஹரிஸ் சந்திரா ஆய்வுக்கூடத்தில் பணிபுரியும் பெருமிதம் மிக்க பேராசிரியர் அசோக் சென் அவர்களின் வாழ்க்கைப் பயணத்தையும் மென்நரம்புக் கோட்பாடு வழியான அவரது இயல்பியல் ஆய்வுக் கண்டுபிடிப்புகள் பற்றிய குறிப்புகளையும் பின்திரையாகக் கொண்டு, இயல்பியலின் அண்மைக்கால அண்டம் பற்றிய ஆய்வுகளைப் பேராசிரியர் பொன்னுசாமி இந்நூலில் அருமையாக விவரித்துள்ளார். தமிழில் எழுதப்பட்டிருந்தாலும், உரிய கலைச்சொற்களின் துணையுடன், தங்குதடையற்ற ஆற்றொழுக்குப் போக்கில் நூல் முழுதும் படரும் அருமை நடை என்னைப் பெருவியப்பில் ஆழ்த்தியுள்ளது.

பேராசிரியர் பொன்னுசாமி, உயிரியல்பியல் (Bio-physics) ஆய்வாளராகவும், இரண்டு உயர் பல்கலைக்கழகங்களின்

(சென்னை, மதுரை) துணைவேந்தராகவும் திறம்படச் செயலாற்றியவர். இந்நூலை ஆக்குவதற்காக அவர் தன் ஆய்வுக்கள மல்லாத 'குவாண்டம் புலக் கோட்பாடு' மற்றும் 'மென்-நரம்புக் கோட்பாடு' ஆகிய கணிதம்சார் ஆய்வுக் களங்களின் பரப்பில் அச்சமின்றி நடைபோடுமளவுக்குத் தன் அறிவைப் பெருக்கிக்கொள்ள அதிக நேரம் எடுத்துக் கொண்டுள்ளதை என்னால் புரிந்துகொள்ள முடிகிறது. அவருடைய இந்தப் புத்தறிவின் கூர்மைதான் அசோக் சென்னின் 'கணித-இயல்பியல் விளிம்பு நிலை', ஆய்வு வெற்றிகளை இப்படி மணிச்சுருக்கத்தில் எளிமையில் படம்பிடித்துக் காட்டத் துணை நின்றுள்ளது.

இந்நூலைப் படைத்ததன் மூலம், 'தம் அறிவியல் முன்னேற் றத்துக்குத் தம் மொழியே ஒரு பெரும் தடையாக இருக்க'த் தவித்துக்கொண்டிருக்கும் நம் தமிழ் இளைய தலைமுறையினருக்கு ஓர் அகண்ட சாளரத்தைத் திறந்துவைத்துள்ளார் பொன்னுசாமி. தற்போது, தன் தாண்டவத்தில் 'டேக்யான் ஒடுக்கம்-உருளல்', 'அண்ட உப்பல்', 'பெரு வெடிப்பு' என்றெல்லாம் அண்ட அதிர்வு அலைகளை ஆய்வறிஞர்களின் சிந்தையில் பரப்பிக் கொண்டிருப்பது கணித-இயல்பியலின் ஓர் அணுகுமுறையான மென்நரம்புக் கோட்பாடு. அதுபற்றித் தெரிந்துகொள்ளவேண்டிய அடிப்படை களையும், அது விளைவிக்கப்போகும் நாளைய வியத்தகு விளைச்சல்களையும் அறிந்துகொள்ள விரும்பும் நம் இளைய மாணவ மாணவியர்களுக்கு இந்நூல் ஒரு வழிகாட்டியாக மட்டு மல்லாமல், தூண்டுகோலாகவும் இருக்கும் என்பதில் எனக்கு பெரு நம்பிக்கை இருக்கிறது. மேலும், நம்மோடு வாழ்ந்துகொண் டிருக்கும் ஒப்பற்ற ஓர் அறிவியல் மேதையான - அசோக் சென் அவர்களைத் தமிழ் இளைய செல்வங்கள் ஒரு முன்மாதிரியாகக் கொண்டு, தம்மையும் நாட்டையும் பெருமைக்கு உள்ளாக்கிக் கொள்ளவும் முடியும்.

இதுபோன்ற அறிவியல் துணைநூல்கள் 'தமிழில் அறிவியல்' என்ற நம்பிக்கையின் நாற்றுகள்!

5. 'பாலில் சர்க்கரை பழுதாகலாமோ?'

சிறிய நூலில் பெரிய விஷயங்கள்!

இந்திரன்

'சிறிய குழந்தைகளும் பெரிய கனவுகள் காண்கிறார்கள்.' இது ருஷ்ய மலையின மக்களின் ஒரு தொட்டிலில் எழுதப்பட்டிருந்த ஒரு வாசகம். இரண்டு பல்கலைக்கழகங்களில் துணைவேந்தராக இருந்த கல்வியாளர் டாக்டர் ப.க.பொன்னுசாமி எழுதிய 14 சிறு கட்டுரைகளின் தொகுப்பான 88 பக்கமுள்ள சின்னஞ் சிறு நூலை வாசித்தபோது, இந்த வாசகம்தான் நினைவில் இடறியது. இச்சிறிய நூலில் நூலாசிரியர் மிகப் பெரிய விஷயங்களை அலசி இருக்கிறார். சர்வதேச அளவில் உயிரியல்பியல் துறையில் அசல் தன்மையோடுகூடிய 80-க்கும் மேற்பட்ட அறிவியல் ஆய்வுக் கட்டுரைகளை எழுதிய அறிவியல் அறிஞர் எப்படி இவ்வளவு எளிமையாக எழுதுகிறார் என்கிற வியப்பு மேலிடுகிறது. துணைவேந்தராகப் பணியாற்றிய ஒருவர், துணைவேந்தர் பதவி பற்றி விமர்சனபூர்வமாக எழுதியிருக்கும் கட்டுரையைப் படித்தாலே இவரது அறிவு நேர்மை நமக்குப் புலப்பட்டுவிடுகிறது.

வளர்ப்புப் பிராணிகள் பற்றிய சுவராஸ்யமான கவனிப்புகள், கல்வியில் தாய்மொழியின் தேவை, நாணயவியல் துறை

இரா.கிருஷ்ணமூர்த்தி, கோவிட்-19, புதிய கல்விக்கொள்கை என்று ஒன்றுக்கொன்று தொடர்பில்லாத சிறுசிறு கட்டுரைகள் மணிமிடை பவளமாக இந்நூலில் அமைந்துள்ளன. கட்டுரைகளில் பொதுவாகக் காணப்படும் விட்டேத்தியாக ஊர் சுற்றும் தன்மை இக்கட்டுரைகளில் இல்லை.

குறிப்பாக பார்சிகள் இந்த தேசத்துக்குள் குஜராத் பகுதியில் நுழைந்தபோது, அவர்களின் வருகை தங்கள் மக்களைப் பாதிக்கும் என்று தடை செய்த மன்னரிடம் பார்சிகளின் தலைவர், ஒரு டம்ளர் பால் கொண்டுவரச் சொல்கிறார். அதில் மூன்று கரண்டி சீனி சர்க்கரை கலக்கிறார். பாலில் சீனி கலந்தவுடன் பால் நிரம்பிக் கொட்டிவிட்டதா என்று கேட்கிறார். மாறாக பாலொடு பாலாகக் கலந்த சீனி பாலுக்குத் தனிச்சுவை கூட்டுகிறது. இதுபோல்தான் பார்சிகளாகிய நாங்கள் பாலில் சர்க்கரைபோல இச்சமூகத்தில் கலந்து, சமூகத்தை மேலும் இனிமையாக்கிவிடுவோம் என்று சமத்காரமாகச் சொல்லி அரசரைச் சம்மதிக்கவைக்கும் வரலாற்றுக் கதையைச் சொல்கிறார். இதுவே இந்நூலின் தலைப்பாகவும் அமைகிறது.

தீபாவளி திருவிழாக் காலத்தில் தனது அருமை மகனை இழந்த - தமிழகமே கேட்டு அதிர்ந்த - சோகத்தப் பற்றி இவர் எழுதுகிறபோது, புத்திரசோகம் அறிவியல் அறிஞரின் மனதையும் எப்படிக் கரைக்கும் என்று அறிய நேர்கிறது. மகனின் இழப்பை மட்டுமின்றி ஆழ்துளைக் கிணற்றில் வீழ நேர்ந்த ஏழைக் குழந்தையின் அவலத்தையும் இவர் எழுதுகிறபோது, இவரது மனிதாபிமானம் தெரிகிறது.

அருமையான கட்டுரைகளைத் தேர்ந்தெடுத்து நூலாக்கிய கனவு வெளியீட்டின் சொந்தக்காரரான சுப்ரபாரதிமணியனை எவ்வளவு பாராட்டினாலும் தகும்.

(அமுதசுரபி, பிப்ரவரி, 2021)

6. கல்வி - அறிவியல் - மக்கள்

சுப்ரபாரதிமணியன்

உடுமலையில் வசிக்கும் முன்னாள் துணைவேந்தர் ப.க.பொன்னுசாமி அவர்களின் சமீபத்திய நூல் இது.

கொரோனா காலத்தில் உலகில் கல்வித்துறை இதுவரை கண்டிராத சிக்கல்களை எதிர்கொண்டு வருகிறது. கல்வி, அறிவியல், பண்பாட்டுக் கழக (யுனஸ்கோ) சமீபத்திய அறிக்கையில் 150 கோடி குழந்தைகளின் கல்வி பாதிக்கப்பட்டிருப்பதாகச் சொல்கிறது. கொரோனா போல் எபோலா நெருக்கடி, ஆப்பிரிக்காவில் இருபத்தைந்தாயிரம் குழந்தைகளின் உயிரை பாதித்தது. குழந்தை களின் பள்ளி இடைநிற்றல் அதிகமானது. இளம் வயதிலே மகப்பேறு என்ற பாதிப்பும் வேறு.

இந்திய அரசின் புதிய கல்விக்கொள்கையின் அமலாக்கம் வேறு இந்த கொரோனா காலத்தில் கடுமையாக மாநிலங்களை, மாநில மொழிகளைப் பாதிக்கிறது. அதன் சாதகபாதகங்களை இந்நூலில் முன்னாள் துணைவேந்தர் பொன்னுசாமியின் கட்டுரை ஒன்று அலசுகிறது. மொழி பற்றிய நாட்டின் அறிவியல்-தொழில்நுட்பத் தொடர் முன்னேற்றம் பற்றிய, 'உங்கள் அச்சங்களெல்லாம் வெறும் பிரம்மைகள் என்று நிருபிக்கும் வண்ணம் புதிய கொள்கையின் நடைமுறை விவரங்கள் வெளி வந்தால் மகிழலாம்' என்று நேர்மறையான நம்பிக்கைகளை இதில் விதைத்திருக்கிறார்.

எதிர்காலம் மிகவும் சவாலாக இருக்கப்போகும் நிலையில், கல்வி நிலையங்கள் கொள்ளவிருக்கிற சீர்திருத்தங்கள், அது வசதி படைத்தவர்களுக்கானதாக இல்லாமல் எல்லோருக்குமான அறிவியல் பூர்வமானதாகவும் மக்களுக்கான கல்வியாகவும் இருக்கவேண்டிய விருப்பங்களையும் இக்கட்டுரைகளில் தெரியப்படுத்தியிருக்கிறார். அறிவியல் சார்ந்த இவரின் எண்ணங்கள் மக்களுக்கானதாகவே இருக்கிறது.

கல்வித்துறை, அறிவியல்துறை சார்ந்த குறிப்பிடத்தக்க கொங்கு நாட்டைச் சார்ந்த சிலரின் ஆளுமைகள் பற்றிய சித்திரங்கள் சிறப்பானவை. அவற்றில் அமரர்கள் நல்லமுத்துக் கவுண்டர்., நா.மகாலிங்கம், சத்தியநாதன் பற்றியவை முக்கியமானவை. நல்லமுத்துக் கவுண்டர் அவர்களுக்கு பணம் சேர்க்கும் ஆசையில் இப்படி ஒரு கல்லூரியா என்று வியக்கும் உறவுகள். சத்யநாதனின் இரங்கல் கட்டுரை, மேடையில் உறவுகளைப் பக்கத்தில் வைத்துக் கொண்டு ஆறுதலாய் உரையாடும் பாணி கவனத்திற்குரியது.

ஆளுமை என்ற வகையில் நாணயவியல் கிருஷ்ணமூர்த்தி பற்றிய கட்டுரை, பல சுவாரஸ்யமான தகவல்களைக் கொண்டிருக்கிறது.

நமது கல்விச்சாலைகள் இந்த உணர்வின் ஊற்றுக்கண்களாக, பாடங்களாக, பால் சர்க்கரை சேர்ப்பின் சுவையைக் காட்டுவதாக இருக்கட்டும் என்ற அவரின் எண்ணங்கள் உயர்ந்தவை.

பல்கலைக்கழகங்களில் உயராட்சி அமைப்பு, துணைவேந்தர் நியமனத்தில் இருக்கும் குளறுபடிகள், லஞ்சம் போன்றவற்றைச் சரியாகச் சொல்லும் கட்டுரை தினசரியொன்றில் வந்தபோது நல்ல வரவேற்பு பெற்றிருந்தது. அறிவியல் சாதனைகள் குறைந்து போயிருப்பதும் தரமற்ற ஆசிரியர்கள் நுழையக்கூடாத வழிகள் பற்றிய கருத்துக்கள் கவனத்திற்குரியவை.

வீட்டு வளர்ப்புப் பிராணிகள் பற்றிய அனுபவச் சித்திரங்களில் பல நல்ல சிறுகதைகள் அடங்கியுள்ளன.

புதுக் கல்விக்கொள்கையில் தாய்மொழி முக்கியத்துவம் பற்றிய பல கேள்விகள் உள்ளன.

சிறுபான்மை இனத்தைப் பெரும்பான்மையினம் சர்க்கரை என்று உவந்து ஏற்ற பூமியல்லவா நாம் வாழும் நாடு, என்று ஒரு கட்டுரை ஆரம்பிக்கிறது. நாட்டின் எல்லா மொழிகளையும் கொண்டாட வேண்டும். குறிப்பிட்ட ஓரிரு மொழிகளைக் கொண்டாடுவதன் மூலம் ஒரு நாடு, மக்கள், ஒரு பண்பாடு, ஒரு மொழி என்ற தவறான சித்தாந்தம் பன்முகத் தன்மையை குலைத்து, ஒருமுகத் தன்மையைப் புகுத்தும் செயல்கள் இந்தியச் சமூகத்திற்கு தீங்கு விளைவிப்பவை.

கொரோனா நோய் சார்ந்த எண்ணங்களும் அதில் தனிப்பட்ட அனுபவக்கருத்துக்களும் சுவையானவை.

இரண்டு தீபாவளிக் கட்டுரையில்1996 தீபாவளி சமயத்தில் நாவரசன் மரணம், 2019-இல் சுஜீத்தின் ஆழ்துளைக் கிணறு சாவு - இரண்டையும் சொல்கையில் ரணங்கள்கிளறி ஏற்படும் சோகம் அளப்பரியது.

ஒரு கல்வியாளரின் அறிவியல் பார்வையுடனான மக்கள் மையப் பார்வையைப் பற்றிய பல கருத்துக்களை இக்கட்டுரைகளில் காண முடிகிறது.

7. ஞானசம்பந்தர் பாடல்களில் தாள இசைக் கூறுகள்

நூல் சுருக்கம்

இசைக்கலை புறவுலகை முன்வைக்காமல் கண்ணுக்குப் புலப்படாத, உள்ளுணர்வுலகின் படிமத்தை முழுமையான ஒழுங்கோடு வெளிப்படுத்துவது. முத்தமிழில் இசைப் பரிமாணம் தன் சீரிய இலக்கணக்கட்டால் தனிச்சிறப்புடன் திகழ்வதாகும். இசைக்கு ஒழுங்கின் தேவை அதிகம். அந்த ஒழுங்கு, பாட்டிலக் கணத்திலிருந்து தொடங்கியது என்பது சான்றோர் கருத்து. பண்டு தொட்டு தமிழ்ப் புலவர்கள் பாவினங்களில் சிறப்பானவையென்று ஆசிரியப்பா, வெண்பா, கலிப்பா, கட்டளைக்கலித்துறை என்ற நான்கையும் போற்றினர். ஞானசம்பந்தர் இவற்றுள் வெண்பா தவிர்ந்த பாவினங்களில் 383 - பதிகங்களில் - 4158 பாடல்களை இயற்றியுள்ளார். ஒருசீர் தொட்டுப் பன்னிரு சீர்வரை வரிகள் கொண்டவையாக அவருடைய பாடல்கள் அமைந்துள்ளன. எளிமையாக, ஓரடியை நான்குமுறை வைத்து, ஒவ்வொரு முறைக்கும் தனிப்பொருள் நிற்கப் பாடி, அதை 'ஏகபாதம்' என்றார். ஈரடிப் பாடலில் நான்கு எதுகைகளை இறுக்கி வைத்து, அதைத் 'திருஇருக்குக்குறள்' என்றார். நான்கடிகளில், இரண்டும் நான்கும் முக்காலடிகளாய் எழுதி, அதைத் 'திருமுக்கால்' என்றார். இப்படி

அவர் படைத்த புதுப் பாவினங்கள் திருவிராகம், திருஇருக்குக்குறள், ஈரடி மேல் வைப்பு, எழுகூற்றிருக்கை, ஏகபாதம். கூடசதுக்கம், கொம்பிலாப் பாட்டு, கோமூத்திரி, சக்கரமாற்று, தாளச்சதி, நாலடி மேல்வைப்பு மாலைமாற்று, திருமுக்கால், மொழிமாற்று, யமகம், யாழ்முரி, வழிமொழித் திருவிராகம் - என்பனவாகும். இத்தனை எழில் வடிவப் படகுகளைத் தமிழிசை வெள்ளத் தாளக்கதியுடன் ஓடவிட்டு, அவை ஒன்றிலும் தானே பயணித்துக் கரைசேர்ந்தவர் சம்பந்தர்.

தளை, சீர், அடி, மோனை, எதுகை என்ற பாட்டிலக்கணத்தின் இயற்கூறுகள் இணைந்து பிணைந்து ஒலியாய் இயையும்போது, இசைக்கன்னி தன் எழில் நடனத்துக்காகப் பண் வடிவில் முன் வருகிறாள். 'தாளம்' என்பது கால அளவு; 'நிறம்' அல்லது சுவை யூட்டும் ஒலிச்சேர்க்கை இராகம்; அது, பாட்டோடு இசையை இசைத்துப் பாடும் பாங்கு. தாளத்தின் பணியைத் தக்கதாக்கித் தமிழிசையின் சிறப்பைப் பளிச்சிட வைத்தார் சம்பந்தர். தான் சமைத்த அத்தனை புதுவகைப் பாக்களிலும், தாளத்தைப் புதுப்புது வகைகளில் நடைபோட விட்டுப் பொலிவு கூட்டினார்.

பேராசிரியர் வீ.ப.கா. சுந்தரம் தமிழிசை ஆய்வுச் செம்மலாய்த் திகழ்ந்தவர். தமிழிசை நூல்களையும், தமிழிசைக் கலைக்களஞ்சியத்தையும் (நான்கு தொகுப்புகள்) படைத்தவர். அவர் கலைக்களஞ்சியப் பணியைப் பாரதிதாசன் பல்கலைக்கழகத்தில் தொடங்கிய காலத்தில், கட்டுரையாசிரியர் இல்லம் வந்து உடனமர்ந்து பல நாட்கள் கஞ்சிரா தட்டி தாளக் கணக்குகளைப் போட்டு விளக்கங்கள் சொல்லி மகிழ்வித்தார். அந்தக் கணக்குகளின் சுருக்கத்தை இக்கட்டுரை விளக்குகிறது.

ஒன்றிலிருந்து ஏழுவரை எண்களையெடுத்து, அவற்றிலிருந்து பெறும் '1 + 2 = 3' போன்று கூட்டுத்தொகை ஒற்றைப் படையாக வரும் கூட்டல்கள் வகையையும், '2 + 2 = 4' போன்று கூட்டுத் தொகை இரட்டைப்படையாக வரும் கூட்டல்கள் வகையையும் பயன்படுத்தி 'சாய்ப்புமுறை', 'மட்டமுறை', என்ற இரண்டு வகை

அமைப்புகள் சுட்டப்படுகின்றன. சாய்ப்புமுறையில் பெறக்கூடிய மூன்றன்-சாய்ப்பு, ஐந்தன்-சாய்ப்பு, ஏழன்-சாய்ப்பு என்ற சாய்ப்பு முறைகளும், நாலன்-மட்டம், ஆறன்- மட்டம், எட்டன்-மட்டம் என்ற மட்டமுறைகளும் சுட்டப்பட்டுள்ளன. முடிவில் 'மூன்றன்-சாய்ப்பு, நாலன்-மட்டம், ஐந்தன்-சாய்ப்பு, ஆறன்-மட்டம், ஏழன்-சாய்ப்பு என்ற ஐந்து கூட்டல்கள் மட்டுமே அடிப்படையானவை' என்றும், 'மற்ற கூட்டல்கள் இந்த அடிப்படை ஐந்தின் கூட்டல் அல்லது பெருக்கல்' என்றும் விளக்கப்படுகிறது.

மேற்குறிப்பிட்ட கணக்கியலின் அடிப்படையில் தமிழிசை வல்லுநர்கள் முதல் 7 வரையான எண்களைத் தனித்தனி கால அளவுகளாகக் கொண்டு, அவற்றின் மட்ட, சாய்ப்பு முறைக் கூட்டல்களால் உருவாகும் மட்டத் தாளங்களையும், சாய்ப்புத் தாளங்களையும் பண்டைக் காலம் தொட்டு பயன்படுத்தி வந்தனர். அவற்றுள், மூன்றன்-சாய்ப்பும், நாலன்-மட்டமும், ஐந்தன்-சாய்ப்பும், ஆறன்-மட்டமும், ஏழன்-சாய்ப்பும் அடிப்படைத் தாளங்களாக அமைந்து, ஏனைத் தாளங்கள் பிறக்க உதவின. ஞானசம்பந்தர் இந்த ஐந்து அடிப்படைத் தாளங்களிலும், அவற்றின் இயல்பான கூட்டல், பெருக்கலில் உருவாகும் ஏனைய தாளங்களிலும் பாடல்கள் எழுதியதோடு,

'$1 + 1.5 = 2.5$', '$1.5 + 2 = 3.5$', '$2 + 2.5 = 4.5$', '$2.5 + 3 = 5.5$', '$3 + 3.5 = 6.5$', மற்றும் '$3.5 + 4 = 7.5$' என்றவாறு வேறுபல இணைவு முறைகளிலும் புதுவகைத் தாள நடைகளைப் புகுத்தித் தமிழிசையை வளப்படுத்தினார்.

ஒரு குறில் எழுத்தை உச்சரிக்க எடுத்துக்கொள்ளும் நேரமான ஒரு கைநொடிப் பொழுதை அல்லது ஒரு கண்ணிமைப் பொழுதை 'கால் அளவு (0.25)' எனக் கொள்ளலாம். அப்போது, 'தகதின' என்ற நாற்குறில் சொல்லை ஒலிக்கத் தேவையான நேரம், $0.25 + 0.25 + 0.25 + 0.25 = $ '1 கால அளவு' என்றாகும். இசைக் கணக்கில் நாம் மேற்குறித்த $1, 2, 3,…$ என்ற எண்கள் முறையே, நான்கு குறில் நேரம், எட்டுக் குறில் நேரம், பன்னிரண்டு குறில் நேரம்… என்றாகும்.

சம்பந்தர் புகுத்தியவை: மூன்றன்-சாய்ப்புத் தாள நடை ('தகிட திமித'), நாலன்-மட்டத் தாள (நடை 'தகதின தகதின'), ஐந்தன்- சாய்ப்புத் தாளநடை ('தகதகிட தகதகிட'), ஆறன். மட்டத் தாள நடை ('தகதினதிமி தகதினதிமி'), ஏழன்- சாய்ப்புத் தாள நடை ('தகிட தகதிமி தகிட தகதிமி'), ஐந்தன்- சாய்ப்பிலிருந்து கிடைக்கும் இரண்டு மாற்று நடைகளான ('தகிடதக', 'தகதகிட தகிடதக') என்னும் புதிய தாள நடைகளையும் மற்றும் சாய்ப்பிலிருந்து கிடைக்கும் ('தகதிமி தகிட', 'தகதிமி தகிட தகிடதக திமி') என்னும் இரண்டு புதிய தாள நடைகள்.

மேற்குறித்த அனைத்துத் தாள நடைகளும் சம்பந்தர் பாடல் களைச் சான்றாகக் கொண்டு கட்டுரையில் விளக்கப்பட்டுள்ளன.

இக்குறிப்புகளிலிருந்து சம்பந்தரின் கணிதக்கட்டுத் தாள இசைக் கூறுகள், தமிழிசையின் 'முழுமைக்கும் ஒழுங்குக்கும்' செவ்விய கணினிப் பரிமாணம் கொடுக்கும் முயற்சிகளுக்குத் துணை நிற்கும் பாங்கை நம்மால் அறிய முடிகிறது.

(அமெரிக்காவில் சிக்காகோ நகரில் நடந்த 10ஆவது உலகத் தமிழ் ஆராய்ச்சி மாநாட்டில் மொழிந்தது. பிறகு, என்.சி.பி .எச்.-இன் சிறுநூலாக வெளிவந்தது.)

8. நான்தான் கொவிட்-19

அறிமுகம்

'கொவிட்-19' நோய்க்கு எப்போது மருந்து கண்டுபிடிக்கப்படும்?' என்பதுதான் மனித இனத்தின் இன்றைய ஒரே கேள்வி. 'மருந்துகள் கண்டுபிடிக்கப்படும் வரை, தனி மனிதத் தற்காப்பு முயற்சிகள் மட்டுமே அதன் பரவலைக் கட்டுப்படுத்தும்' என்ற உண்மையை அழுத்தமாக முன் வைத்து, கொவிட்-19 பற்றிய அரிய அறிவியல் உண்மைகளைத் திரட்டி, ஆய்ந்து, முழுமையான, அறிவியல் அடிப்படையிலான, யாவரும் எளிதில் புரிந்து கொள்ளும் வகையில் - இச்சிறு நூல் அமைந்துள்ளது.

கொவிட்-19 நோயிலிருந்து மட்டுமல்ல, அதுபோன்று எதிர் காலத்தில் தோன்றக்கூடிய புதிய கொடிய தொற்று நோய்களி லிருந்தும் நாம் தப்பிப்பதற்கு இந்நூல் விவரிக்கும் வழிமுறைகள் பயன்படும். பள்ளியில் நாம் உயிரியல் பயின்ற நிலையிலேயே, இந்நூல் விவரிக்கும் கொவிட்-19 பற்றிய அறிவியல் பார்வையை நாம் படித்துப் புரிந்துகொள்ள முடியும்.

கொவிட்-19 பற்றிய கேள்விகளுக்கு விடைகள்

க.வேலுத்தம்பி

2021ஆம் ஆண்டில் நாம் அடியெடுத்து வைத்தபோது, யாரும் எதிர்பார்த்திராத 'கொவிட்-19' என்ற கொடிய நோய் குறுகிய கால இடைவெளியில் உலகமெங்கும் பரவிப் பல லட்சம் இன்னுயிர்களைப் பறித்துவிட்டது. இப்போது, மனித இனம் ஒரு வகையான அச்சத்தில் உறைந்திருக்கிறது. இதிலிருந்து அது எவ்வாறு மீளப்போகிறது? கொவிட்-19 பற்றிய தெளிவான அறிவியல் புரிதல்தான் மீள்வதற்கு வழிவகுக்கும்.

தொலைக்காட்சி, வலைதளம் மற்றும் செய்தித்தாள் விவரங்கள் தொடர்ச்சியுடனும், நம்பிக்கைத் தன்மையுடனும், முழுமையாகவும், அறிவியல் அடிப்படையுடனும் அமைவதில்லை. அறிவியல் அறிஞர்கள் எவரேனும் கொவிட்-19 பற்றிய அறிவியல்

உண்மைகளைத் திரட்டி, ஆய்ந்து, முழுமையான, அறிவியல் அடிப்படையிலான, அனைவரும் எளிதில் புரிந்துகொள்ளும் வகையில் - ஒரு நல்ல புத்தகம் வெளியிட்டால் பயனாய் இருக்கும் என்பது அனைவரது எதிர்பார்ப்பாகும். பேராசிரியர் ப.க.பொன்னுசாமி அவர்கள் எழுதியுள்ள 'நான்தான் கொவிட்-19' என்ற குறுநூல் நமது எதிர்பார்ப்பை நிறைவு செய்திருக்கிறது.

ஆசிரியர், தனது நீண்ட கால இயல்பியல், உயிரியல் பட்டறிவைக் கொண்டு, அவருக்கே உரிய எளிய தமிழில், கொவிட்-19 பற்றிய அறிவியல் உண்மைகளையும், அதன் பன்முகத் தாக்கத்தையும், அதை நாம் எவ்வாறு எதிர்கொள்ள வேண்டும் என்பதையும் தன் குறுநூலில், நமது ஆர்வத்தைத் தூண்டும் வண்ணம் விவரிக்கிறார். நுண்ணுயிரியல், மூலக்கூறு உயிரியல், புரதவடிவமைப்பு, நோய் தற்காப்புத் திறன் - என்பவற்றைத் தமிழில் விவரிப்பது எளிதில்லை. 'நான்தான் கொவிட்-19' குறுநூல் மிகவும் நேர்த்தியாக, எளிய தமிழ் நடையில் அனைவரின் ஆர்வத்தையும் தூண்டும் வகையில் கொரோனா வைரஸ் நோய்களைப் பற்றிய முழுமையான செய்திகளையும் நமக்குத் தருகிறது. பள்ளியில் நாம் உயிரியல் பயின்ற நிலையிலேயே, இந்நூலின் வாயிலாக கொவிட்-19 பற்றிய அனைத்து விவரங்களையும் அறிந்துகொள்ள முடியும்.

ஓர் உயிரியின் வடிவம், அமைப்பு, செயல்கள் - அனைத்தையும் அதன் மரபணுக்கள் (Genes) நிர்ணயிக்கின்றன. இக்கோட்பாடு சார்சுகொவி-2 வைரசுக்கும் பொருந்தும். மரபணுக்கள் ஓர் உயிரின் கரு-அமில மூலக்கூறின் கார (நியூக்கிளியோடைடு) வரிசைகள் அவ்வுயிரியின் புரதங்கள் எவ்வளவு நீளமாக, எந்த வரிசையில் இருக்க வேண்டும் என்பதை முடிவு செய்கின்றன. இந்தத் தொடர்பினை மிகவும் நேர்த்தியாக விவரிக்கும் இந்நூல், சார்சு கொவி-2 வைரசின் கரு-அமில மூலக்கூறு பற்றியும், அது மனிதச் செல்லில் உருவாக்கும் புரத மூலக்கூறுகள் பற்றியும் தெளிவாகப் புரிந்துகொள்ள உதவுகிறது. ஒரு புரதம் எத்தகைய உயிரிக்குத் தேவையான வினையாற்றல்களைச் செய்யும் அல்லது எவ்வகை மூலக்கூறுகளுடன் பிணைந்து செயலாற்றும் என்பதை

அப்புரதத்தின் முப்படிக் கட்டமைப்பு முடிவு செய்கிறது. இந்த முக்கியப் பகுதிகள் இந்நூலில் தெளிவாகச் சொல்லப்பட்டுள்ளன.

கொவிட்-19 போன்ற நோயைப் பற்றி படிக்கும்போது, நமது நோய்த்தடுப்பு அமைப்பு (Immune System), நோய் உண்டாக்கும் நுண்ணுயிரிகளை எவ்வாறு இனம் கண்டு அவற்றைச் சிதைக்கின்றன என்பதை அறிவது தேவையாகும். ஒரு நுண்ணியிரியின் மேற் பரப்பில் இருக்கும் 'நோயூக்கி' (Antigen) எவ்வாறு நமது நோய்த் தடுப்பு அமைப்பினால் அறியப்படுகிறது என்பதும், நமது வெள்ளை இரத்த செல்கள் உருவாக்கும் எதிர் புரதங்கள் (Antibodies) எவ்வாறு நுண்ணுயிரிகளைச் சிதைக்கின்றன என்பதும் இந்நூல் பகுதியில் விரிவாகச் சொல்லப்பட்டுள்ளது.

நமது நோய்த்தடுப்பு அமைப்புக்கு, எந்த நோய்க்கு எந்த எதிர் புரதம் பொருந்தும் என்பதை நினைவில் வைத்திருக்கும் வல்லமையுள்ளது. எனவே, ஒரு நுண்ணுயிரி மீண்டும் நம்மைத் தாக்கும்போது, உடனடியாகப் பொருத்தமான எதிர் புரதத்தைப் பெருமளவில் உற்பத்தி செய்து, நுண்ணுயிரிகளைச் சிதைத்து, நோயிலிருந்து நம்மைக் காத்துக்கொள்ள முடியும். இதன் அடிப்படையில்தான் Vaccination எனப்படும் நோய்-முன்-காப்பு முறை பல நோய்களைத் தடுக்கப் பயன்படுகிறது. இத்தகைய நோய்-முன்-காப்பு முறையால் கொவிட்-19-ஐ கட்டுப்படுத்த முடியுமா? இந்தக் கேள்விக்கு சரியான விடையைப் பின் பகுதிகளில் இந்நூல் விவரிக்கிறது.

வேறு பல முக்கிய நோய்களும், அந்நோய்களை விளைவிக்கும் நுண்ணியிரிகளும் விவரிக்கப்பட்டுள்ளன. உயிரற்ற பொருள்கள் போலிருக்கும் வைரசுகள் எவ்வாறு நம் உடலுக்குள் புகுந்து, நம் செல்கள் உருவாக்கும் சில புரதங்களைப் பயன்படுத்தி, இனப்பெருக்கம் அடைந்து, நோயை உண்டாக்குகின்றன என்பது விரிவாக சொல்லப்பட்டுள்ளது. 'வைரசுகளின் கரு-மூலக்கூறுகள் எவ்வாறு மரபுமாற்றம் (Mutation) பெறுகின்றன?' 'மரபு மாற்றங்கள் எவ்வாறு வைரசு மேற்பரப்புப் புரத வடிவை மாற்றி, நோயின்

தன்மையை மாற்றுகின்றன?', அவ்வகை மரபுமாற்றங்கள் நோய்-முன்-காப்பு மருந்து (Vaccination) கண்டுபிடிப்புகளை எவ்வாறு பாதிக்கின்றன?' என்பது போன்ற பல முக்கியக் கேள்விகள் இந்நூலில் விரிவாக ஆய்வு செய்யப்பட்டுள்ளன.

கொரோனா வைரசு எவ்வாறு 1965-இல் கண்டுபிடிக்கப்பட்டது என்ற விவரங்கள் அனைவரின் ஆர்வத்தைத் தூண்டும் வகையில் சொல்லப்பட்டுள்ளன. கொரோனா வைரசின் கிரீட அமைப்புக்குக் காரணியான spike protein-க்குப் 'புடைப்புப் புரதம்' என்ற பெயர் இந்நூலில் கொடுக்கப்படுகிறது. வைரஸின் புடைப்புப் புரதம் ஒரு 'நீட்டும் கரமாகவும்', நமது செல்களில் உள்ள ACE2 என்னும் புரதம் ஒரு 'பற்றும் கரமாகவும்' செயற்பட்டு சார்சு கொவி-2 எவ்வாறு மனிதச் செல்களுக்குள் நுழைகிறது என்பது படத்துடன் மிக அழகாக விவரிக்கப்படுகிறது.

கொவிட்-19-க்கு எப்போது மருந்து கண்டுபிடிக்கப்படும் என்பது நம் அனைவரின் கேள்வி. 'வைரஸின் புடைப்புப் புரதமும், நம் செல்களின் ACE2-வும் பிணைவதைத் தடுக்கும் மூலக் கூறுகளை ஆய்வு மூலம் கண்டறிவதுதான் கொவிட்-19-க்கு மருந்து கண்டுபிடிப்பதற்கான சீரிய முறை' என்று இந்நூல் விவரிக்கிறது.

கொவிட்டு-19-க்கான நோய்-முன்தடுப்பு (vaccination) மருந்தை நோக்கிப் பன்முக ஆய்வுகள் உலகெங்கும் நடைபெறுகின்றன. அவை கண்டுபிடிக்கப்படும் வரையில் அறிவியல் அடிப்படையில் நாம் எவ்வகையான தற்காப்பு முறைகளைக் கையாள வேண்டும், என்று இந்நூலின் இறுதிப் பகுதியில் விரிவாகச் சொல்லப்பட்டுள்ளது.

இந்நூலைப் படித்து முடிக்கும்போது, கொவிட்-19 பற்றிய எண்ணற்ற கேள்விகளுக்கு விடைகிடைத்த மகிழ்ச்சி ஏற்படுகிறது. அறிவியல் அடிப்படையில் கொவிட்-19-ஐ எதிர் கொண்டு வெற்றியடைய இந்நூலில் உள்ள அறிவியல் விளக்கங்கள் மிகவும் பயன்படும்.

(ஜூலை 10, 2020)

நூலிலிருந்து...

'கொவிட்-19 பற்றிய அரசுகளின் கட்டுப்பாடு முயற்சிகள் உச்ச அளவுக்கு வந்துவிட்டதால், புதிய கடின முயற்சிகள் பெரும் பொருளாதாரச் சீரழிவை ஏற்படுத்திவிடும் என்றும் அஞ்ச வேண்டியிருக்கிறது. ஆகவே, இந்தக் கொடும் வைரசின் தொற்றுப் பரவல் கட்டுக்குள் வரும் வரையும், ஏன் அதற்குப் பின்னும் கூட, பொதுமக்கள் தம்மை, 'நம்மை நாமேதான் காத்துக்கொள்ள வேண்டும்' என்ற பொறுப்புணர்வுடன் இருந்துகொள்ள வேண்டும்.

தொற்றுப்பெற்ற ஒருவரிடம் போய் நாம், 'நீங்கள் கடந்த இரண்டு நாட்களில் யாருடனெல்லாம் அருகில் இருந்தீர்கள்?' என்று கேட்டால், அவரால் சரியான பதிலைச் சொல்ல முடியும். ஆனால், பதினைந்து நாட்கள் கழித்து அந்தக் கேள்வியை அவரிடம் கேட்டால், ஒரு தோராயமான பதிலைத்தான் தருவார். அவர் கொடுக்கும் எண்ணிக்கை பெரும்பாலும் தவறாயிருக்கும்.

தற்போதைய சூழ்நிலையில், 'ஒரு நோயாளி மூன்று பேருக்குத் தொற்றைக் கொடுக்க முடியும்' என்று சில ஆய்வுகள் தெரிவிக்கின்றன. (இது கூடவும் இருக்கலாம்). பதினைந்து நாட்களுக்குப் பிறகு ஒரு நோயாளி தரும் தவறான பதிலில் - அவர் கணக்கில் விட்டுவிட்ட ஒவ்வொரு நோயாளியும் மூன்று-மூன்று பேர்களுக்கென்று தொற்றைக் கொடுத்திருப்பார்கள்! இந்த நோக்கில், பதினைந்து நாட்களுக்கும் மேல் தொற்றின் அறிகுறியே தெரியாத, பெரிய எண்ணிக்கையில் இருக்கும் மக்கள் எத்தனை பேருக்கு தொற்றைக் கொடுத்துக்கொண்டிருப்பார்கள்? இக்காரணத்தால்தான், தொற்றுப் பரவுதல் பற்றிய எந்த முன்கணிப்பையும் கருத்தில் கொண்டு, புதிய தடுப்பு முயற்சிகளில் ஆய்வாளர்கள் சரியான முடிவுகளைச் சொல்ல முடிவதில்லை. எனவேதான், தொற்றுப் பரவல் முழுவதுமாகக் கட்டுக்குள் வரும்வரை, உரிய கட்டுப்பாடுகள் கொடுக்கும் நன்மைகளை முழுதும் உணர்ந்துகொண்டு, தனி மனிதத்தற்காப்புச் செயல்களைக் கடைப்பிடிக்க வேண்டியது உயிர் பிழைத்திருக்க மிகத் தேவையாகிறது. (தினமலர் தாமரை பதிப்பகத்தின் சிறுநூலாக வெளிவந்தது.)

9. நூற்றாண்டுத் தமிழ்

புத்துலகப் படைப்பு!

தமிழண்ணல்

பண்பட்ட கல்வியாளர் பொன்னுசாமி என்பதை அவர்தம் எழுத்துக்களிலிருந்து அறிகிறோம். 'நிமிர்ந்த நன்னடையும், நேர் கொண்ட பார்வையும் (Proper Perspective) உள்ள கல்வியாளர்களே இல்லையோ?' என வருந்தும் எம்போல்வார்க்கு இவர் 'பெருமலை விடாகத்துக் கிடைத்த அரு நெல்லிக்கனி!'

இவர்தம் மூன்று நூல்களை அண்மையில் யான் படித்தேன். எந்தக் கட்டுரையையும் இடையில் நிறுத்தவில்லை. அடுத்துச் சொல்லப்போகும் செய்தியை அறிய, ஒவ்வொரு பக்கமும் பத்தியும் என்னைத் தூண்டின. சிந்தனைகளை எழுத்தாக்கும்போது இவர் 'சிம்புட் பறவையாய்ச் சிறகை விரிக்கின்றார்!' அத்திசைகளில் மேலும் படிக்க வேண்டுமென நம்மைத்தூண்டுகிறார்.

தமிழகத்தில் இருபெரும் பல்கலைக்கழகங்களின் துணைவேந்தர் ஆன பட்டறிவினால், இவர் உயர்கல்வியில் தொடர்புடையவர்களைச் சிந்திக்கத் தூண்டுகிறார். 'அறிவியலைத் தமிழில் கற்பிக்க வேண்டும். அதனை உலகிற்குச் சொல்ல ஆங்கிலம் வேண்டும்' என்கிறார்.

இரண்டு மொழிகளையும் பழுதறக் கற்க, கற்பிக்க இவர் கூறும் நெறிமுறைகள், ஒருநாள் நிறைவேறியே தீரும்.

பிறர் கண்டவற்றிலும் அவர்கள் காணாத ஒன்றை இவர் கண்டு கூறுவதால், இவர் ஓர் 'எழுத்துக் கலைஞரே!' இவர் எழுதிப் போகும் முறை ஈர்ப்பாற்றலுடையது. இஃது உண்மை. வெறும் புகழ்ச்சியன்று!

இப்போது இவர் தரும் 27 கட்டுரைகளும் அறிவியல் சிற்பி ஒருவர் தம் சொல்திறன் கொண்டு செதுக்கிய இலக்கியக் கலைச் சிற்பங்களாகுமெனில் மிகையாகாது. இந்

'நூற்றாண்டுத் தமிழ்',
இளையோர்க்கு எழுச்சி தரும்
புத்துலகப் படைப்பு!
இவரெழுத்தில் இருப்பதெலாம்
புதுப் பார்வைத் துடிப்பு!

10. வளரும் அறிவியல் வாழும் இலக்கியம்

உலகறிந்த விற்பன்னர்!

சிற்பி பாலசுப்ரமணியம்

* அறிவியல் தோரணவாயில், இலக்கியக் கோயில்! உயிரி யற்பியல் துறையில் உலகறிந்த விற்பன்னர்!
* விஞ்ஞான விருதுகள் பலவற்றை விருந்தாக்கிக் கொண்டவர்!

ப. க. பொன்னுசாமியின் படைப்புலகம்

* சென்னை, நியூயார்க் கார்னல்-மிக்சிகன் பல்கலைக்கழகங்களில் ஆய்வுகள் செய்து புகழ் பெற்றவர்!
* பாரதிதாசன் பல்கலைக்கழக இயற்பியல் துறையில் இன்றைய தலைவர், அறிவியல் புல முன்னவர்!
* அறிவியலும் இலக்கியமும் இவருக்கு சுட்டும் விழிச்சுடர் - சூரிய சந்திரர்!
* முற்றும் அறிவியலில் முழுகி முத்தெடுக்கும் இலக்கிய வாதி!
* முத்தமிழின் இலக்கியத்தை முறைப்படுத்தி நெஞ்சில் சிறைப்படுத்தும் அறிவியல் அறிஞர்!
* ஆராய்ச்சி இவருக்குக் கனியிடை ஏறிய சுளை! இலக்கிய நுகர்ச்சி பனிமலர் ஊறிய தேன்!
* அறிவியல் தமிழ் இவரது நெறி! தமிழில் அறிவியல் இவரது குறி!
* ஆன்மீக முந்தையர் உதிர்த்த மணிகளும் அறிவியல் சிந்தையில் முதிர்ந்த இவர் கட்டுரைகளில் பின்னிப் பிணைவது வியப்பு!
* நாவுக்கரசர் நற்றமிழ், ஞானசம்பந்தர் இசைத் தமிழ் வடலூரார் வாழ்வியல், பாரதியின் படைப்பியல் பாவேந்தரின் தனித்துவம் அனைத்தும் இந்நூல் தரும் பொக்கிஷம்!
* அறிவியலோடு பிற இயல் நெருக்கம், இரண்டு விஞ்ஞான இராமர்கள் ஆய்வின் சுருக்கம் இவையும் இந்நூலின் கருத்துப் பக்குவம்!
* வளரும் அறிவியலுக்கு இந்நூல் தோரண வாயில்! வாழும் இலக்கியத்துக்கு நிர்மித்த கோயில்!

11. 'The Songs of the Universe'
Amazing Midscape

Parasuram Ramamoorthi

I am amazed by the mindscape of Prof. P. K. Ponnuswamy revealed through the ten essays in the volume, called Songs of the Universe. What a pleasure to enter into the mind of this scientist who has an abundant passion for Literature! I think we cannot pigeonhole PKP. He is a scientist, writer, poet, a social activist, an administrator, and this book threads these facets into a gardenseque landscape.

There is the precision of thought, like a mathematical formula, as well as the flowing speech of an orator in many of these essays, whose themes focus on Science and Literature. Like C.P. Snow's Two Cultures, the book is a rainbow of joy. There is a pleasure in watching Swami Vivekananda, Vallalar, Clerk Maxwell, Einstein and many other great minds shaping the Human Race. The volume in a sense could be clubbed with the series of books called Thus Spake, which sings the songs of Mankind – joys, sorrows, aspirations, dreams and failures of Man. What is Literature if it does not address the problems of society? A right question that every thinker has to answer and we find many answers to that questions in the essay.

In a lucid style with the exactness of a physicist Prof.Ponnuswamy leads us into a dialogue, as in his earlier books, on many issues that the young minds would love to debate. He invites the readers : 'Come , join me; let us talk about science, nature, love and literature. Very difficult to refuse PKP's invitation.

12. உயர்கல்வி உயர

கல்வி உலகம் காணும் திருப்புமுனை

ச. மெய்யப்பன்

இந்திய நாட்டில் பல்கலைக்கழகக் கல்வி பற்றிய சிந்தனைகள் அண்மைக் காலத்தில்தான் முக்கியத்துவம் பெறுகின்றன. விடுதலைக்குப்பின் பல்கலைக்கழகங்களின் எண்ணிக்கை பெருகிற்று. அவை சிலவாக இருந்தபோது தனித்து முடிவு எடுக்க வாய்ப்பு இருந்தது. சிக்கல்களுக்குத் தீர்வுகளும் எளிதில், விரைவில் கிடைத்தன. அண்மைக் காலத்தில் ஒவ்வொரு பல்கலைக்கழகத்திற்கும் தனித்தன்மை வேண்டும் என்றும் உயர் கல்வியில் ஆராய்ச்சிக்கே முதன்மை கொடுக்க வேண்டும் என்றும்

எழும் கருத்து சிறப்பிடம் பெறுகிறது. பல்கலைக்கழகங்கள் தாழ்வுற்று நெறிதவறி நடக்கும் நிலையினைப் பேராசிரியர் பொன்னுசாமி அவர்கள் துணிவோடு சுட்டிக் காட்டுகிறார். பெரிய பல்கலைக்கழகங்களில் தொடர்ந்து நடக்கும் பெரும் பிழைகளையும் சிறிய பல்கலைக்கழகங்களில் தொடர்ந்து நடக்கும் சீர்கேடுகளையும் வகைப்படுத்துகிறார். வகைப்படுத்துவதோடு அமையாது, குறைகளை நீக்க வழிவகைகளையும் கூறுகிறார். முப்பதாண்டுக் கல்வியுலக அனுபவத்தைக் கொண்டு பல்கலைக்கழகங்களின் நிலை உயர, கல்வித் தரம் சிறக்க, உயர்கல்வி பெறவேண்டிய மாற்றங்களை எடுத்துரைக்கிறார். உயர்கல்வி உயர்வதற்குரிய தடைகளை உடைப்பதற்கும் வழி சொல்கிறார். சிந்தனை முடக்கம் கூடாது. புதியன காணல் வேண்டும். புத்துணர்ச்சியோடு புத்தெழுச்சி காண ஆற்றல், மிக்க துணைவேந்தர்கள் அமைதல் வேண்டும். அவர்கள் தத்தம் துறைகளில் சாதனைகள் புரிந்தவர்களாகவும், நாடறிந்தவர்களாகவும், செயல்திறன் மிக்கவர்களாகவும், தலைமைப் பண்பு உள்ளவர்களாகவும் விளங்கவேண்டும்.

பல்கலைக்கழகங்கள் 70 துறைகளைப் பெற்றிருப்பதாலோ இலட்சக்கணக்கான மாணவர்களைப் பெற்றிருப்பதாலோ நூற்றுக் கணக்கான கல்லூரிகளைத் தனது ஆளுகைக்குக் கீழ் கொண்டிருப்பதாலோ மட்டும் சிறந்த பல்கலைக்கழகங்களாகிவிட முடியாது. கல்வித் தரத்தால்/ஆய்வுத் தரத்தால்/சமூகப் பங்களிப்புகளால் மட்டுமே ஒரு பல்கலைக்கழகம் சிறப்புப் பெறும். வயது முதிர்வதனால் மட்டும் சிறப்பு பெற்றுவிட முடியாது.

ஆட்சிக்குழுக்களில் நடைபெறும் அவலங்களையும் போட்டி பொறாமையால் பேராசிரியர்கள் செய்யும் சிறுமைச் செயல்களையும் ஆசிரியர் சுட்டிக்காட்டுகிறார். மொத்தத்தில், பல்கலைக்கழக மேம்பாட்டிற்கு உரிய வழிகள் பலவற்றை வகைப்படுத்தி, தொகைப்படுத்திக் கூறும் திறம் போற்றுதற்குரியது. கல்விமொழி, தேர்வு, துணைவேந்தர்கள் நியமனம், பதிவாளர்கள் பங்கு, ஆட்சியாளர்களின் ஆக்கிரமிப்பு, சுயநலக்காரர்களின் சுரண்டல் - ஒன்றையும் இவர்

விட்டுவைக்கவில்லை. சமூகத்தை மாற்றவேண்டுமெனில் நோயுற்றிருக்கும் பல்கலைக்கழக மனிதர்களும் நிர்வாகமும் உடனடியாக உயிர்பெற - வலிவும், வனப்பும் பெறச் செய்ய வேண்டிய சீர்திருத்தங்கள் எவையென்பதனை அடுக்கடுக்காக அழுத்தம் திருத்தமாக ஆசிரியர் எடுத்துரைக்கிறார். 150 பக்க அளவில் தம் சிந்தனைகளை ஆசிரியர் சீரிய, கூரிய சொற்களால் சொல்கிறார். விருப்பு வெறுப்பின்றி, குறைகளைக் கூறுகையில், களையும்போது ஏற்படும் சிக்கல்களையும் எடுத்து வைக்கிறார்.

நூல் முழுதும் உயர்கல்வி உயர்வதற்குரிய பல்வகைக் கருத்துக்கள் பல்வேறு திசைகளில் செய்யவேண்டிய ஆக்கப்பணிகள் உடனடியாக விடைகாண வேண்டிய வினாக்கள் முதலியன மிகச் சுருக்கமாக எடுத்து வைக்கப்படுகின்றன. நோய்நாடி நோய்முதல் நாடி, மருந்தும் நல்குகிறார் பேராசிரியர் பொன்னுசாமி. மிகச்சிறந்த கல்வி மருத்துவராக இவர் திகழ்கிறார். ஒவ்வொரு கட்டுரைத் தலைப்பும் ஒரு நூலுக்குரிய தளத்தைக் கொண்டுள்ளது. கட்டுரையின் உயிரோட்டத்தை சில வரிகளில் வைர வரிகளாக தலைப்புக்கு மேல் தந்துவிடுகிறார். அவை சிந்தனைக் கதிர்களாக ஒளிவீசுகின்றன.

ஆசிரியரின் நடை ஆற்றொழுக்கானது. அத்துடன் அங்கதச் சுவை பொங்கி வழிகிறது. அவர் கண்ட காட்சிகளையும் கோலங்களையும் அலங்கோலங்களையும் உளிகொண்டு செதுக்குகிறார். சிற்பம் வடிப்பதற்கு முன் கூரிய தூரிகையால் புனைந்த ஓவியங்கள் பல. கட்டுரை ஒவ்வொன்றும் கற்கண்டு என்று சொல்ல மாட்டேன்; கருத்துப் பெட்டகம் என்றும் கழற மாட்டேன். கட்டுரை ஒவ்வொன்றும் காலத்தின் கட்டாயம் என்பேன்; கல்வி உலகின் மாசுபோக்கும் மருந்து என்பேன்; அழுக்கு நீக்கும் உயரிய ரசாயனப் பொருள் எனப் புகல்வேன்.

நூலைப் படித்து முடித்ததும் 100-ஆண்டு பல்கலைக்கழகக் கல்வி வரலாறும், 50-ஆண்டு அவலங்களும், 30-ஆண்டுகளில் ஏற்பட்ட முடக்கமும், 20-ஆண்டுகளாக ஏற்பட்டுள்ள இழி நிலைகளும் மனத்திரையில் ஓவியமாக விரிகின்றன.

உயர்கல்வியால் பெரும் உன்னதங்களை அடைதற்கு, நாம் எடுத்துக்கொள்ளக்கூடிய சிறப்பு முயற்சிகளையும், வெற்றிக் கனிகளைக் கொய்தற்கு நாம் செய்யவேண்டிய தொடர் முயற்சி களையும் பற்றிக் கூறுகிறார் பேராசிரியர் பொன்னுசாமி. சிறப்பாகச் சொல்லி நம்மைச் சிந்திக்கவும் செயலாற்றவும் வழிவகை கூறுகிறார்.

இந்நூல் உயர்கல்வி பற்றிய ஓர் ஆய்வேடன்று; ஊழல்களைத் தோலுரித்துக் காட்டும் உண்மை ஏடு. நிர்வாகச் சீர்கேடுகளால் நிலைகுலைந்த நிறுவனங்களைப் பிரதிபலிக்கும் நிலைக் கண்ணாடி. கல்வி உலகம் சிலிர்த்து எழ, சீர்பெறச் சிந்தனை ஒளிகள் இந்நூலில் சுடர் விட்டுப் பிரகாசிக்கின்றன. உண்மை; வெறும் புகழ்ச்சி இல்லை.

13. எதிர்காலம் இனிக்கும்!

நம்பிக்கை தரும் நல்வழிகாட்டி!

ச. மெய்யப்பன்

அறிஞர் பொன்னுசாமி அவர்கள் மிகச் சிறந்த கல்விச் சிந்தனையாளர். அவர் எழுதிய 'வாழும் இலக்கியம் வளரும் அறிவியல்', 'எதிர்காலம் இனிக்கும் அறிவியல் பார்வைகள்' உயர்கல்வி உயர... என்ற மூன்று நூல்களையும் வெளியிடும் பேறு இந்த ஆண்டில் (2002) மணிவாசகர் பதிப்பகத்திற்குக் கிடைத்துள்ளது. இம்மூன்று நூல்களிலும் ஆசிரியரின் கல்விச் சிந்தனைகளும் மனித நேயமும் பதிவு செய்யப்பெற்றுள்ளன. கல்வியில் மாற்றம் தேவை, பயிற்றுவித்தலில் புதுமைகள் புகுத்தப்பெற வேண்டும், அறிவியல் கல்வி தமிழகத்தில் வேர் ஊன்றி விழுதுபரப்ப வேண்டும் என்பன போன்ற கருத்துக்கள் வலியுறுத்தப் பெறுகின்றன.

தெளிவுற அறிந்து மொழிந்திடுதலில் வல்லவரான இவர், தாம் பயின்ற இயற்பியல் துறையே அன்றி வேறுபல அறிவியல் துறைகள் சார்ந்த கருத்துக்களையும் தெளிவாக உரைப்பதில் வல்லவராகத் திகழ்கிறார். இவரது அறிவியல் பார்வையும், அறிவியல் அணுகுமுறையும் கட்டுரைகளுக்கு உரம் ஊட்டுவன.

ப. க. பொன்னுசாமியின் படைப்புலகம்

தமிழாற்றல் நூலுக்கு வளம் சேர்க்கிறது. அரிய அறிவியல் செய்திகளைக்கூட பிறமொழிக் கலப்பின்றிப் பழகுதமிழில் வாசகர் உளம்கொள்ளச் சொல்லும் திறம்வியந்து பாராட்டு தற்குரியது. முப்பதாண்டுக் கல்வியியல் அனுபவமும் நூலறிவும் நுண்ணறிவும் பட்டறிவும், நூல் முழுவதும் பரவிக்கிடக்கின்றன. எதனையும் எளிதாகச் சொல்லும் இயல்பு இவர்தம் இயல்பு. அதுவா, இதுவா என்ற ஐயம் இல்லாதவாறு எதனையும் வெட்டு ஒன்று, துண்டு இரண்டு என்று உறுதியாகச் சொல்லும் திறம் விஞ்ஞான நூல்களுக்கு வீறு தருபவை.

நூலாசிரியர், மாணவர்களுக்கு நம்பிக்கை ஊட்டும் நட்சத்திரமாக விளங்குபவர். பேராசிரியராக இருந்தபோதும் ஆட்சிக் குழு, ஆளவை உறுப்பினராக இருந்தபோதும் நம்பிக்கை தரும் நற்கருத்துக்களையே வழங்கி முத்திரை பதித்தவர். தமிழகத்தின் மிகப்பெரிய பல்கலைக்கழகமாகிய சென்னைப் பல்கலைக்கழகத்தில் துணைவேந்தராக இருந்தபோதும், தென் தமிழ் நாட்டுக்குக் கல்வி நல்கும் கங்கையான மதுரை காமராசர் பல்கலைக்கழகத்தில் துணைவேந்தராக வீற்றிருக்கும் இப்போதும், தெளிவோடும் துணிவோடும் இவர் எடுத்த முடிவுகள், செயற்பாடுகள் பல்கலைக் கழகக் கல்வி வரலாற்றில் பதிவு செய்யப்பெற்றுவிட்டன. அஞ்சாமை, அறிவூக்கம், எஞ்சாமை வேந்தர்க்கு வேண்டும் என்பார் வள்ளுவர். இந்தக் குணங்களின் கொள்கலனாக விளங்குபவர், துணைவேந்தர் பொன்னுசாமி.

பொன்போற் பொதிந்து வைக்கத்தக்க அரிய கருத்துக்களை இந்நூலில் வழங்கியுள்ளார். மாணவர்நலன், மக்கள்நலன், நாட்டு நலன் நூல் முழுவதும் பேசப்படுகின்றன. ஆல்பர்ட் சுவைட்சர், திரு.வி.க. ஆகியோரின் வாழ்க்கை வரலாறுகள் கூறும் வாயிலாகச் சிந்தனை, செயல்பற்றி நுட்பமாக, அழுத்தமாக ஆசிரியர் கூறிச் செல்வது குறிப்பிடத்தக்கது.

பகுத்தறிவின் உறக்கம்!
பேச்சில் பேதலித்த தமிழ்ச் சமுதாயம்!
உயிர்வாழ்வு ஒரு மொழிபெயர்ப்பு!

என்னும் தொடர்கள் கருத்து நலம்செறிந்த கவித்துவ வரிகள்.

'எதிர்காலம் இனிக்கும்' என்னும் கட்டுரையில், அறிவியலின் விளைச்சலாக மானுடம் பெற்ற மாற்றங்கள், ஏற்றங்கள், மகத்துவங்களைப் பள்ளிச் சிறாரும் புரிந்துகொள்ளும் வகையில் பட்டியலிட்டது பாராட்டத்தக்கது. டி.என்.ஏ. என்னும் மூன்றெழுத்து மந்திரத்தின் சூட்சுமத்தை இவர் விளக்கும் திறன், இவரது அறிவியல் கல்வியின் ஆளுமையால் நாம் பெறும் பயன். ஓர் ஆசிரியர் போதிப்பதுபோல் இக்கட்டுரைகள் அமைந்துள்ளன.

தமிழில் அறிவியல் - ஒரு பார்வை
பள்ளி, கல்லூரிகளில் பயிற்சி முறைகள்
நாடும் மொழியும் கல்வியும்.

இந்த மூன்று கட்டுரைகளில், புதிய சிந்தனைகள், கல்வியில் நாம் உடனடியாகச் செய்யவேண்டிய மாற்றங்கள், கல்விப் பயன்பாடுகள் ஆகியவை திட்பநுட்பத்துடன் விளக்கப்பெறுகின்றன. இக்கட்டுரைகள் மூன்றும் தனித்தனி நூல்களுக்குரிய களங்களையும், தளங்களையும் கொண்டவை.

'இந்தியாவில் அறிவியல் தொழில்நுட்ப வளர்ச்சி' என்னும் கட்டுரை சிறந்த அளவீடாகவும், மதிப்பீடாகவும் திகழ்கிறது. தோற்றுவாயாக ஆறு செய்திகளையும் பத்து செயற்பாடுகளையும் எடுத்து விளக்கியிருப்பது ஒரு குடைக்கீழ் நூறு செய்திகள் என்று பயன்கொள்ளலாம். '85-க்குப்பின் அணுகுமுறை' என கட்டுரையில் சொல்லப்பெறும் 16 செய்திகளும் அறிவியல் ஆர்வலர்கள், ஆசிரியர்கள் மற்றும் நாட்டு நலனில் அக்கறை உடைய ஒவ்வொருவரும் அறிந்து பயன்கொள்ளத் தக்க செய்திகளாகும். இந்தக் கட்டுரை, விரிவான விவரக் கட்டுரை மட்டுமல்ல; பல்துறைச் செய்திகளை, பல்வகைச் செய்திகளைப் பாங்குடன் பகரும் பயன்மிகு கட்டுரை.

இந்நூல் சமூகநலன் கூறும் நூல். அறிவியலை விளக்கும் நூல். தன் முயற்சித் தவத்திற்கு வழிகாட்டும் முன்னேற்ற நூல், சொல், செயல் இரண்டிலும் தூயராக விளங்கும் வாழ்வினர் எழுதிய நூல். ஆதலால் நம்பிக்கை தருகிறது; நல்வழி காட்டுகிறது; ஒளி கூட்டுகிறது - எதிர்காலம் இனிக்குமென்று!

14. அறிவியல் - சில பார்வைகள் (முதல் நூல்)
நாம் என்பதன் பொருள் என்ன?

கவிஞர் மீரா.

அன்றாட வாழ்க்கையில், ஒவ்வொரு தனிமனிதன் மீதான அறிவியல் வளர்ச்சியின் தாக்கம் நாளுக்கு நாள் அதிகரித்துக் கொண்டே வருகிறது. கலை, இலக்கியம், மருத்துவம், பொழுது போக்கு என எந்தத் துறையானாலும் அறிவியலின் தாக்கத்தைத் தவிர்ப்பதற்கில்லை. வாழ்க்கையில் துடிப்புடன் முன்னேறும் ஒவ்வொருவரும் அறிவியல் உணர்வுடன் செயலாற்றுவதைக் கண்கூடாகக் காண்கிறோம். காய்கறி விளைச்சலுக்காக உரங்களைப் பயன்படுத்தும் தோட்டக்காரரும் ஆய்வுக்கூடத்தில் கருத்து விளக்கத்திற்காகச் சோதனைகள் செய்யும் ஆராய்ச்சியாளரும் அவரவர் மட்டத்தில் அறிவியல் உணர்வோடுதான் செயலாற்று கிறார்கள். இது இன்றைய நிலையில் இயல்பான நடவடிக்கையாகி விட்டது. இதற்குக் காரணம், அறிவியல் இன்று பாடப் புத்தகத்தில் மட்டும் முடங்கிக் கிடக்கவில்லை என்பதுதான். இந்த மாற்றத்திற்கு ஓரளவேனும் உதவியாளர்கள் அறிவியல் துறை எழுத்தாளர்கள் என்பதை மறுக்க முடியாது. தமிழில் அறிவியல் நூல்கள் இன்னும் சரிவர செம்மைப்படத் துறைசார்ந்த பேராசிரியர்கள் இதில்

தேவையான கவனம் செலுத்த வேண்டும். பழகு தமிழில் பொதுமக்களுக்கு பாடம் கற்பிக்கப் பேராசிரியர்கள் மேலும் முனைப்புக் காட்ட வேண்டும். அறிவியல் சார்பான செய்திகள் வழிநடைப் பேச்சுப்போல எளிமையாகச் சொல்லப்பட வேண்டும்.

எல்லைகளைக் கடந்து உலகளாவப்பார்க்கும் வகையில் திரு.வி.க., ஆல்பர்ட் சுவைட்சர், கலிலியோ ஆகியோரைக் காலத்தாலும், இடத்தாலும் வேற்றுமை பாராட்டாது கட்டுரை களை வடிவாக்கியிருக்கிறார் பேராசிரியர். இயல்பியல், வேதியியல், நுண்ணுயிரியல் என எல்லாத் துறைகளிலும் எழுதப் பட்டிருக்கும் இங்குள்ள கட்டுரைகள், 'நாம் என்பதன் பொருள் என்ன?' என்பதற்கு விடைகளாகின்றன. தமிழ் நூலகத்திற்கு ஏராளமான அறிவியல் நூல்கள் தேவை என்பதை 'அன்னம்' உணர்ந்திருப்பதன் அறிகுறியே இந்நூல்.

என் குறிப்பு

அசோகமித்திரன்

நான் நேரடியாக அறிந்த எழுத்தாளர்களில், எழுதுவது மனத்துயரைக் குறைக்க உதவுகிறது என்று சொன்னவர் எழுத்தாளர் திலகவதி அவர்கள். பொன்னுசாமி என்றால் உடனே மனதை உலுக்கும் மரணம் பெற்ற, இருபது வயது நிரம்பாத

பாலகன் நாவரசு நினைவு வரும். பி.கே.பொன்னுசாமிக்கும் எழுதுவது துக்கத்தைக் குறைத்துக்கொள்ளும் சாதனமே? அவர் எழுதிய மூன்று நூல்களைச் சமீபத்தில் படிக்க நேர்ந்தது. 'உயர் கல்வி உயர', 'வளரும் அறிவியல் வாழும் இலக்கியம்', 'எதிர்காலம் இனிக்கும்', மூன்றும் மணிவாசகர் பதிப்பகம் வெளியிட்டது.

பொன்னுசாமி கல்வித்துறைக்குச் செல்லாதிருந்தால், நல்ல கட்டுரையாளனாக விளங்கியிருக்கக் கூடும். பொருளாதாரம் மற்றும் சமூக மதிப்பு என்ற அம்சத்தில் அவருக்கும் பெரிய முன்னேற்றம் இருந்திருக்கப்போவதில்லை. ஆனால், தன்னுடைய பரந்த படிப்பையும் சிந்தனையையும் தொய்வேற்படுத்தாத கட்டுரைகள் எழுதிய மனநிறைவு நிச்சயம் கிடைத்திருக்கும். அவருடைய விஞ்ஞான அறிவு ஏட்டுச் சுரைக்காய் அல்ல என ஒவ்வொரு கட்டுரையும் தெளிவுபடுத்துகிறது. மொத்தம் முப்பத்தாறு கட்டுரைகளில் பல சிறந்து விளங்குகின்றன. உடனே மனதில் தோன்றுவது வள்ளலாரைப் பற்றியது. வள்ளலார் கூறுகிறார்: அச்சமின்றி இருங்கள்! உடனே அடுத்த வரியில் 'பழி பாவங்களுக்கு அஞ்சுங்கள்' என்கிறார்; மகத்தான மனமே சத்தியத்தை இவ்வளவு தெளிவுடன் வலியுறுத்த முடியும். பழி பாவங்களுக்கு அஞ்சுவது அஞ்சாமையின் ஒரு பகுதியே.

(தீரா நதி)

15. அண்மைக் கட்டுரைகள்

இசை என்னும் இன்பத்தின் ஊற்றுக்கண்!

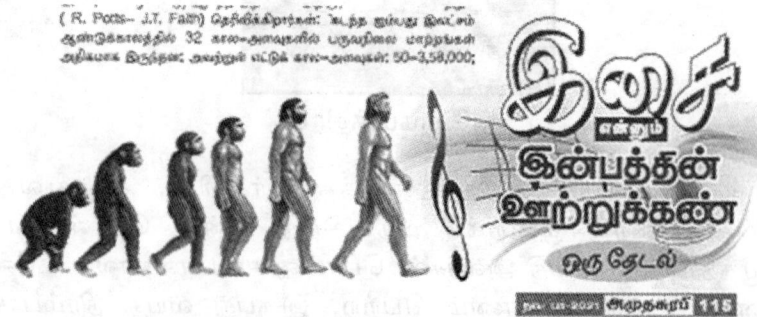

மனித வாழ்வின் இன்றியமையாத ஒரு பொருளாகிவிட்டது இசை. அண்டக் குழந்தையின் முதல் குரல்கூட வெறும் ஒலியாக இல்லாமல், அதன் தாயின் முதல் பாட்டிசையாகவே இருந்திருக்க வேண்டும் என்று கூறிக்கொள்ளலாம்!

'காலம் அப்போது சுழி!
வெப்பப் பெருமம், அழுத்தக் குறுமம்!
இயற்கை அன்னை கருத்தரித்தாள்
ஞாலக் குழந்தை பிறந்தது!
வெளி-காலப் பரிமாணங்களில்
குறுநடையும் பெரு-எட்டும் போட்டது!
பல்லூழிக்கால விளையாட்டில்
பருப்பொருளும் ஆற்றலுமாய்ப்
படிவளர்ச்சி கண்டது!'

காலம் போடும் ஒரு கணக்கு

ஞாலக்குழந்தை போட்ட குறுநடையிலும், பெரு-எட்டுக்களிலும் ஒலி சீராக வெளிப்பட்டபோது இசைவடிவம் புடைத்திருக்கிறது. அந்தக் குறுநடையும், பெரு-எட்டுக்களும் காலக்கணக்கில் எப்போது தொடங்கியிருக்கும்?

அண்டவியல் ஆய்வாளர்கள் தெரிவிக்கிறார்கள்: 'காலத் தொடக்கத்தில் அளவிடற்கரிய அடர்த்தியிலும் வெப்பத்திலும் இருந்த ஒரு சிறு திண்மப் பொருளில் திடீரென்று ஒரு வெடிப்பு 1,380 கோடி *(13.8 பில்லியன்) ஆண்டுகளுக்கு முன்னால் நிகழ்ந்தது. அப்போது பேரண்டம் தோன்றியது; பிறகு, இப்போதிலிருந்து 456 கோடி (4.56 பில்லியன்) ஆண்டுகளுக்கு முன்னால் சூரியனும், 454 கோடி (4.55 பில்லியன்) ஆண்டுகளுக்கு முன்னால் பூமியும், 380-335 கோடி (3.8-3.5 பில்லியன்) ஆண்டுகளுக்கு முன்னால் சில உயிரினங்களும், 340 கோடி (3.4 பில்லியன்) ஆண்டுகளுக்கு முன்னால் (ஒளிச்சேர்க்கைத் திறனால் ஆக்சிசன் கூறுகளைப் பூமிச்சுற்றுச் சூழலில் சேர்த்த) இன்னும் சில உயிரினங்களும் தோன்றின.'* (இங்கும் பிறகும் குறிக்கப்படும் ஆண்டுகள் அனைத்தும் தோராயமானவை.)

பல கோடி ஆண்டுக் கால இடைவெளியில் பூமியில் ஏற்பட்ட பருவநிலை மாற்றங்களை (அதில் படர்ந்திருந்த ஆக்சிசன் கூறுகளின்

அளவுகளை ஒப்பிட்டு) ஆய்ந்த அறிவியல் அறிஞர்கள் பாட்சும் பெய்த்தும் (R. Potts-உம் J.T. Faith) தெரிவிக்கிறார்கள்: 'கடந்த ஐம்பது இலட்சம் (5 மில்லியன்) ஆண்டுக் காலத்தில் 32 கால அளவுகளில் பருவநிலை மாற்றங்கள் அதிகமாக இருந்தன; அவற்றுள் எட்டுக் கால-அளவுகள்:

50-3,58,000; 9,18,000-11,17,000;

16,95,000-18,88,000; 20,80-23,70,000;

24,67,000-27,95,000; 29,09,000-31,97,000;

41,68,000-43,67,000; 44,67,000-47,97,000

ஆண்டுகள் மிகக் கூடுதலான மாறுபாடுகளோடும், மிக நீண்டும் (1,93,000-3,68,000 ஆண்டுகள்) இருந்திருந்தன; நான்காவது-ஐந்தாவது கால-அளவுகளின் விழும்பில் (23,50,000-களின்போது) மனிதனின் முதல் இனம் தோன்றியது; பிறகு, பல படிநிலைகளைத் தாண்டி, 2,00,000-3,00,000 ஆண்டுகளில் முழு வளர்ச்சி கண்டு, இன்றுவரை தொடர்வது இப்போதைய மனித இனம் (Homo Sapiens)!' (Potts, R., \& Faith, J.T., 2015, Journal of Human Evolution, Environ-mental Variability and Hominin Dispersal, 87, 5-20).

இங்கு ஓர் உண்மையை மனதில் கொள்ளவேண்டும்: பல படிநிலைகளில் முன்பின் தோன்றியிருந்தாலும் ஒரே காலத்தில் ஒன்றுக்கு மேற்பட்ட இனங்கள் வாழ்ந்திருந்திருக்கிறார்கள்; அவர்களுக்குள் ஊடுறுவு ஆண்-பெண் புணர்வுகளால் இனப் பெருக்கமும் இருந்திருக்கிறது; (இங்குதான் மேல் சாதி - கீழ் சாதிப் பிரிவினை உண்டாயிற்றோ?) ஆகவே, இன்றைய நமது இனத்தின் மரபணுக்கள் பல இனங்களின் பண்புக் கூறுகளையும் சிறு அளவுகளிலேனும் பெற்றிருக்கின்றன!

ஆப்பிரிக்கத் தாய்

மிக அதிகமான சுற்றுச்சூழல் தட்ப-வெட்ப மாற்றங்கள் பூமியின் பல பகுதிகளிலும் இருந்திருந்தாலும், குறிப்பாக, ஆப்பிரிக்காவில் பெருமளவுக்கு இருந்திருக்கிறது. சூரியக்கதிர் வீச்சின் கடுமையிலும் காற்று மண்டலத்திலும், மழைப் பொழிவிலும் மாற்றங்கள் தோன்றி

யிருக்கின்றன. குறிப்பாக கிழக்கு ஆப்பிரிக்காவின் பருவ நிலைக் காற்றுமண்டலத்திலும், ஈரப்பசையிலும் நிலைப்புத்தன்மை மிகவும் குறைந்து மாற்றங்கள் உண்டாகியிருக்கின்றன. சில கால கட்டங்களில் இந்த மாற்றங்களால் எரிமலை வெடிப்புகளும், பூமியில் உள் கட்டமைப்பு (Tectonic) மாற்றங்களும் உண்டாகியிருக்கின்றன. சில இடங்களில், சில காலகட்டங்களில் இந்த மாற்றங்கள் மெதுவாக இருக்க, தாவரங்களும் நீர் போன்ற மற்ற சில துணை வளங்களும் நிலைபெற்றிருக்கின்றன. கால-வெளியில் (time-space) பருவ மாற்றங்களின் போக்கிலும், வேகத்திலும் ஒரு நிலைப்பட்ட ஏதுவான சூழ்நிலை உண்டாகி, ஆப்பிரிக்காவில் முதல் மனிதப் பரம்பரையின் தோற்றம் அரங்கேறியிருக்கிறது.

தற்போதைய மனித இன வளர்ச்சியின் படிக்கட்டுகள்: மனித இனத்தின் கூட்டம் 2.5 இலட்சம் ஆண்டுகளுக்கு முன், ஆப்பிரிக்காவின் சில பகுதிகளில் முதன்முதலில் தோன்றி, 1.5 இலட்சம் ஆண்டுகளுக்குள் ஆப்பிரிக்கக் கண்டம் முழுவதும் பரவி, 1.25 ஆண்டுகளுக்குள் ஆசியக் கண்டத்தில் பரவி, 70,000-1,00,000-களில் ஐரோப்பா ஆசியக் கண்டங்களில் பரவியிருக்கிறது; பிறகு, ஆஸ்திரேலியாவில் 35,000- 65,000-களிலும், அமெரிக்கக் கண்டங்களில் 13,000 ஆண்டுகளுக்குள்ளும் பரவியிருக்கிறது.

முதல் ஆப்பிரிக்க இனத்தின் மூளை, அவர்களின் முன்னோடி இனங்களுடையதைப் போலவே வளர்ச்சி குன்றியிருந்தது. தற்போதைய மனித இனத்தின் மூளை, 15-17 இலட்சம் ஆண்டுகளுக்கு முன் ஆப்பிரிக்க மனித இனத்தில் தோன்றி, இன வகையோடு படிநிலை வளர்ச்சிகள் கண்டு, 50,000-100,000 ஆண்டுகளில் மொழியும் பேச்சும் (Liebe-rman and McCarthy - பதிவு), பிறகு, 30,000-40,000 ஆண்டுகளில் கலை வடிவங்களும், (Mellars - பதிவு) தோன்றியிருக்கின்றன.

நியாண்டர்தல் இனம்

மனிதரின் அளவுக்கு முழு மூளைவளர்ச்சி பெறாத அருகினங்களாக டெனிசொவன், நியாண்டர்தால், சிம்பன்சி இனங்களை அடையாளம் காணலாம். இப்போதிருந்து 50-100 இலட்சம் ஆண்டுகளுக்கு முன், சிம்பன்சியிலிருந்து பிரிந்து மனித

இனம் தனித்துக்கொண்டது. சிம்பன்சிகளின் புதை பொருள்களின் காலம் 54.5-28.4 இலட்சம் ஆண்டுகளுக்கு முன்பானது. (சிம்பன்சி மனிதரின் முன் - பரம்பரை அல்ல; இரண்டுக்கும் ஒரு முன்னோர் இருந்தது 100 இலட்சம் ஆண்டுகளுக்கு முன்னால்). நியாண்டர்தல் இனத்தின் புதைபொருள் படிமங்கள் 4,30,000 ஆண்டுகள் பழமையானவை. இதன் மேம்பட்ட மக்கள் 13,000-40,000 ஆண்டுக்காலம் வாழ்ந்திருந்து பிறகு மறைந்து போனார்கள். டெனிசோவன் இனம் 50,000 ஆண்டுகளுக்கு முன்னால் மறைந்துபோயிற்று. மனித இனத்திலிருந்து 4-7 இலட்சம் (0.4-0.7 மி.) ஆண்டுகளுக்கு முன்னால் நியாண்டர்தல், டெனிசோவன் இனங்கள் முன் பின்னாகப் பிரிந்து இணையாக மனித இனத்தோடு வாழ்ந்திருக்கின்றன. (ஜெர்மெனியில் வடக்கு Rhine-Westphalia மாநிலத்தில், உள்ள Dussl ஆற்று நியாண்டர் பள்ளத்தாக்கில் புதை-பொருள்கள் கிடைத்ததால் குறிப்பிட்ட அந்த இனம், நியாண்டர்தல் இனம் என்று பெயர் பெற்றுக்கொண்டது, சைபீரியாவில் Denisova என்ற இடத்தில் ஒரு குகையில் புதைபொருளாகக் கிடைத்த பற்களுக்கும் எலும்புத் துண்டுகளுக்கும், சொந்தமான கூட்டம், டெனிசொவ இனம் என்று பெயர்பெற்றது; இதே இனப் புதைபொருள்கள் திபெத்தில் ஒரு உயரமான பகுதியிலும் பிறகு கண்டறியப்பட்டன).

நாம் அறியவேண்டிய ஓர் உண்மை, மற்ற எந்த இனத்தையும் விட மனித இனத்தோடு குறிப்பிடத்தக்க வகையில் பொதுவான பண்பியல்களைப் பெற்றிருந்தவை, நியாண்டர்தல் மற்றும் டெனி சொவல் இனங்கள்தான்.

இப்போது நம் தலையாய கேள்வி இதுதான்: நாம் குறிப்பிட்ட நான்கு அருகருகு இனங்களில் எதனிடம் முதன் முதலில் மொழியோ, இசையோ தொன்றியிருக்கக் கூடும்? சிம்பன்சியிடம் மொழியும், இசையும் இல்லை என்பதும், நம்மிடம் அவை உள்ளன என்பதும் தெரியும். 'நியாண்டர்தலிடமும் டெனிசொவிலும் அவை இருந்தனவா, இல்லையா?' என்பதை ஒரு கேள்விக்குறியாகவே இப்போதைக்குக் கொள்வோம்.

மனித இனத்தைத் தவிர, வேறு முந்தைய எந்த இனமும் மொழியறிவைப் பெற்றிருந்ததற்கான சான்றுகள் கிடைக்க

வில்லை (நியாண்டர்தலும், டெனிசொவலும் சந்தேகத்திற்குறியன). அவை தமது ஒவ்வொரு உணர்ச்சியையும் (எ.கா. உணவைக் காணல், பகைவரைக் காணல், ஆண்-பெண் ஈர்ப்பாதல்) ஒவ்வொரு வித ஒலியாலேயே தமக்குள் தொடர்பு கொண்டிருந்திருக்கின்றன. மற்ற இனங்கள் கைக்கோடாலி, ஈட்டி, தொட்டு, சிலவகை இசைக் கருவிகள் வரை - தத்தம் காலங்களில் உருவாக்கிப் பயன்படுத்தி யிருந்தாலும், அவற்றின் மொழிகள் பற்றி ஒன்றும் தெரியவில்லை. கருவிகளை உருவாக்கும் திறத்துக்கு அவற்றின் மொழிகள் பயன் பட்டதற்கும் சான்றுகள் இல்லை. மனித இனம் மட்டும் 50,000-1,00,000 ஆண்டுகளுக்கு முன்பிருந்து மொழியைத் தோற்றுவித்து ச் செழிப்பூட்டியிருக்கிறது.

நியாண்டர்தல்-டெனிசொவன் இனங்களின் மொழியறிவு பற்றிய கேள்விக்கு இன்னும் சரியான பதில் கிடைக்காத நிலையில், நியாண்டர்தல் இனம் மட்டும் இசையறிவு பெற்றிருந்ததற்கு உரிய சான்றுகள் கிடைத்திருக்கின்றன. 'இசையின் ஒரு வடிவம்தான் மொழி' என்று சில ஆய்வாளர்கள் கூறுவது உண்மையென்றால், பின்பு அதனிடம் மொழியும் தோன்றியிருக்க வாய்ப்பிருக்கின்றது.

மத்திய ஐரோப்பாவில் உள்ள சுலோவேனியா (Sulovenia) நாட்டில் ஒரு குகையில், கரடி எலும்பில் வடிவமைத்து அவர்கள் பயன்படுத்திய ஒரு புல்லாங்குழல், புதைபொருளாகக் கிடைத்திருக்கிறது. இது 43,000 ஆண்டுகளுக்கு முன்னால் உருவாக்கப்பட்டது என்று ஆய்வாளர்கள் கணித்திருக்கின்றனர். மேலும், பல இடங்களில் சில ஆயிரம் ஆண்டுகள் இடைவெளிகளில் கண்டறிந்த எலும்பிலும் தந்தத்திலும் செய்த புல்லாங்குழல்கள் பெரும்பாலும் ஒரே அமைப்பில் கிடைத்திருக்கின்றன. குறிப்பிடத் தக்க கால இடைவெளிகளில்... கிடைத்த இந்த இசைக் கருவிகளிலிருந்து நாம் அறியவரும் உண்மை, 'இசைக்கருவிகள் பொதுவானவையாக இருந்து, பண்டைய சமூகத்தின் தலையாய பொருளாக இசை இருந்திருக்கிறது' என்பதுதான். இதில் வியப்பேதுமில்லை. ஏனென்றால், இசைக்கு ஒவ்வொருவர் உணர்வுகளையும் ஆழமாகத் தொடும் பண்பும், சமூகத்தின் ஒருமையை உருவாக்கும் பண்பும் இருக்கிறது. தனிப்பட்டும்

குழுக்களாகக் கூடியும் மகிழ்ந்திருக்க இசை ஒரு நல்ல கலைப் பொருளாக மட்டுமில்லாமல், ஒரு சிறந்த கருவியாகவும் இருக்கிறது. தத்துவ ஞானி ரூசோ (Rousseau) கூறுகிறார்: ‘முதல் மனித இனத்தின் மொழி, பாட்டு; மனிதன் பறவைகளிடமிருந்து பாடக் கற்றுக் கொண்டான் என்று சிறந்த இசையாளர்கள் கருதுகிறார்கள்.’

நியாண்டர்தல் இன மக்கள் பயன்படுத்திய எலும்பு, தந்தம் போன்றவற்றிலான இசைக்கருவிகள் நிலைத்திருக்க, சிதைவுறக் கூடிய பொருள்களால் ஆனவை அழிந்துபோயின. இந்த இனம் பத்து இலட்சம் ஆண்டுகளுக்கு முன்னமே இசையறிவு கொண்டிருந்திருக்க வேண்டும் என்று இப்போது ஆய்வாளர்கள் தெரிவிக்கிறார்கள்.

குரல்வளைக் கட்டமைப்பு

எலும்பு, தந்தம் போன்றவற்றால் உருவானவற்றைத் தவிர, இசைக் கருவிகள் பலவும் மறைந்தும் சிதைந்தும் போனாலும், ஒரு கருவி மட்டும் அழியாமலும் காலம்தோறும் படிநிலை வளர்ச்சியில் மேம்பட்டும் வந்திருக்கிறது. அதுதான் மனித இனத்தின் குரல்பெட்டி (Voice box) ஆகும். இப்பெட்டியின் உதவியுடன்தான் நியாண்டர்தல் இனத்தினரும் இசையுணர்வுப் பண்பைப் பெற்றிருந்திருக்கிறார்கள் என்று அறிய முடிகிறது.

நமது கழுத்துப் பகுதியில், ‘குரல் நாணை’ (Vocal chord) உள் வைத்திருக்கும் ‘குரல் பெட்டி’யும் (Voice box), குதிரை லாட வடிவில் இருக்கும் ‘நாவடி எலும்பும்’ (Hyoid) படிநிலை வளர்ச்சியில் ஒரு அரிய கட்டமைப்பில் ஒன்றி உள்ளன. குரல் நாண் அதிர்வதால்தான் ஒலி எழுந்து, பிறகு, பேச்சு/இசை வடிவம் பெறுகிறது.

வியப்பு என்னவென்றால், ‘இந்த உகந்த குரல்வளைக் கட்ட மைப்பு, நியாண்டர்தலின மக்களிடமும் இருந்திருக்கிறது; ஆனால், முழுச் சீரமைப்பில் இல்லை! ஆகவே, அவர்களால் மனிதர்களைப் போல் பேசவோ, வாயிசை உண்டாக்கவோ முடிந்திருக்கவில்லை,’ என்று பதிவுகள் தெரிவிக்கின்றன.

மேலும், 18 இலட்சம் (1.8 மில்லியன்) ஆண்டுகளுக்கு முந்தைய பல இனங்களின் மண்டையோடுகளை ஒப்பிட்டு ஆய்ந்தபோது, அவற்றின் குரல் பெட்டிகள் நியாண்டர்தல் மக்களுக்கும் முன்னமே

உரிய ஒரு கட்டமைப்பைப் பெறும் நிகழ்வு தொடங்கியிருப்பது தெரியவருகிறது. ஆமாம்! நமது முன்னோடி இனங்கள் குறையுடன் செயல்பட்ட குரல்வளையோடு நீண்ட காலம் வாழ்ந்து, படிப்படியாக உகந்த கட்டமைப்பு வரும்வரை ஒழுங்கற்ற முறைகளில் பாடி வந்திருக்கிறார்கள்! நீண்டகாலத்துக்குப் பிறகுதான் இன்றைய குரல்வளை அமைப்பு பாட்டிசைக்கும் சீர்நிலைக்கு வந்துள்ளது.

மண்டையோடு, பற்கள் உள்ளிட்ட புதைபொருள்களின் தோற்றக் காலங்களை இரண்டு வழிகளில் காண முடிந்திருக்கிறது. முதல்வழி: புதைபொருள் ஆய்வாளர்கள் பயன்படுத்திவரும் 'கார்பன் அணுவின் இரு உருவ அமைப்புக்களின் விகிதம்' கண்டறிதல் போன்ற முறைகள்; இம்முறைகள் தோராயமான முடிவுகளையே கொடுக்கும். இரண்டாவது வழி: மண்டையோடு, பற்களின் மரபணுக்களின் (ஜீன்கள்) படிநிலை வளர்ச்சியில் காணும் சில நிகழ்வுகளைக் (மரபணு உருமாற்றம்-mutation) கண்டறியும் மரபணுவியல் முறை.

ஒரு செல்லில் பல்லாயிரம் மரபணுக்கள் உள்ளன. ஒவ்வொரு மரபணுவும் ஒரு குறிப்பிட்ட பணியைச் செல்லுக்குள் செய்து கொண்டிருக்கிறது. எடுத்துக்காட்டாக, கண் பார்வை, காது கேட்டல், மூச்சுவிடுதல் போன்ற நம் செயல்களைப் பல மரபணுக்கள் கூட்டாக இருந்து கட்டுப்படுத்துகின்றன. நாம் நம் மொழியில் பேசுவதை FOXP2 என்ற மரபணு மற்ற பல மரபணுக்களுடன் சேர்ந்து கட்டுப்படுத்துகிறது. இந்த மரபணுவின் உள்கட்டமைப்பில், காலப் போக்கில் வேண்டாத ஒரு மாற்றம் ஏற்பட்டுவிட்டால், நம்மால் பேசுவது முடியாமல்போகிறது. ஆகவே, ஒரு மரபணுவின் படிநிலை வளர்ச்சியை, கண்டறிய முடியுமானால், அது கட்டுப்படுத்தும் ஒரு மனிதச் செயல் (எ.கா. பேச்சு) மனிதனிடம் எப்போது தோன்றியது என்பதைக் கண்டறிய முடியும். இன்றைய நுணுக்கமான சில மரபணுவியல் செய்முறைகள், பலவித மரபணுக்களின் கட்டமைப்புகளையும் அவற்றின் செயல்களையும் வெளிக்கொண்டு வந்துள்ளன. எடுத்துக்காட்டாக, FOXP2 மரபணுவின் ஒரு மிகச்சிறு மாறுபாட்டால்தான் சிம்பன்சிகளால் பேசமுடியவில்லை! நியாண்டர்தல்-டெனிசொவல் இனங்களில் இந்த மரபணு மனிதருக்கிருப்பது போலவே இருந்தும், அவற்றின் மொழியறிவு பற்றி இன்னும் புரிந்து கொள்ள முடியவில்லை. FOXP2

மரபணுவோடு தொடர்புள்ள இரண்டொரு மரபணுக்கள் நட்பாக இல்லை!

முடிவாக, புதைபொருள் ஆய்வுகளும், மரபணு ஆய்வுகளும் நமக்குச் சொல்வது: 'இன்றைய மனித இனத்துக்குப் பல்லாயிரம் ஆண்டுகளுக்கு முன்பு தோன்றி, பல்லாயிரம் ஆண்டுகள் அந்த இனம் வாழ்ந்த காலத்திலேயே உடன் வாழ்ந்து, சிலபல போது அவர்களுடன் கூடி இனப்பெருக்கமும் செய்துவிட்டு, பின்னர் அந்த இனத்தாலேயே அழிக்கப்பட்டது நியாண்டர்தல் இனம்!'

ஆயினும், இந்த இனம் இசைக்கருவிகளை உருவாக்கி இசையில் மகிழ்ந்திருக்கிறது! இந்த இனத்துக்கு முந்தைய இனங்களின் இசைக்கருவிகள் ஏதும் இதுவரை கண்டறியப்படவில்லை.

ஆகவே, அந்த இனம் 43,000 ஆண்டுகளுக்கு முன் கதவு திறக்கப்பட்ட இசைமடைதான், இன்றைய நமது இசையின் ஊற்றுக்கண் என்று இப்போதைக்கு எடுத்துக்கொள்வதைத் தவிர வழியில்லை!

(அமுதசுரபி)

அகிலம் ஈர்க்கும் அதிரம்பாக்கம்!

அகிலம் ஈர்க்கும் அதிரம்பாக்கம்!

பேராசிரியர் சாந்தி பாப்பு, 'சென்னை பாரம்பரியக் கல்வி மையத்தில்' புதைபொருள் ஆய்வுகள் மேற்கொண்டு வருபவர். வெளிநாட்டு ஆய்வாளர்கள் சிலரையும் கொண்ட அவர் தலைமையிலான குழு, ஒரு கண்டுபிடிப்பை *(2011, பிப்ரவரி 2; 2018, பிப்ரவரி 1)* வெளியுலகுக்குத் தெரிவித்திருந்தது. உலக ஆய்வாளர்களை அது பெரிதும் ஈர்த்திருக்கிறது. தமிழகத்தில் சில ஊகங்களுக்கு உரமிட்டிருக்கிறது.

பூமியில் மனிதன் தோன்றிய காலம் 25 இலட்சம் ஆண்டுகளுக்கு முன்னால் ஆகும். முதல்முதல் இனத்திலிருந்து பல படி நிலைகளைக் கடந்து, இன்றைய மனித இனம் தழைத்திருக்கிறது. ஒவ்வொரு படிநிலையிலும் இனங்கள் பயன்படுத்திய கருவிகள்தான் அவை வாழ்ந்திருந்த கால எல்லைகளைக் கண்டறிய உதவும் பொருள்களாகும். தம் கருவிகளை மேம்படுத்தித் தேவைகளை எளிமையாக்கிக்கொண்ட பண்பிலேயே, இனங்கள் படிநிலையில் உயர்கின்றன. மனித இனம் முதல்முதலாகப் பயன்படுத்தியது பெரும்பாலும் கல்லால் உருவாக்கிய கருவிகள்தான். அவை பயனில் இருந்த காலநீட்சி, 25 இலட்சத்தில் இருந்து கி.மு. 3000 ஆண்டுகள் வரை என்று தோராயமாக வரையறை செய்திருக்கிறார்கள். ‘செம்புக் காலம்’, ‘இரும்புக் காலம்’ என்றெல்லாம் தொடர்ந்து, இன்று மின்னியல் காலம் வரை, மனித இனம் அறிவாற்றல் முன்னேற்றம் கண்டிருக்கிறது.

கற்கருவிகள் காலத்தால் பெரிதாக அழிவதில்லை. அவை மழுங்கியோ உடைந்தோ பயனற்றுப் போகும்போது புறக்கணிக்கப் பட்டு, பிறகு, ஒருகாலத்தில் நிலச்சரிவு போன்ற நிகழ்வுகளால் புதை பொருள்களாகிவிடுகின்றன. அவை இப்போதைய அறிவியல்-தொழில்நுட்ப யுகத்தில், ஆய்வு உள்ளீடுகளாக மாறி, மனிதத் தோற்றம், அவர்களின் புலப்பெயர்ச்சி, பண்பாடு என்பன பற்றிய பல அரிய உண்மைகள் வெளிவர உதவிக்கொண்டிருக்கின்றன. கருவிகளின் தன்மையை வைத்து மனிதனின் அறிவாற்றல் வளர்ச்சியையும், பண்பாட்டையும் அறிய முடிகிறது.

உலகின் பல பகுதிகளில் இப்படிப் புதைபொருள்களாகக் கிடைக்கும் கற்கருவிகளின் அளவு, கூர்மை, முகங்கள் போன்ற பண்புகளை வைத்துத்தான் புதைபொருள் ஆய்வாளர்கள் பழங்கால (முதல், மத்திய, கடைக் கற்கால) மனித இனங்களைப் பற்றிய உண்மைகளை வெளிப்படுத்தி வருகிறார்கள்.

உலகப் புதைபொருள் ஆய்வுகள்

அண்மைக்காலம் வரையிலான உலகப்புதை-கற்பொருள் ஆய்வுகளில் கிடைத்த குறிப்பிடத்தக்க ஒரு கண்டுபிடிப்பு: ‘இன்றைய மனித இனம், ஆப்பிரிக்கக் கண்டத்தில் 16 இலட்சம்

ஆண்டுகளுக்கு முன் வாழ்ந்திருந்து, பிறகு இரு காலகட்டங்களில் (14 இலட்சம், மற்றும் 8 இலட்சம் ஆண்டுகள் முன்பு) மேற்காசியக் கிழக்கு மெடிட்டெரேனியன் நிலப்பரப்பான 'லெவன்ட்' (Levant) பகுதியில் உள்ள இஸ்ரேலுக்கும், பிறகு, ஐரோப்பாவுக்கும் தெற்காசியாவில் இந்தியாவுக்கும், (5-6 இலட்சம் ஆண்டுகளுக்கு முன்பும்) பரவியுள்ளது; சீனாவில், ஏறக்குறைய இஸ்ரேலுக்கு இரண்டாம் கட்டமாகப் பரவிய காலகட்டத்தில் (8 இலட்சம் ஆண்டுகளுக்கு முன்பு), அதே இனம் காணப்பட்டது; ஆனால், ஆப்பிரிக்காவிலிருந்து அது வந்ததற்கான சான்றுகள் இல்லை' என்பதாகும்.

அதிரம்பாக்கம் ஆய்வுகள் இந்நிலையில், மிக அண்மைக் காலத்தில் சாந்தி பாப்பு குழு வெளியிட்டிருக்கும் கண்டுபிடிப்பு: 'மனித இனம் ஆப்பிரிக்காவிலிருந்து நேராக வந்து சேர்ந்தோ, அல்லது இஸ்ரேலில் முதற்கட்டமாகப் பரவியதும் அங்கிருந்து வந்தோ இந்தியாவில் குடியேறியுள்ளது; குறிப்பாக, ஐரோப்பாவுக்குப் பரவியதற்கு ஏறக்குறைய 8 இலட்சம் ஆண்டுகளுக்கு முன்பே, இந்தியப்பரப்பில் வாழ்ந்திருக்கிறது; பிறகு, இந்தியாவிலிருந்து சீனாவுக்குப் பரவியிருக்கிறது' என்பதாகும். (அதிரம்பாக்கத்தில் இந்தக் குழுவினர் ஆழ்குழிகள் தோண்டி சேகரித்த 3500 (இருமுகக் கல்-கைக் கோடரிகள், கூரான கல்-செதில்கள், இதுபோன்ற கருவிகளை உருவாக்கியபோது உதிர்ந்த துகள்கள், உடைந்த செதிள்கள் உள்ளிட்ட) கற்கருவிகள் தோராயமாக 15.1 இலட்சம் ஆண்டுகளுக்கு முன்பு - கடைக் கற்காலப் பகுதியில் - உருவாக்கப்பட்டு- புதை பொருள்களாகி இருப்பதற்கான காரணங்களைத் தம் கட்டுரைகளில் பதிவு செய்திருக்கின்றனர்).

தமிழர்க்கு மகிழ்ச்சியையும், உலகுக்கு ஈர்ப்பையும் கொடுக்கும் ஒரு செய்தி இதுதான்: 'இதுகாறும், ஆப்பிரிக்காவிலிருந்து இந்தியாவுக்கு மனித இனம் பரவிய காலம் மிகப் பிற்பட்ட 5-6 இலட்சம் ஆண்டுகளுக்கு முந்தியது என்று நம்பியிருந்தோம்; இல்லை, இல்லை! உண்மையில் பரவல் நிகழ்ந்த காலம் அதற்கும் 15.1 இலட்சம் ஆண்டுகளுக்கு முந்தியதாகும்.' [நினைவில் கொள்வோம்: கிழக்கு ஆப்பிரிக்கா (16 இ.ஆ.மு.); இஸ்ரேல்-1

(14 இ.ஆ.மு.), இஸ்ரேல்-2 (8 இ.ஆ.மு.); ஐரோப்பா, இந்தியா (5-6 இ.ஆ.மு); அதிரம்பாக்கம்: 15.1 இ.ஆ.மு.) மற்றும் சீனா (8 இ.ஆ.மு.); (இ.ஆ.மு. - இலட்சம் ஆண்டுகளுக்கு முன்பு)].

'தமிழர் பரம்பரை (இந்தியப் பரம்பரை) ஆப்பிரிக்கப் பரம்பரைக்கு அடுத்து, இஸ்ரேல் பரம்பரைபோல, மிகப் பழமையான ஒன்று' என்று உரக்கச் சொன்ன பேராசிரியர் சாந்தி பாப்புவுக்கு நன்றி கூறுவோம்.

ஊகமா உண்மையா?

நம்மை இப்போது துரத்தும் ஓர் ஊகம்தான் சிந்தனைக்குத் தீனியாகியுள்ளது. அந்த ஊகம், 'அதிரம்பாக்கத்தில்தான் முதல்-மனிதன் தோன்றினான்; ஆகவே, தமிழன்தான் பூமியில் தோன்றிய முதல்-மனிதன்' என்பதுதான்! இந்த ஊகம் மேடைகளிலும், ஊடகங்களிலும் பலமுறை வெளிச்சம் காட்டியிருக்கிறது! சாந்தி பாப்பு குழுவினர் இந்த ஊகத்தைக் கிளப்பவில்லை. அவர்கள் தெரிவிப்பது, 'இந்தியப் பரம்பரை, ஆப்பிரிக்கப் பரம்பரைக்கு ஏறக்குறைய 90,000 ஆண்டுகளுக்குப் பிந்திய ஒன்று; இஸ்ரேல் பரம்பரைக்கு ஒத்தது; மேலும், இம்முடிவுகள் புதை-கற்கருவிகளின் கால அளவுகளிலிருந்து மட்டும் பெறப்பட்டுள்ளது; எலும்பு, பற்கள் போன்றவற்றின் மரபணுக்களின் ஆய்வுகள் வழியாகக் கிடைத்தவையில்லை,' என்றும் தான்! நம்மில் சில ஆர்வளர்கள்தான் இந்தச் செய்தியைக் கிளப்பிப் புழகாங்கிதம் கொண்டுள்ளனர்.

இப்போது, நாம் கவனத்தில் கொள்ளவேண்டியவை இரண்டு: முதலாவது, இந்த வகை உயரிய வகை புதைபொருளாய்வு அதிரம் பாக்கத்தில் மட்டுமே நடந்துள்ளது; இந்தியாவில் வேறு பகுதிகளில் நடந்திருக்கும் ஆய்வுகள் இவ்வளவுக்குத் துல்லியமானவையில்லை; இரண்டாவது (மிகத் தலையாயது), பூமியின் மற்ற பகுதிகளையும் விட, ஆப்பிரிக்காவில் ஓர் ஏதுவான நீண்டு நிலைத்திருந்த பருவநிலை ஒரு காலகட்டத்தில் இருந்ததுதான், அங்கு மனிதன் தோன்றக் காரணம் என்று ஆய்வாளர்கள் கருத்துத் தெரிவித்திருப்பது.

முதிய ஆப்பிரிக்கத் தாய்

'கடந்த ஐம்பது இலட்சம் ஆண்டுக் காலத்தில், 32 கால-அளவுகளில், பருவநிலை மாற்றங்கள் அதிகமாக இருந்தன; அவற்றுள் எட்டுக் கால-அளவுகள் - (ஆ.ஆ- ஆயிரம் ஆண்டுகள்):

i) 50-3,58,000;   ii) 9,18-11,17,000;   iii) 16,95-18,88,000;
iv) 20,80-23,70,000;   v) 24,67-27,95,000;   vi) 29,09-31,97,000;
vii) 41,68-43,67,000; viii) 44,67-47,97,000

ஆண்டுகள்- ஆகியவை மிகக் கூடுதலான மாறுபாடுகளோடும், மிக நீண்டும் (1,93-3,68,000 ஆண்டுகள்) இருந்திருந்தன; நான்காவது-ஐந்தாவது கால-அளவுகளின் இணைவிளிம்பில் (23,50,000-களின்போது மனிதனின் முதல் இனம் தோன்றியது; பிறகு, பல படிநிலைகளைத் தாண்டி, 200-300ஆ.ஆ-ல் முழு வளர்ச்சி கண்டு, இன்றுவரை தொடர்வது இப்போதைய மனித இனம் (Homo Sapiens)!' என்று புவி ஆய்வாளர்கள் பாட்ஸ் என்பவரும் பெய்த் என்பவரும் தெரிவிக்கின்றார்கள் (Potts, R., \& Faith, J.T., 2015, Journal of Human Evolution, Environmental Variability and Hominin Dispersal, 87, 5-20).

மனித இனம் பிறப்பதற்கு ஏதுவான சூழ்நிலை இருந்த காலம் மேற்குறிப்பிட்ட 23,50,000 ஆண்டுகளின் போதாகும். இதற்கு அருகான ஒரு காலக் கட்டத்தில்தான் ஆப்பிரிக்காவில் வாழ்ந்திருந்த மனித முன்னோடிகளுக்கான சான்றுகள் கிடைத்திருக்கின்றன.

சறுக்கும் சான்றுகள்

அதிரம்பாக்கப் பரப்பில் - அல்லது முழு இந்தியப் பரப்பில்- இத்தகைய புவியியல், பருவநிலை மாற்றங்களும், பிறகு, ஒரு நிலைப்புத் தன்மையும் ஏற்பட்டுள்ளனவா என்பது தெரிய வேண்டியுள்ளது. இந்தியாவிலிருந்து 9,000 கிலோ மீட்டர் தொலைவில், (இந்திய-பசிபிக் கடல்களுக்கிடையில்) இருக்கும் இந்தோனேசியாவில், 74,000 ஆண்டுகளுக்கு முன் அப்படியொரு பெரும் எரிமலை-வெடிப்பு (Toba super volcano) நிகழ்ந்திருக்கிறது. அவ்வெடிப்பிலிருந்து கிளம்பிய சாம்பல் துகள்கள், வட இந்தியாவில் தபா (Dhaba) பகுதி வரை வந்து விழுந்திருக்கின்றன. இந்த வெடிப்பு, அங்கு வாழ்ந்த மக்களைப் பெரிதாகப் பாதிக்கவில்லை. தபா மக்கள்

அப்போது பயன்படுத்திய கற்கருவிகள் அப்பகுதியைச் சார்ந்தவை. அக்கருவிகளை இந்தச் சாம்பல் படிவுக்கு முந்தியன, பிந்தியன என்று வகைப்படுத்தி காலக்கணிப்பு செய்கின்றனர். அக்கருவிகளின் தொழில்நுட்பத்தை வைத்து அவற்றை ஆப்பிரிக்க, இந்தோனேசியக் கருவிகளோடு ஒப்பீடு செய்கிறார்கள்.

மனித இனத்தின் முதல் முன்னோடிகள் ஆப்பிரிக்காவில் 25 இலட்சம் ஆண்டுகளுக்கு முன்பு தோன்றி, 17-18 இலட்சம் ஆண்டுகள் வாழ்ந்து, சில படிநிலை வளர்ச்சிகளைத் தாண்டிக் 'கோமோ எரெக்டஸ் (Homo erectus)' வடிவை அடைந்திருக் கிறார்கள். இந்த வடிவில், பிறகு அவர்கள் பூமியின் வேறு பகுதிகளுக்குப் பரவியிருக்கிறார்கள். இந்த இனத்திலிருந்து தான் மூன்று இலட்சம் ஆண்டுகளுக்குப் பிறகு இன்றைய மனித இனம் படிநிலையில் வளர்ச்சிபெற்று, உயர்ந்து, இரண்டு இலட்சம் ஆண்டுகளில் முழு மூளை வளர்ச்சியைப் பெற்றிருக்கிறது. இப்போது இந்தோனேசியா, தபா, அதிரம்பாக்கம் பகுதிகளில் கிடைத்திருப்பது கோமோ எரெக்டஸ் இன வகையின் அடையாளங்கள்தான்!

அதிரம்பாக்கம் புதை-கற்கருவிகள் வழியிலான ஆய்வுகளால் இன்றைய மனித இனம் அங்கு வாழ்ந்திருக்கும் என்று ஊகிக்க முடியாது; பாப்பு குழுவினர் அந்த ஊகம் கொள்ளவில்லை. இந்தப் பதிவுகளிலிருந்து, ஆப்பிரிக்க மக்களின் பரம்பரை, ஒரு இலட்சம் ஆண்டுகளாவது மற்ற நாடுகளின் மக்களையும்விட முந்தியது என்பதை இப்போதைக்கு ஏற்பதில் தவறு இருக்க முடியாது.

ஆம், அதிரம்பாக்க ஆய்வுகள், நம் இன்றைய பரம்பரையை ஒரு இலட்சம் ஆண்டுகளுக்குப் பின்தள்ளி உறுதிசெய்துவிட்டன! ஆனால், இன்னும் நம் மொழியின் தோற்றம், இசையின் தோற்றம் பற்றியெல்லாம் இந்த ஆய்வுகள் எதுவும் குறிப்பாகத் தெரிவிக்க வில்லை. 'மொழி, மொழிக் குடும்பங்கள் பற்றிய ஆய்வுகள் 'ஓமோ சேப்பியன்' இனம் தழைத்த, இன்றைக்கு முன் 50,000 ஆண்டுகளில் இருந்தே தொடங்க வேண்டும்' என்ற கருத்தையோ, 'நியாண்டர்தல்' இன வாழ்வுக் காலத்தில் - 43,000 ஆண்டுகளுக்கு முந்தைய கால கட்டத்தில் - கிடைத்தவைதான் முதல் புதை-இசைக்

கருவிகள்' என்ற கருத்தையோ மாற்றிக்கொள்ளும் அளவுக்கு அதிரம்பாக்கம் ஆய்வுகள் எந்த ஐயத்தையும் எழுப்பவில்லை.

இசையும் மொழியும் மூளைச் செயல்

தமிழராகிய நமக்கு, மூத்த, செழுமிய, இலக்கிய-இலக்கண-இசைச் சொத்துக்கள் இருக்கின்றன. அவற்றை வைத்து மட்டும் நம் மொழியின், இசையின் முதல் தோற்றத்தை அறிய வாய்ப்பில்லை.

உலகில் இதுவரை ஆய்வுகளுக்குக் கிடைத்த புதை பொருள்கள், கற்கருவிகளும், எலும்பு, தந்தம் போன்ற சிதையாவகைப் பொருள்களாலான இசைக்கருவிகள் மட்டுமே.

இசையும் மொழியும் மனித மூளையின் அறிவாற்றல் மற்றும் மோட்டார் செயல்பாடுகளால் உருவானவை, விரிவானவை. ஓமோ எரெக்டஸ் இனத்தின் மூளை, புதை-பொருளாய்ப் படியவில்லை. சதைப்பாகங்கள் சிதைந்துபோய் மண்டையெலும்புக் கூடுகள் மட்டுமே ஆங்காங்கு கிடைத்திருக்கின்றன.

இந்தியப் புதைபொருள் ஆய்வுகள், இதுவரை ஒரேயொரு மண்டையோட்டை, அதுவும் தாடையெலும்புகள் இல்லாத மேல் பாகத்தை மட்டுமே (நர்மதாப் பள்ளத்தாக்கில், ஒரு கிராமத்தில்) கண்டுபிடித்துள்ளன. அதுவும் ஓமோ எரெக்டஸ் இன வகையையே சுட்டுகிறது.

ஊகங்கள் உண்மைகள் ஆகட்டும் மனிதனின் இன்றைய மூளையின் கட்டமைப்பைக் கொண்டு, எந்த அளவுக்கு இசையையும் மொழியையும் பின்னோக்கி அறிய முடியும் என்ற குறிக்கோளில் தொடர்ந்து ஆய்வுகள் நடைபெற்றுவருகின்றன. பன்னாட்டு இசைகள், மொழிகளின் படிநிலை வளர்ச்சிகளைத்தான் இப்போது பெரும்பாலும் அறிந்துகொண்டிருக்கிறோம். ஆனால், அனைத்துக்கும் முதல்முதலான இசைத்துளி, மொழித்துகள் பற்றிய உண்மைகள் வெளிவர வேண்டும், காத்திருப்போம்.

தமிழர் சிலரின் ஊகங்கள் உண்மைகளானால் மகிழ்ச்சியே! காத்திருப்போம். (கட்டுரையில் காணும் ஆண்டுகள் அனைத்தும் தோராயமானவை)

(தினமலர்)

சிறுகதைகள்

புனைவு
வயலில்
வாழ்வியல்
விளைச்சல்

திரு. எஸ். இராஜரெத்தினம், பேரா. எஸ். பி. தியாகராஜன்
பேரா. வ. செ. குழந்தைசாமி, வழக்கறிஞர் திரு இரா. காந்தி, ப.க.பொ
திரு. ஜெயகாந்தன், திரு. கே. சுப்ரமணியன், கவிஞர் சிற்பி.

சிறுகதைகள்

முதல் சிறுகதை 'மாலை முரசு' நாளிதழில் (1964/65) வெளிவந்தது. மூன்று/நான்கு சிறுகதைகள் சிற்றிதழ்களில் வெளிவந்துள்ளன. இவை எதற்கும் நகல்கள் இல்லை. சில ஆண்டுகளுக்கு முன்னால் 'தாயம்மா' என்ற நீண்ட சிறுகதை இணையத்திலும், 'உயிரெழுத்து' இதழிலும், இப்போது அமேசான் கிண்டில் நூலாகவும் வெளிவந்துள்ளது. மாலை முரசில் வந்த சிறுகதையின் கரு, ஒரு கட்டுரையாக, வடிக்கப்பெற்று ஒரு நூலில் இடம் பெற்றிருக்கிறது. இங்கு, இந்தக் கட்டுரையும் தாயம்மா பற்றிய செய்திகளும் கொடுக்கப் பட்டுள்ளன.

தாயம்மா

கதையில் கணவன் மனைவிக்கிடையிலான உறவும், அன்பும், நம்பிக்கையும், தியாகமும் இக்கதையில் எடுத்துச் சொல்லப் பட்டுள்ளன. கதைப் பின்னலும், நடையும், மொழியும் உங்களுக்கு சுவைக்கும். இதை எழுதும் உந்துதலுக்குக் காரணம், 60 ஆண்டுகளுக்கு முன்னால் நான் நேரில் பார்த்துப் பழகிய, பெண்மையின் இலக்கணமாகத் திகழ்ந்த ஒரு மூதாட்டி தான். இதைப் படித்து முடித்த பிறகு, அந்த மூதாட்டியின் வாழ்க்கை நெறிகள் உங்கள் நினைவில் நிழலாடும். உள்ளம் உருகும்.

N. Sivakumar, New Delhi
7:06 am July 22, 2013

நெஞ்சைப் பிழிந்துவிட்டது... வேறொன்றும் எழுத இயலவில்லை...

Charusthri
5:52 am July 23, 2013

After a long time, i read a good story actually, i was tired of reading one page short stories, really i am thrilled. Really a good story.

Dr. Joghnson
6:20 am July 28, 2013

திரு. ப.க.பொன்னுசாமியின் 'தாயம்மா' சிறுகதை மிகவும் நீளமாக இருந்தாலும், சிறுகதையின் இலக்கணம் அனைத்தும் கொண்டுள்ள சிறப்பு மிக்கதாக அமைந்துள்ளது. 35 வருடங்கள் கழித்து ரங்கநாயகி என்ற தாயம்மாவும், மரணத்தின் எல்லையிலிருந்த திருவேங்கடமும் மீண்டும் வாரணாசியில் கங்கையில் ஒன்றாக மூழ்கி, இனி பிறவிகள் எடுத்தால் மீண்டும் இருவரும் அதே உறவுடன் இருக்க வேண்டும் என்று ஆண்டவனிடம் வேண்டிக்கொள்வதும், அதே பிள்ளைகள் வேண்டும். ஆனால், அவர்களுக்கு ஏற்ற பெற்றோராகவும், தங்களுக்கு ஏற்ற பிள்ளைகளாகவும் அமைய வேண்டும் என்றும் வேண்டிக்கொள்வது மனதை உருக்குவதாகும்.

பருத்தி வியாபாரம் நொடித்துப் போய், கடன் அடைக்க சொத்துக்களையெல்லாம் இழந்த நிலையில், தவமிருந்து பெற்ற மகனால் உண்டான அவமானம், அனைத்துமே திருவேங்கடத்தை அமைதியைத் தேடி ஆண்டவனிடம் சரணடையச் செய்கிறது. குடும்பம், தொல்லை, பிள்ளை, வியாபாரம், தோல்வி, அவமானம், சண்டை ஆகிய அனைத்திலிருந்தும் விடுதலை பெற்றவராக, 15 வருடங்கள் தனிமையில் ஆண்டவனின் சந்நிதானங்களில் கழித்துவிடுகிறார். ஆனாலும், தாயம்மாவைக் கடைசியாகப் பார்த்துவிட வேண்டும் என்ற அவா இருக்கவே செய்கிறது. தான் இறந்த பின்பும் தாயம்மா மகள் ஜெயாவுக்காக வாழ வேண்டும் என்று அவர் வற்புறுத்துவது மிகவும் இயல்பாக மனதைத் தொடுகிறது.

கணவன் மனைவிக்கிடையிலான உறவும், அன்பும், நம்பிக்கையும், தியாகமும் கதையினூடே நன்கு எடுத்துச் சொல்லப்பட்டுள்ளது.

கதைப் பின்னலும், நடையும், மொழியும் அருமை! ஒரு நல்ல சிறுகதையைப் படித்த மன நிறைவு உண்டானது! பாராட்டுகள் திரு. ப.க.பொன்னுசாமி அவர்களே!

Ramamooorthi
1:33 pm July 31, 2013

Romba sukama erunthathu ungal kathai padithapirahu.

oru unmayana manushiye partha anubhavam. eluthugal eluthi konde erunga. ungalodu pesiya anubhavam.

சிற்பி பாலசுப்பிரமணியம்
2:11 pm August 1, 2013

தாயம்மாள் அனுபவப்பிழிவான அருமையான கதை. பொன்னுசாமி மிகுதியாக எழுதட்டும்.

கதை பிறக்க...

ஐம்பது ஆண்டுகளுக்கு முன், எழுதப்பட்ட ஒரு சிறுகதையின் சுருக்கம்:

குமரனும் செல்வியும் காதலிக்கிறார்கள். இருவரும் வேறுவேறு சாதியினர். செல்வியின் பெற்றோர் அந்தக் காதலை ஏற்காது ஒரு நடுத்தர வயதுப் பணக்காரருக்குத் திருமணம் செய்து வைக்கிறார்கள். குமரன் வெளியூர் போய்விடுகின்றான். மெல்ல மெல்ல செல்வியும் குடும்ப வாழ்வில் வேரூன்றிக்கொள்கிறாள்.

ஒரு நாள், செல்வி தன் கணவன் காளிமுத்துவுடன் சாலை ஒன்றைக் கடக்கும்போது அவன் லாரியில் அடிபட்டுத் துடிக்கிறான். அதைப் பார்த்து லாரியை நோக்கி ஒருவன் ஓடிவருகிறான். அவன் குமரன் என்று தெரிந்ததும், செல்வியின் உறவினர் ஒருவர் - 'காளிமுத்தைக் குமரன் லாரியில் தள்ளிவிட்டான்' என்று கூச்சல் போடுகிறார். கூட்டம் அதை நம்ப, காவலர் வந்து வழக்குப் பதிவாகிறது. செல்வி சாட்சி சொல்லுகிறாள்.

குமரன் ஆயுள் தண்டனை பெறுகிறான்.

தன் சிறை வாழ்க்கை முடிவதற்குச் சில நாட்களுக்கு முன் குமரன் செல்விக்கு ஒரு கடிதம் எழுதுகிறான். 'எங்கோ பார்த்துக் கொண்டு சாலையைக் கடக்க முயன்ற ஒருவரை ஓடிப் போய் இழுத்து நிறுத்தி காப்பாற்றவே முயன்றேன்; அவர் காளிமுத்து என்பது எனக்குத் தெரியாது' என்று நான் வழக்கு மன்றத்தில் சொல்லியது உண்மைதான் என்று இப்போதும் சத்தியமாய்க்

கூறுகிறேன். அதை நீ இப்போதாவது நம்பினால் எனக்குப் பதில் எழுது' என்கிறது கடிதம்.

விடுதலை பெற்று குமரன் ஊருக்குள் நுழைகிறான். அப்போது, ஒரு சவ ஊர்வலம் போகிறது. அந்தச் சவம் செல்வி தான் என்பதையும், அவள் தற்கொலை செய்துகொண்டாள் என்பதையும் அவன் அறிகிறான்.

சில நாட்கள் கழித்து, சிறைச்சாலையிலிருந்து திருப்பி அனுப்பிவைக்கப்பட்ட கடிதம் ஒன்று குமரனுக்குக் கிடைக்கிறது.

'விபத்தின்போது என் கணவரை நீங்கள் தடுத்தீர்களா, தள்ளினீர்களா?' என்பது எனக்குத் தெரியாது. என் சொந்தக்காரர் 'குமரன் தள்ளிவிட்டான்' என்று கூச்சல் போட்டதால் - அதுவே எனக்கு உண்மையாகத் தெரிந்தது. சாட்சி சொன்னேன். வேறு யாராக இருந்தாலும் அப்படியே சொல்லியிருப்பேன். இப்போது உங்களை நம்புகிறேன். ஊராருக்குப் பயந்ததும் உண்மை. நீங்கள் பெற்ற வேதனைக்கு மருந்து நான்தான். இனி உங்களோடு வாழ்ந்து - உங்களுக்குத் துணையாக இருக்கவே ஆசைப்படுகிறேன். உங்கள் கடிதம் கண்ட நாளிலிருந்து மனதில் அப்படித்தான் ஒரு கிளர்ச்சி. ஆனால், 'என் கணவரின் சாவுக்கு நீங்கள்தான் காரணம்' என்ற பொய் உண்மையாகிவிடும். உங்களைப் பார்க்கும் மன வலிமை எனக்கு இல்லை. நான் செய்த குற்றத்திற்கு உரிய தண்டனையை ஏற்றாக வேண்டும். மரணமே தண்டனை' என்று கடிதத்தில் செல்வி எழுதி இருந்தாள்.

இந்தச் சிறுகதையில், சில உண்மைகள் இடம் மாறி அமர்ந்து கொண்டுள்ளன; உடை மாற்றம் செய்துகொண்டுள்ளன. அதனால் ஒரு புதிய உருவம் கிடைக்கிறது. சில தங்கக்காசுகள் நெருப்பில் உருகி, வார்ப்புகளில் படிந்து, முலாம் பூசப்பெற்று, மணப்பெண் அணியும் ஒட்டியான நகையாக மாறிவிட்டது போன்ற - ஒரு நல்ல உருவத்தை உண்டாக்கியுள்ளன!

குமரன்-செல்வி காதல் ஓர் உண்மை. செல்வியின் திருமணம் ஓர் உண்மை. விபத்தும் கணவர் மரணமும் உண்மைகள். குமரன்

சிறை வாழ்க்கை, செல்வியின் மனமாற்றம், மரணம் - எல்லாமே உண்மைகள்!

'தடுத்தானா? தள்ளினானா?' என்று சந்தேகம் கொள்ளவைக்கும் ஒரு சூழ்நிலை!

உறவினரின் கூச்சல், செல்வியைத் துரத்திய ஊராரின் ஏளனப் பயம், 'யாரென்றே தெரியாமல் காப்பாற்ற முயன்றேன்' என்ற குமரன் கூற்று, 'யாராயிருந்தாலும் அப்படிச் சாட்சி சொல்லியிருப்பேன்' என்ற செல்வியின் கூற்று

எல்லாமே தங்கக்காசை உருக்கிய வெப்பம்!

'காதலித்தவர்கள் சில சூழ்நிலையில் கூடி வாழ்ந்தால் எப்படி? அவர்களை மீண்டும் பிரித்தால் எப்படி?' 'யாரைக் கொன்றால் படிப்பவர் நெஞ்சில் அழுத்தம் ஏறும்?'

இப்படிச் சில முடிச்சுகளை விழவைத்து - அந்த முடிச்சுகளை அவிழ்த்து மகிழும் வாய்ப்புகளைப் படிப்பவர்களுக்குக் கொடுக்கும் ஆற்றலைக் கதையாசிரியரிடம் நாம் காண்கிறோம். அந்த ஆற்றல் தான் - படைப்பாற்றல்! அந்த ஆற்றல் உலையில்தான் கதை கருப்பெறும். உருப்பெறும் *(கதை: ப.க.பொ.)*

நாடகங்கள்

கையெழுத்துப் படிகள்

பாசம் தந்த பரிசு

வடவரை வென்ற வளவன்

புதுமைத் திருடன்

'பாசம் தந்த பரிசு' நாடக அரங்கேற்றம்

சொற்சித்திரங்கள்

அக்கினிக் குஞ்சுகள்

படைப்புகளிலிருந்து...

பெரியசாமிக் கவுண்டர் பார்த்த சினிமா!

பெரியசாமிக் கவுண்டர், தானே படித்து அறிவை வளர்த்துக் கொண்டவர். செல்வக் குடும்பத்து ஒற்றைப் பிள்ளையாய்ப் பிறந்து விட்டதால் செல்லம் கூடி பள்ளிக்கூடம் போகாமல் போனவர். சின்ன வயதில் அவ்வப்போது சிறுசிறு தவறுகளைச் செய்யும் சூழ்நிலைகளில் சிக்கிக்கொள்கிறவர்தான் என்றாலும், ஊருக்குள் நல்ல பெயர். அனைவருக்கும் அன்பு காட்டுபவர். தும்பைவிட்டு வாலைப்பிடித்த கதையாக, படிக்காமல் இளமை போய்விட்டதை எண்ணி வருந்தி, தானே படிக்கும் ஆசையை வளர்த்துக்கொண்டவர். இசையையும் ஓரளவுக்கு அப்படியே வசப்படுத்திக்கொண்டவர். சின்ன வயதிலேயே கவுண்டர் பட்டம் பெற்றுவிட்டவர். யாரும் அவரைப் பார்த்து, நின்று நலம் விசாரிக்காமல் போக மாட்டார்கள். எனக்கு இருபது வயதுக்குமேல் மூத்தவர். அவரை அடிக்கடி நான் சந்திப்பேன்.

ஒரு நாள், சில சக மாணவர்களுடன் பேசிக்கொண்டிருந்தேன். பெரியசாமிக் கவுண்டர் வந்துகொண்டிருந்தார். அவர் அதிக நேரம் செலவிடும் தையற்கடைக்குத்தான் போய்க்கொண்டிருக்கிறார் என்பது எங்களுக்குத் தெரியும்.

என்னைப் பார்த்ததும், 'வாங்க மாப்பிளெ, விடுப்பா?' என்ற வாறே வந்தார். அவருடன் நாங்கள் தையற்கடைக்குப் போனோம். எல்லோருக்கும் கடலைமிட்டாய் வாங்கிக் கொடுத்தார்.

"உங்குளுக்கு ஒன்னச் சொல்லப் போறேன் - கேக்கறீங்களா?" என்றார். தலையசைத்தோம்.

"நாலு நாளுக்கு முன்னால நாஞ் சினிமா பாத்தெ(ன்). அப்ப நடந்ததச் சொல்ற(ன்)" - என்றார்.

சினிமா என்றதும் சொல்லவா வேண்டும்? "என்ன சினிமா?" என்று கேட்டான், முத்துமோகன்.

'மதுரவீர(ன்)'. நான் சினிமாவுக்கெல்லாம் போமாட்டெ(ன்). முந்தா நாளு சொந்தக்காரப் பயெ ராமசாமி, அவந் தங்கச்சி பாப்பாத்தியோட வீட்டுக்கு வந்திருந்தா(ன்). 'நாங்க சினிமாவுக்குப் போறம், நீங்குளும் வாங்க மாமா'ன்னு கூப்பிட்டா(ன்). என்ன நெனப்புலயோ, சரின்னு பொறப்புட்டுட்டெ(ன்). படம் பாத்துகிட்டிருந்தப்ப ஒரு கூத்து நடந்திருச்சு."

"என்ன கூத்து மாமா?" கேட்டேன்.

"படம் பாத்துகிட்டிருந்த பாப்பாத்தி, கொஞ்ச நேரத்தில நெளியறதப் பாத்தெ. 'என்னம்மா'-ன்னு கேட்டெ. பின்னால வரிசயில உக்காந்திருந்த ஒருத்தங் கால முன்னால நீட்டுனப்ப, பாப்பாத்தி காலுமேல பட்டிருச்சு. அதுனாலெ நெளிஞ்சிருக்குது. பின்னால மடக்கி வெச்சிருந்த காலெ எடுத்து முன்னால நீட்டிக்கிட்டா. கொஞ்ச நேரத்தில மறந்துபோயி மறுக்காவும் காலப் பின்னால மடக்கி வெச்சிக்கிட்டா. பின்னால உக்காந்திருந்த அந்தப் பயனும் மறந்து போயி அவங் கால முன்னால நீட்ட, அவங் காலு பாப்பா கால்ல இன்னொருக்காவும் பட்டிருக்குது. சட்டுன்னு அவங்கால உள்ள இழுத்துக்கிட்டா(ன்). கோபப்படாம கொஞ்சஞ் சிரிச்ச மொகத்தோட பின்னால திரும்பி அவனப் பார்த்திருக்கா பாப்பாத்தி. அவஞ் சுதாரிச்சுக்கிட்டு பதிலுக்குச் சிரிச்சிருக்கா(ன்).

எடவேள வந்திருச்சு. தூரத்தில அந்தப் பய சிகரெட் புடிச்சுகிட்டு இருந்தா(ன்).

சினிமா மறுக்காத் தொடங்குச்சு. கொஞ்ச நேரத்தில அவங்கால நீட்டறதுந் தொடந்துது. அப்பறம் அந்தப் பயெ எந்திரிச்சு வெளிய போயிட்டு வந்து உக்காந்துகிட்டா(ன்). கால நீட்றத அடிக்கடி செஞ்சுகிட்டு இருந்தா(ன்), அவெ ரொம்பச் சந்தோஷத்தில இருக்கிற மாதிரித் தெரிஞ்சுது. நாம் பாக்கறத, அவம் பாக்கற நெலயில இல்ல.

சினிமா முடிஞ்சு எல்லாரும் வெளிய வந்தம். இந்தப் பயந்தூரத்தில சிகரட்டுப் புடிச்சுக்கிட்டே பாப்பாத்தியப் பாத்தா(ன்). அப்பாவி மாதிரி நா(ன்) நின்னுகிட்டெ(ன்). ராமசாமி எதயுங்கண்டுக்காம வண்டியப் பூட்டப் போனா(ன்).

தூரமா நின்னுகிட்டிருந்த அந்தப் ‘பயனத் தம்பி இங்க வா’ன்னு கூப்பிட்டென். அவெ இத எதிர்பாக்கலெ.

‘கொஞ்சம் தீப்பிட்டி குடுப்பா, சிகரட்டப் பத்திக்கிறெ’ - கேட்ட. அவெ தீப்பிட்டிய நீட்டினா(ன்).

‘சினிமா நல்லா இருந்துதில்லெ? உங்களப்போல பசங் களுக்கெல்லா(ம்) எம்ஜியார் போட்ட ஆட்டங்கதா ரொம்பப் புடிச்சிருக்கும்’னு கேட்டெ(ன்). அவெ நெருக்கமாயிட்டா(ன்).

‘வாங்க மாமா’-ன்னு ராமசாமி கொரல் குடுத்தா(ன்).

‘வாரந் தம்பி’-ன்னு தீப்பிட்டிய அந்தப் பயங்கிட்டக் கொடுத்துப் போட்டுத் திரும்பி நடந்தெ(ன்). கொஞ்ச தூரம் போனதீந் திரும்பி, ‘தம்பி, வா, ஒன்னு சொல்ல மறந்திட்ட’ - சொல்லிக்கிட்டே அந்தப் பயெனக் கூப்பிட்டெ(ன்).

‘உம் பேரென்னப்பா?’-ன்னு கேட்டெ(ன்). ‘செரி செரி, வேண்டா வேண்டா, கொட்டகீல பின்னால உக்காந்துகிட்டு லேசா லேசா, நீ கால நீட்டி நீட்டி ஒரசிகிட்டு இருந்தயல்ல? அந்தக் காலு இந்தப் பாப்பா காலில்லெ - அது என்ற காலு’-ன்னு சிரிக்காமச் சொன்னெ(ன்).

பயெனுக்கு மொகத்தில பேயறைஞ்ச நெல. ‘ஓடு ஓடுன்னெ(ன்). அடுத்த நிமிசத்தில அவனிருந்த எடந் தெரியல!’

வண்டிய ஓட்டிக்கிட்டிருந்த ராமசாமிக்கு நடந்தது ஒன்னுந் தெரியாது. நா(ன்) பாப்பாத்தியப் பாத்துச் சிரிச்செ(ன்).

என்ன நடந்துச்சின்னா, அந்தப் பயங்காலு மொதல்ல பட்டதும் திரும்பிப் பெருந்தன்மயாப் பாப்பாத்தி சிரிச்சிருக்கா, மறுக்கா அவங்காலுப் பட்டபோதும் பேசாம இருந்துகிட்டா. அப்பறமும் பட்டபோது எங்கிட்ட மொள்ளச் சொன்னா, ‘செரி, நாஞ் சொல்றபடி செய்யி’-ன்னு பாப்பாத்திகிட்ட மொள்ள ஒன்னச் செய்யச் சொன்னெ. அதுப்படி அவ உடனே தன்னோட கால முன்னால நீட்டிக்கிட்டா. நா(ன்) என்ற கால அவஞ் சீட்டுக்கடியில உள்ளுக்கு நீட்டி ஜம்முன்னு உக்காந்துக் கிட்டே(ன்)!’

'என்ன மாப்ள, கதை எப்பிடி?' என்றார் பெரியசாமிக் கவுண்டர்.

'வேற யாராச்சுன்னா அவனப் பொடச்சு எடுத்திருப்பாங்க மாமா' - என்றேன் நான்.

'என்னால, எப்பிடி இப்பிடிச் சமாளிக்க முடிஞ்சுது தெரீமா?' - என்ற பெரியசாமிக் கவுண்டர், தொடர்ந்தார்:

'கொஞ்ச நாளா, நா(ன்) திருக்குறளப் படிச்சிக்கிட்டு இருக்கறெ(ன்). பாப்பாத்தி எங்கிட்ட முணுமுணுத்ததும் சட்டுன்னு ஒரு குறள் மனசுக்கு வந்தது. அந்தக் குறள்,

'இன்னாசெய்தாரை ஒறுத்தல் அவர்நாண நன்னயம் செய்து விடல்'

'இப்படிச் செஞ்சு பாப்பமேன்னு செஞ்செ(ன்). நல்ல பலன் கெடச்சிருச்சு!' என்றார் பெரியசாமிக் கவுண்டர்.

வீடு வந்ததும் அப்பாவிடம் திருக்குறள் வேண்டுமென்றேன்.

(இலக்கியம் - சில பார்வைகள்)

சீனிவாச அய்யங்கார்

சீனிவாச அய்யங்கார் பெயருக்குக் குறையில்லாமல் வெள்ளை ஜிப்பா, பஞ்சகச்ச வேட்டி, தோளில் துண்டு, முக்கோட்டு நாமம், நடுத்தர உயரம் என்று உள்ள அவரை, நன்றாக அடையாளம் காட்டிக் கொண்டிருந்தவை அவருடைய சிண்டும் சிறு புன்னகையும் ஆகும். இவற்றில் எந்த ஒன்றையும் எப்போது மாற்றுகிறார் என்று யாராலும் கண்டுபிடித்துவிட முடியாது. ஒளிந்து கொண்டிருப்பதால் அவருடைய உள்ளத்தின் வெள்ளையைச் சில நேரங்களில் சிலரால் காண முடியாமல் போவதும் உண்டு. உண்மையில் எப்போதும் அது வெள்ளைதான்!

தலைமை ஆசிரியர் வேறல்லவா? சுறுசுறுப்பாகவே இருப்பார். அவர் பாடம் எடுக்கும்போது, சில மாணவர்கள் அவருடைய சிண்டின் நளினத்தில் வகுப்பறையை மறந்து விடுவார்கள்!

சிலர் அவர் துண்டை எடுத்து எடுத்து தோளில் போட்டுக் கொள்வதை எண்ணிக்கொண்டிருப்பார்கள்!

வகுப்பில் இத்தனை எதிர்பார்ப்புகளுடன் இருக்கும் மாணவர்களை - அவர் ஒரு சிறிதும் ஏமாற்றிவிடமாட்டார்!

அவர் பாடத்தில் நான் ஒருநாளும் ஏமாறியது இல்லை. அன்று நான் ஏமாறிவிடுவேனோ என்று கொஞ்சம் அஞ்சினேன். வகுப்பில் நுழைந்து வருகையைச் சரிபார்த்துவிட்டு, துண்டை இரண்டு முறை தூக்கித் தூக்கிப் போட்டுவிட்டு,

'உங்களில் யாராவது குரங்கு செத்துக்கிடப்பதைப் பார்த் திருக்கிறீங்களா?' -

என்ற ஒரு கேள்வியைக் கேட்டார்.

மாணவர்கள் ஒவ்வொருவரும் மற்றவர்கள் பக்கம் திரும்பித் திரும்பிப் பார்த்துவிட்டு, பதில் சொல்லத் தெரியாமல் திருதிரு வென இருந்தார்கள். அய்யங்காரின் பார்வை என்மீது விழுந்தது.

'தெரிந்ததைச் சொல்' என்றார்.

'குரங்குகள் சாகாவரம் பெற்றவை - ஏனென்றால், அனுமான் பரம்பரை அவை; அனுமான் சிரஞ்சீவியானவன். அதனால் குரங்குகளும் சிரஞ்சீவியானவை - சாகாதவை என்று படுகிறது,' என்றேன் நான்.

மாணவர்கள் பலமாகச் சிரித்தார்கள். நான் உண்மையில் கிண்டலாகப் பதில் சொல்லியிருக்கிறேன் என்பது அவர்கள் எண்ணம். சில நேரங்களில் நான் அப்படியும்தான்!

'பாதி சரி, பாதி தப்பு' என்றார் அய்யங்கார்.

மாணவர்கள் மீண்டும் சிரிப்பொலியைக் கிளப்பினார்கள்.

'ஒன்னுந் தெரியலைன்னாலும் சிரிப்புக்குக் குறைச்சலில்லை' என்று கடிந்துகொண்டார் அய்யங்கார்.

ப. க. பொன்னுசாமியின் படைப்புலகம்

'சரி, பாடத்துக்குப் போவோம்' என்று சொல்லிவிட்டு, சீதை அசோக வனத்தில் வாடித் துன்புற்ற நாட்களைக் கழிக்கும் காட்சிகளை விவரித்துச் சொன்னார். எப்போதும் போல கதைப் பகுதியை அய்யங்கார் நன்றாகச் சொன்னார். மாணவர்கள் ஒன்றிக் கேட்டுக்கொண்டிருந்தனர்.

அனுமன் அசோக வனத்தில் நுழைந்த செயலை நாடகமாக நடித்துக் காட்டி விளக்கினார். சீதையும் அனுமனும் உரையாடியதை எடுத்துச் சொன்னார்.

'இப்போது, அனுமன் சீதையை வணங்கி விடை பெறுகிறான்; சீதை அனுமனை வாழ்த்தி அனுப்புகிறாள். கம்பன் சீதையின் வாழ்த்தைப் பாடலாக்கிக் காட்டுகிறார். அந்தப் பாடலைக் கேளுங் கள்' என்று கூறிவிட்டு அய்யங்கார் இந்தப் பாடலை நல்ல இராகத் துடன் பாடினார்:

'பாழிய பணைத்தோள் வீர, துணையிலேன் பரிவு தீர்த்த
வாழிய வள்ளலே யான் மறுவிலா மனத்தேன் என்னின்
ஊழியோர் பகலாய் ஓதும் யாண்டெலாம் உலகம் ஏழும்
ஏழும் வீவுற்ற ஞான்றும் இன்று என இருத்தி என்றாள்!'

'என்னுடைய ஏக்கம் தீர்த்த, வலிமையான தோள்கள் கொண்ட, வள்ளல் அனுமனே, நீ வாழ்க! நான் குற்றமற்ற உள்ளம் பெற்றவள் என்பது உண்மையானால் - பல நூறாயிரம் ஆண்டுகளைக் கொண்ட ஊழி என்னும் நீண்ட காலப் பகுதி ஒரு பகலாகவும், அதே ஊழிக் காலப் பகுதி ஓர் இரவாகவும், அந்தப் பகலும் இரவும் சேர்ந்த நாட்களால் ஆகும் ஆண்டுகள் பல்லாயிரம் காலமும் - கீழேழு, மேலேழு என்ற பதினான்கு உலகங்களும் அழிந்து போனாலும் - இன்று எப்படி நீ வலிமை மிக்க தோள்களோடும், பரிவு தீர்க்கும் பண்போடும், ஒரு வள்ளலாக வாழ்கிறாயோ - அதேபோன்ற நிலையில்- நீ என்றும் இருப்பாய்!' என்று அருமையாக விளக்கிச் சொன்னார் அய்யங்கார்.

'பகலொரு ஊழி, இரவொரு ஊழி, இரண்டும் கூடி ஒருநாள்! அத்தகைய நாட்களால் ஆன ஆண்டு; அப்படிப் பல்லாயிரம்

ஆண்டுகள்! இந்த மொத்தக் காலஅளவுக்கு என்ன பெயர் வைக்கலாம்?' -

என்ற கேள்வியை இப்போது முன்வைத்தார் அய்யங்கார்.

Infinity என்று கணக்குப் புலியான என் நண்பன் பழனிச்சாமி எழுந்து சொன்னான்.

'அவ்வளவு காலம் அனுமன் வாழ்ந்தால்?' என்ற அய்யங்காரின் கேள்விக்கு என்னிடமிருந்து ஒரு பதில் வந்தது.

'அனுமன் சிரஞ்சீவி சார்!' என்றேன்.

'சீதை, என்று அசோக வனத்திலே அனுமனைச் 'சிரஞ்சீவியாக இருப்பாய்' என்று வாழ்த்தினாளோ - அன்றிலிருந்து அவனை நாம் சிரஞ்சீவி என்றே நம்பி வணங்கி வருகிறோம்,' என்றார் அய்யங்கார்.

'பாதி சரி' - என்று தொடக்கத்தில் சொன்னேனல்லவா? 'அனுமன் சிரஞ்சீவி' என்ற நம்பிக்கை சரி என்பதைத்தான் குறிப்பிட்டேன்.'

'பாதி தப்பு' என்றதன் பொருள் என்ன? தெரிகிறதா?' என்றார் நிறுத்தி.

'குரங்குகள் சாகமாட்டா என்பது' - என்றேன்.

'செத்துப்போன குரங்குகளை நாம் பார்த்ததில்லையே!' என்றான் முருகவேல்.

'அனுமன் 'சிரஞ்சீவி', 'சாகாதவன்' என்பது - சீதை வாழ்த்திய நாளிலிருந்து வேரூன்றிவிட்ட நம்பிக்கை; அந்த நம்பிக்கை என்றும் நம்மிடம் இருக்கும். கம்பருக்கு முன்னும் அந்த நம்பிக்கை இருந்திருக்கிறது; அதைத்தான் அவர் சுட்டிக் காட்டுகிறார்.

'குரங்குகளை நாம் 'அனுமன் வாரிசு' என்று நம்புவதால் - அவையும் சிரஞ்சீவியானவை என்று நம்பும்படி நம் பெற்றோர்கள் சொல்லிக்கொடுத்து வருகிறார்கள். அதற்கு ஏற்றாற்போல், நாம் யாரும் இறந்துபோன குரங்குகளை அதிகம் காண்பதில்லை.

ஏனென்றால், குரங்குகளிடம் ஒரு குணம் உண்டாம். தம் இனத்தில் ஒன்று இறந்துபோனால் - உடனே அதை ஒரு மறைவான இடத்துக்கு எடுத்துக்கொண்டு போய் போட்டுவிடுமாம்! அதனால்தான் நாம் பார்க்க முடிவதில்லையாம்' என்று நம்பும்படி சொன்னார் அய்யங்கார்.

அவர் சொன்ன 'குரங்குகளின் குணம் உண்மையா?' என்று இன்னும் நான் அறிந்துகொள்ள முயற்சி மேற்கொள்ளவில்லை.

ஆசிரியர் சீனிவாச அய்யங்காரின் கம்பராமாயணப் பாடல் ஒன்றின் விளக்கத்தில், 'அனுமன் சிரஞ்சீவி' என்ற நம் சமூக நம்பிக்கையை இணைத்துக் காட்டிய பாங்கு, கம்பராமாயணத்தை முழுவதுமாகப் பலமுறை படித்து மகிழ என்னைத் தூண்டியது. அதுவே, இளமையில் என் மன வயலில் விழுந்த சத்தான இலக்கிய விதைகளில் ஒன்று!

(இலக்கியம் - சில பார்வைகள்)

இலக்கியம் என்ன செய்யும்?

விளையாட்டும் வயலும் என்னிடம் அதிக நேரத்தை எடுத்துக் கொண்ட பள்ளிப்பருவம். மாலையில் கிருஷ்ணசாமி ராஜா தன் வீட்டுத் திண்ணையில் ஐந்தாறு மாணவர்களுக்குப் பாடம் சொல்லிக் கொடுப்பார். திக்கித் திக்கித்தான் சொற்கள் வரும். ஆனால், தெளிவாக இருக்கும். நான் மற்ற பாடங்களில் கவனம் செலுத்தமாட்டேன். இயல்பாகவே அவை புரிந்துவிடும். தமிழும் நன்றாகவே வரும். செய்யுள் மிகவும் பிடிக்கும். கிருஷ்ணசாமி ராஜாவின் திக்குத் தமிழ்ச் செய்யுள் தித்திக்கும். அவ்வையாரின் நீதிப் பாடல்கள், விவேக சிந்தாமணி, சூடாமணி நிகண்டு, நன்னூல் என்று ஒவ்வொரு நாளும் புதிய புதிய செய்யுள்களைச் சொல்லி விளக்குவார். மற்றவர்களைவிட நான் கவனமாகக் கேட்பேன். 'ஐந்தாறு பேர்களுக்கு என்பது மெல்ல மெல்லப் போய் - பல நாட்கள் எனக்கு மட்டுமே' என்பது போல செய்யுள் விளக்கங்களைச் சொல்லுவார்.

ஒருநாள், சிலப்பதிகாரக் கதைச் சுருக்கம் சொன்னார். சிலப்பதிகாரத்தை என் கையில் கொடுத்து, ஒரு பகுதியைப் படித்துக் காட்டச்சொன்னார்.

பக்கம் பக்கமாகப் பாடல் வரிகள். தயங்கியபடி `எங்கிருந்து படிப்பது?' என்று கேட்டேன்.

நூலை வாங்கி, 'இந்த வரியிலிருந்து படி' என்றார்.

'நீர் வார் கண்ணை எம்முன் வந்தோய்!
யாரையோ நீ மடக் கொடியோய்!'

படித்துக் காட்டினேன்.

'சரி, நான் சொல்லும் பதிவுரையைக் கேள்' என்று விளக்கிச் சொன்னார்: 'கண்ணை' என்ற சொல்லுக்குக் கண்களை உடையவளே' என்றும், 'வந்தோய்' என்ற சொல்லுக்கு வந்தவளே' என்றும், 'யாரையோ' என்ற சொல்லிலும் 'கொடியோய்' என்ற சொல்லிலும் வரும் ஒகார அசைகளுக்கும் அவர் சொல்லிய விளக்கம்!

'அரச தோரணை, ஆனால் அகங்காரம் வெளிப்படாத பாங்கில் கேள்விகள்! நான் பொருள் சொல்லியபோதுதான் 'உடையவளே', 'வந்தவளே' என்றெல்லாம் மரியாதை குறைந்த தொனியில் குறிப்பிட்டேன்; ஆனால், இளங்கோவடிகள் பரிவோடு, உணர்ச்சியோடு கண்ணகியை மரியாதையோடு கேட்டார்,' - என்ற ஆசிரியர் கிருஷ்ணசாமி ராஜாவின் விளக்கம் என்னைப் புல்லரிக்க வைத்தது.

'ஓர் எழுத்துக்கும், ஒரு சொல்லுக்கும், ஒரு சொற்றொடருக்கும் இப்படி யெல்லாம் பொருளும், உயிரும் இருக்க முடிகிறதா?' என்று வியந்து மகிழ்ந்தேன்.

ஒரு வாரத்திற்கு மேல் அதே பாட்டுப் பகுதியை கிருஷ்ணசாமி ராஜா படித்துக் காட்டி விளக்கம் கொடுத்துக்கொண்டிருந்தார்.

'தேரா மன்னா செப்புவது உடையேன்!'

...

...

'நற்றிறம் படராக் கொற்கை வேந்தே!'

என்றவாறு நாளும் உயிர்ப்பான, உள்ளம் ஈர்த்த விளக்கங்கள்!

'கண்ணகி அணி மணிக் காற் சிலம்பு உடைப்ப
மன்னவன் வாய் முதல் தெறித்தது மணியே!'

என்ற வரிகளைப் படித்துக் காட்டிவிட்டு - 'இங்கே புரிகிறதா?' என்றார்.

'புரியவில்லை' என்பதன் குறிப்பாகத் தலையை அசைத்தேன்.

'கண்ணகி, தான் அணியும் சிலம்புகளில் ஒன்றைக் கையில் கொண்டு வந்திருந்தாள். மன்னனிடம் தனக்குத் தெரிந்த உண்மைகளை எல்லாம் கனல்கக்கக் கூறிவிட்டு, 'மன்னனே, இதோ இந்தச் சிலம்பை - கோவலன் விற்ற சிலம்பின் இணையை - உடைத்துக் காட்டுகிறேன்; அதற்குள்ளே என்ன இருக்கிறது பார். அரசியின் கால் சிலம்பில் இருப்பது முத்துக்கள்; என் சிலம்பில் இருப்பது மணிகள்; இதோ பார்!' - என்று கண்ணகி தன் கையிலிருந்த சிலம்பை ஓங்கிப் பூமியில் அடித்து உடைக்கிறாள். சிலம்பு சில்களாக உடைந்து சிதறுகிறது. சிலம்புள்ளே அடைபட்டிருந்த மணிகள் நாற்புறமுமாகச் சிதறிப்போகின்றன. அப்படிச் சிதறிய மணிகளில் ஒன்று மன்னனின் வாயைத் தொட்டு உரசிப்போனது' - என்று விவரித்து விட்டு - அந்தச் சிலம்பைத் தானே உடைத்தது போன்ற மெய்ப் பாட்டுடன் கிருஷ்ணசாமி ராஜா நிறுத்தினார்.

சிலப்பதிகாரக் கதையின் சிலம்புடைப்புக் காட்சியும் அதன் பின்புலமும் எனக்கு நன்றாக விளங்கின.

கிருஷ்ணசாமி ராஜா, 'மண்டுகளா, சிலப்பதிகாரக் கதையைத் தான் இதுவரைக்கும் சொன்னேன்; கண்ணகி, கோவலன், மன்னன் என்ற கதைப் பாத்திரங்களை மட்டும்தான் காட்டினேன்; இளங்கோவடிகளை இன்னும் காட்டவில்லை. இப்போது காட்டுகிறேன்,' என்று தொடர்ந்தார்.

'மன்னவன் வாய் முதல் தெறித்தது மணியே!' என்கிறார் இளங்கோவடிகள். இந்த வரியின் உயிர் என்ன தெரியுமா? 'ஏ மன்னனே! உன் வாய்தானே என் சிலம்பை, உன் மனைவியின் சிலம்பென்று பொய் சொல்லி - என் கணவனைக் கொன்றுவிட

வைத்தது? உடைந்த என் சிலம்பின் மணி ஒன்று, 'இதோ இதுதான் அந்தப் பொய் புகன்ற வாய்' என்று அவையோருக்கு சுட்டிக் காட்டத்தான் - அது உன் வாயை, நாவை உரசிச்சென்றது!' என்று சொல்லிவிட்டு கிருஷ்ணசாமி ராஜா, 'பொய் சொன்னால் என்ன நடக்கும் என்பதை நாளை சொல்கிறேன்?' என்று அன்று பாடத்தை முடித்துக்கொண்டார்.

மறுநாள், பல வரிகளைப் படித்துப் பொருள் சொல்லிவிட்டு, இந்த இரண்டு வரிகளைப் படித்தார்:

'தென்புலம் காவல் என் முதல் பிழைத்தது
கெடுக என் ஆயுள்.'

'இதுவரை என் முன்னோர்கள் நீதி வழுவாமல் இருந்தார்கள்! நீதி வழுவும் செயலை முதன்முதலாக நான் செய்துவிட்டேன். அதற்குத் தண்டனையாக என் உயிர்போகட்டும்' என்று கூறிக்கொண்டே மன்னன் மண்ணில் வீழ்ந்து உயிர் விட்டான்.

'இது காறும் இல்லாத பிழையை - என் முன்னவர்கள் செய்யாத பிழையை - முதன்முதலாகச் செய்த பழி எனக்கு ஏற்பட்டுவிட்டது. அப்பழியை இப்போதே துடைக்கிறேன்' என்று மன்னன் உயிர் விட்டதையும் நெகிழ்ந்து சொன்னார். பிறகு,

'ம்... பொய் சொல்லலாமா?'

'நாம் முதன்முதலாக ஒரு பழியை ஏற்கலாமா?'

இந்த இரண்டு கேள்விகளையும் கிருஷ்ணசாமி ராஜா இரண்டிரண்டு முறை திக்கித் திக்கிக் கேட்டார்.

'கூடாது, கூடாது' என்று நானும் மற்ற மாணவர்களும் உரக்கச் சொன்னோம்.

எழுபது ஆண்டுகளுக்கும் மேலாக அந்த இரண்டு கேள்விகள் எந்த உருவத்தில் வந்தாலும், 'கூடாது, கூடாது' என்ற பதிலை உறுதியாகச் சொல்லவே மனம் பழகிக் கொண்டுவிட்டது.

(இலக்கியம் - சில பார்வைகள்)

அறிவியல் என்பதும் ஆறுபோலத்தான்!

சலசலவென்று ஆறு ஓடிக்கொண்டிருக்கிறது. தன் போக்கில் அது பல செயல்களைச் செய்கிறது. அச்செயல்களால் மனித இனம் பல வழிகளில் பயன்பெறுகின்றது. அந்த ஆற்றின் தோற்றத்தை, தொடக்கத்தை, ஓட்டத்தை, வறட்சியை நீங்கள் எண்ணிப் பார்த்திருக்கின்றீர்களா? நேரம் கிடைக்கும்போது, ஆற்றின் கரை மீது ஒரு பயணம் மேற்கொள்ளுங்கள். அப்பயண முடிவில் நீங்கள் ஒரு மலையடிவாரத்தை அடைவீர்கள். மலைப் பகுதியிலிருந்து வரும் நான்கைந்து அருவிகள் ஒன்றுகூட, அந்த ஆறு தன் உடலை கழுத்துப் பகுதியிலிருந்து கீழே உருவாக்கிக் கொண்டிருப்பதை அங்கு காண்பீர்கள். ஏதாவது ஓர் அருவியை யொட்டி எப்படியாவது மெல்ல மேலே மலைமீது ஏறிப்போங்கள். அங்கிருந்தும் இங்கிருந்துமாக அவ்வப்போது பல சிறிய, பெரிய நீரோட்டங்கள் அந்த அருவியின் கழுத்துப் பகுதியில் இணைவதைக் காண்பீர்கள். அதில் ஒரு நீரோட்டத்தை ஒட்டித் தொடருங்கள். அதன் உடல் முழுவதும் நீரிணைப்புகள்! அவை ஒவ்வொன்றும் எங்கிருந்து புறப்பட்டுவருகின்றன என்பதைப் பொறுமையிருந்தால் கண்டறிய நேரத்தைச் செலவிடுங்கள். பல நேரங்களில் அவற்றில் பலவும் காய்ந்துபோயிருக்கும். பொசுபொசுவென்று மழை தூறினால் பலவும் உயிர் பெற்றுக்கொள்ளும்: ஆற்றில் சீரான ஓட்டமிருக்கும். பெருமழை என்றால், எல்லாமே உயிர்பெற்று ஓடிவரும். ஆற்றில் பெரு வெள்ளம் வரும். அழிவும் ஏற்படும். மழையேயில்லாமல் போகுமானால், நீர் முழுவதும் வற்றி, அதன் சுடுமணலில் உங்கள் அடி வருந்தும்.

அறிவியல் என்பதும் அந்த ஆறுபோலத்தான்! தனக்கெனத் தோற்றம், தொடக்கம், ஓட்டம், பயன், அழிவு, வறட்சி என்று பல முகங்களையும் பெற்றுத் திகழ்கிறது. மலையும், மழையும் என்று தோன்றின? ஆற்றின் பன்முகங்கள் எப்போது தத்தமக்கான திசைகளில் திரும்பின? முதல் மனிதன் கண்விழித்துப் பார்த்தபோது மலையைக் கண்டான். அவன் உடல் நனைந்தபோது மழையைக் கண்டான். அவற்றின் தோற்றத்தை, பயனை அறிந்தானில்லை. அவற்றை அறிந்து

கொள்ள மெல்லமெல்ல முற்பட்டான். அந்த முயற்சியின் தொடக்கம் தான் அறிவியலின் தொடக்கம். கட்புலத்தின் பயனை ஒரு கால அளவுக்குப் பெற்றும், அதே கால அளவுக்குப் பெற முடியாமலும், அப்படிப் பெறுதலும் பெறமுடியாமற் போவதும் தொடர்ந்து வந்துகொண்டிருப்பதும் (Certain cyclic phenomena), அவனுக்குப் புதிராக இருந்தது. இந்தப் புதிரை அறிந்துகொள்ள முயன்றான். அந்த முயற்சியின் தொடக்கம்தான் அறிவியலின் தொடக்கம்! செடிகள், மரங்கள் துளிர்த்தன, பூத்தன, காய்த்தன, இலைகள் கொட்டின - கால இடைவெளிகளில், இச்செயல்கள் மீண்டும் மீண்டும் தொடர்ந்து தோன்றிக்கொண்டே இருந்தன. இந்தப் புதிரை அறிந்துகொள்ள முயன்றான். அந்த முயற்சியின் தொடக்கம்தான் அறிவியலின் தொடக்கம்! காற்றும், மழையும், புயலும் அப்படியே ஒரு கால இடைவெளியில் மீண்டும் மீண்டும் வந்து போயின. கண்ணில் தெரிய வானில் ஒளிர்ந்த சில பொருள் களும் அப்படியே ஓர் இடைவெளியைக் காட்டின. விடைகளைத் தேட முன்வைத்த முயற்சிகளின் தொடக்கங்கள்தாம் அறிவியலின் தோற்றம், தொடக்கம், ஓட்டம், பயன், அழிவு, வறட்சி என்ற முகங்கள்!

(அறிவியல் சில பார்வைகள்)

அனுபவிச்சவ!

‘ஏப்பா இப்பிடி சும்மா சும்மா பொலம்பிகிட்டே இருக்கற? வெதெகள ஒண்ணொன்னாப் பாத்து எடுத்துப் போட்டவன் நீ! அதுக மொளச்சு வளந்து கரும்பானப்ப நீயேவா தீய வெப்ப? அஞ்சு மணிக்கு முன்னால போயி அவுத்துக்கட்டி, மேவு போட்டு, பத்து வருசமாப் புள்ளீகளாட்ட குட்டயனயிங் கொம்பனயிம் வளத்தவன் நீ. வண்டூல உக்காந்து கவுத்தப் புடிச்சு, அதுக துமுலுகளும் வாலு களும் போடற கொணச்சல நீ அன்னாடும் பாத்து அனுபவிச்சவ! சாட்டவார நீ, ஓங்குனீன்னா அதுக என்னிக்கிப் பயந்து ஓடுச்சுக? நாக்க ஓரத்துல அமுக்கி ‘க்கே க்கே’ன்னு சத்தங் குடுப்ப! செல்லமா வாலுகளப் புடிச்சு, சந்தோசமா கொழந்தீயத் தடவர மாதிரி நீ

அதுகளத் தடவிக் குடுப்ப! அப்பத்தான அதுக வால நட்டத்திக்கித் தூக்கீட்டுப் பாயுங்க! அதுக கட்டுல சிக்கி, வெந்து துடிச்சு, உயிரு போகச்செஞ்ச தீய நீ வெச்சிருப்பயா? வீணா மனசப்போட்டுக் கொழப்பிப் பொலம்பாத.'

(படுகளம்)

மாராத்தாள்

சாவடியிலிருந்து மாராத்தாளை பரமசிவன் முடியைப் பிடித்து இழுத்து வந்தானே ஒழிய, வீட்டுக்கு வந்த பிறகு அவளிடம் ஒன்றும் பேசவில்லை. மாறாக அன்புடனும் சாந்தமாகவும் இருந்தான். 'கரும்புக் காட்ல ஒண்ணும் தப்பா நடந்திருக்காது' என்று நம்பிக் கொண்டான். வெகுநேரத்துக்குப் பிறகு படுக்கப்போன அவனுக்குத் தூக்கம் வரவில்லை. மாராத்தாள் சுருண்டு படுத்திருந்தாள்.

'ஆறுமுகனு... சுப்ரமணீனும் தப்பா எதாப் பாக்காம அம்புட்டுத் தய்ரீத்துல அவன அடிச்சு இழுத்துட்டு வந்திருக்கமாட்டானுக' என்ற எண்ணம் மட்டும் பரமசிவத்தின் சிந்தனையை விட்டுப் போக மறுத்தது. ஆறுமுகத்தை, 'அதப் பத்தி இனிமேப் பேசாத' என்று சொல்லித் துரத்திவிட்டானே ஒழிய, அவனால் அதைத் தன் சிந்தனையிலிருந்து ஒதுக்க முடியவில்லை.

'ரத்தனம் நல்ல பயன். தினோம் வயில்ல பாக்கறம். மாராத்தா கூடப் பேசறாரு. நமக்கு அதில விகல்பமா ஒண்ணும் தெரீல. நமக்குத் தெரியாமீம் பாத்துப் பேசிக்குவாங்களோ? அப்பிடீன்னா மாராத்தாள் கூட்டத்தில சொல்லீருப்பாளே!' 'ஆறுமுகத்துக்குதாம் மாராத்தாளக் கட்டிக் குடுக்கப்போற'ன்னு ரத்தனத்துகட்டச் சொல்லீமிருக்கற. எந்தப் புத்துல எந்தப் பாம்பிருக்குமுன்னு நமக்கு நெனைக்கத் தெரீலயோ?' பலவாறாக பரமசிவம் சிந்தனையை ஓட்டிக்கொண்டு குழம்பிய நிலையில் புரண்டு புரண்டு படுத்தான். திடீரென்று எழுந்து உட்கார்ந்துகொண்டு, 'ஓ'வென்று கதறி அழுதான். திடுக்கிட்டு அவனைத் திரும்பிப் பார்த்தாள் மாராத்தாள். எப்போதும் அவன் இப்படி அழுததை அவள் பார்த்ததில்லை.

'செல்லமா வளத்தீட்ட என்னயத் திட்டவும் முடியாம, என்ன நடந்துதூன்னுந் தெரியாம அய்ய அழுகுது' நினைத்துக் கொண்டு ஒன்றும் பேசாமல் மீண்டும் சுருண்டுபடுத்தாள். அவளால் படுத்திருக்க முடியவில்லை. மெல்ல எழுந்து வந்து பரமசிவத்தின் தலையைத் தடவிக்கொண்டே, 'அய்யா' என்று சாந்தமாகக் கூப்பிட்டாள்.

அவன் திரும்பிப் பார்க்காமல் அதிகமாகக் கேவிக்கேவி அழுதான்.

'என்ன மன்னிச்சிருய்யா!' தளதளக்கச் சொன்னாள் மாராத்தாள்.

'தப்பு நடந்திருச்சாம்மா?'

'உங்கள ஏமாத்திப் போட்டன்யா!'

'அவ உன்னக் கெடுத்துப் போட்டானாம்மா?'

'இல்லீய்யா, நாந்தாங் கெடுத்துக்கிட்ட! அவுருகிட்ட அஞ்சாறு மாசமாப் பழகீட்டிருந்திட்ட. எதயோ எப்பிடியோ அவுருகூடப் பேசப்போயி ஒரு நா எங்கள மறந்துட்டம். பெறகு அடிக்கொருக்காப் பாத்தூட்டம்.'

'அத நேத்துக் கரும்புக்காட்ல ஆறுமுகத்துகட்டச் சொல் லீருக்க வேண்டீதுதான?, சாவிடீல சொல்லீருக்க வேண்டிதுதான?'

'கரும்புக் காட்ல ஆறுமுகத்துக்கிருந்த கோபத்தப் பாத்துப் பயந்துபோயி ஓடீட்ட. சொல்லீர்லாமுன்னுதா சாவிடீல முன்னுக்கு வந்த. கூட்டத்துல நம்ம வளவு மானம் போயிருமுன்னு பயந்திட்ட. அப்பறம் 'அந்தக் கவண்டப் பயனே கட்டிக்க வேணும்'னு நம்ம வளவுக்காரங்க கேப்பாங்கன்னும் பயந்துபோயிட்ட.'

இப்படி மாராத்தாள் சொன்னதும் விருட்டென்று எழுந்த பரமசிவன் கோபத்துடன், 'வேறென்ன கேக்கோணும்கறடீ? நா இப்பவே போற. அவங் கழுத்துல துண்டப் போட்டு இழுத்தாந்து உங்கழுத்துல தாலியக் கட்ட வெக்கிற.' சொல்லிவிட்டு வேகமாகப் புறப்பட்டான்.

'இருங்கய்யா' பரமசிவத்தின் கையைப் பிடித்து நிறுத்தினாள் மாராத்தாள்.

'அமுந்துபோன இந்த விசயத்த நாமளே பெரிசுபடுத்தீறக் குடாதுய்யா,' கெஞ்சும் தொனியில் சொன்னாள்.

'உன்ன அவ ஏமாத்தீருக்கறான் ஆத்தா. அவம் மேல் ஜாதிக்காரே. அவ உன்னி உன்னச் சும்மா கட்டிக்குவானா? கழுத்துல கொடுவாள வெச்சுத்தாந் தாலியக் கட்ட வெக்கோணும்!'

'அப்பிடிக் கட்டிவெச்சு, அப்பறம் என்னத் தொரத்தீட்டா எங்கதி என்னய்யா ஆகறது?'

'இந்த நெனப்பல்லா உனக்கு எப்பவோ வந்துருக்கோணும் புள்ள! நீ இப்பிடித் தொண்டுப் புள்ளயாப் போறதுக்கா அவ போனதுக்குப் பெறகு பத்து வருசம் பொத்தி வளத்த? நீ எக்கேடோ கெட்டுப்போ! அதப் பாத்துக்கிட்டு நா உயிரோட இருக்கப் போறதில்ல,' கோபமாகச் சொல்லிவிட்டு வெளியே திண்ணைக்குப் போய்ப் படுக்க எத்தனித்தான் பரமசிவன்.

அவன் பின்னாலேயே வந்த மாராத்தாள், 'தப்புச் செஞ்சது நானுய்யா. கொஞ்ச நாப் பொறுங்க. அப்பிடி நா தொண்டாப் போறப்ப நீ செத்துப்போ. அப்பிடியொரு காலம் வந்தா உங்குளுக்கு முன்ன நா உயிர விட்றுவ,' தீர்க்கமாகச் சொன்னாள்.

சட்டென்று எழுந்த பரமசிவன், மாராத்தாளைக் கட்டிப்பிடித்துக் கொண்டு 'ஆத்தா' என்று கத்தி அழுதான்.

'ரத்தனம் நல்லவருதாம்மா! ஒண்ணு சொன்னாக் கேப்பாரா? நீயும் நாஞ் சொல்லறதக் கேப்பியா?'

'சொல்லுங்கய்யா.'

'உன்ன அவுரு கெடுக்கலீன்னுதாஞ் சாவிடீல முடிவா யிருச்சே? ஆனா, நீ சொன்னத ஊருக்குள்ள ஆரும் நம்புல. ஆரும் சந்தேகப்பட்டு என்ன ஆகப்போகுது? நாம பொழச்சுக்க வேணும். உன்னி அந்தப் பயன நீ பாக்கக் குடாது, பேசக் குடாது. அப்பிடிப்

பாக்கோணும் பேசோணும்னா தாலியக் கட்டச்சொல்லு. முடியாதுன்னு சொன்னா அத்தோட உன்ன விட்றச் சொல்லீறு. நா உன்ன ஆறுமுகத்துக்குக் கட்டி வெச்சர்ற. அவுனுக்கு உம்மேல அவ்வளவு பிரியம்.'

'ரத்தனத்த 'என்னக் கட்டிக்குவியா'ன்னு இதுவெரக்கிம் கேக்கவேயில்லீய்யா. உன்னீம் போயிக் கேக்கமாட்ட. தப்பு நடந்து போச்சுங்கறதுக்காக அவரக் கட்டிக்கிட்டு அவுங்க வளவுக்கு நாம் போனாப் பொழச்சுக்க முடீமா? இல்ல நம்ம வளவுக்கு அவுரு வந்துட்டாச் சந்தோசமா இருக்க முடிமா?' 'அவர நீ கட்டிக்கறதில எனக்கும் இஷ்டமில்ல.'

'ஆறுமுகத்தக் கட்டிக்க இஷ்டந்தானா?'

'எனக்கு வரப்போற நாலு ஏக்கருக்காக அது இப்ப என்னக் கட்டிக்கும். அப்பறம் தினம் என்னச் சந்தேகப்பட்டுக்கிட்டுச் சித்ரவத செய்யிம். நா வயிலுக்குப் போகாம இருக்கமுடீமா, இல்ல, அந்த ரத்தனந்தா வயிலுக்கு வராம இருக்கமுடீமா? கொஞ்ச நாளக்கி எங்கலியாண நாயமே வேண்டாம்யா!'

மாராத்தாளின் முடிவு பரமசிவத்திற்கு அப்போதைக்குச் சரியென்றே பட்டது.

'போய்ப் படும்மா. உனக்கு ஆண்டவன் வழிகாட்டுவான்,' சொல்லிவிட்டுப் படுத்துக்கொண்டான் பரமசிவன்.

மாராத்தாள் தான் செய்திருந்த இன்னொரு தவறையும் மனதில் அசைபோட்டு அழுதுகொண்டே தூங்கிப்போனாள்.

(படுகளம்)

கருகிய வெள்ளரிப் பழங்கள்

மாலை ஆறு மணியளவில் இருள் சூழ்வதற்கு முன்னால் தீச்சுவாலை நின்று புகைமூட்டத்தோடு எரிந்துபோன கரும்புக் காடு காட்சியளித்தது. ஏறக்குறைய முக்கால் பகுதிக்கு மேல் கரும்பு கருகிப்போய்விட்டது. ஈரப்பசை இருந்ததால் முழுதும்

எரிந்துபோகாமல் - காய்ந்துபோன சோகைகள் முழுதுமாக எரிந்து, மேல்புறம் முழுதும் கருக்கப்பட்டு - தீயில் சிக்கி ஆடைகள் முழுதும் வெந்து போய் - ரணமாகிப் போன மனித உடம்புகளாக - ஒரே ஒரு வித்தியாசத்துடன் - தாம் துடிதுடிப்பதை மனித உணர்வுக்குக் கொண்டுவர முடியாமலும், மனித உடல்களைப் போல உணர்விழந்து முக்கால் உயிர்போன நிலையிலும் தரையில் விழுந்துவிடாமல் - வதங்கி வடிவிழந்த கோந்தாழை முடியுடனும் ஒற்றைக் கோல்களாக நின்றுகொண்டிருந்தன.

கொஞ்சம் கொஞ்சமாக அங்கலாய்த்துக் கொண்டே கூட்டம் கலைந்துகொண்டிருந்தது. கண்ணுச்சாமியும் இன்னும் சிலரும் மட்டும் கிணற்று மேட்டில் வந்து சோகமாக உட்கார்ந்தார்கள். அப்போதுதான் திடீரென்று நினைவு வர, கூரைச் சாளையைத் திரும்பிப் பார்த்த கண்ணுச்சாமி, கதி கலங்கிப் போனான். சாளை முழுவதுமாகத் தீக்கு இரையாகிவிட்டிருந்தது. 'அய்யோ!' என்று அலறிக்கொண்டு ஓடிய அவனுடன் மற்றவர்களும் சேர்ந்து கொண்டார்கள். சாளையில் கட்டப்பட்டிருந்த குட்டைக் காளையும் கொம்புக் காளையும் எரிந்துகொண்டு மேலே விழுந்த கூரை மரங்களின் தணலில் தப்பிக்க முடியாமல் உயிரைவிட்டு - கருகிய வெள்ளரிப் பழங்கள் போலக்கிடந்தன!

'ஆயரந் தடவ என்ன ஏத்தீட்டு எம் புண்ணுக்கு மருந்து போடப் போனீங்க - இப்ப நீங்க வெந்து புண்ணாகிக் கருகிக் கெடக்கறீங்களே! என்னால ஒண்ணுஞ் செய்ய முடீலயே!' உட்கார்ந்திருந்தபடியே கதறி அழுதான் கண்ணுச்சாமி. நல்லதம்பியும் பாலுச்சாமியும் இன்னும் அதிகமாகச் சத்தம் போட்டு அழுதார்கள். அவர்களுக்கு ஆறுதல் சொல்ல நைனாவால் முடியவில்லை.

(படுகளம்)

'பாலுச்சாமி பய உன்னி உன்னப் பாத்துப் பொறாமப்பட முடியாது. நா வால முறுக்குனாலும் திரும்பிக்கிட்டு மொள்ளப் போற இந்தக் குட்ட நாயிங் கொம்பு நாயிம், செங்கண்ணஞ் சீக்கிக்கி முன்னங் காலுகளத் தொடறாப்பில பின்னங்காலுகளத்

தாவித்தாவி புழுதியக் கௌப்பிக்கிட்டு என்னமாப் பாயுதங்கண்ணு' அவ எத்தனவாட்டி சொல்லீருப்பா? நாம ரெண்டுபேரும் இன்னொருக்கா அப்பிடி சவாரி வண்டீல போகமுடியாது செங்கண்ண. நமக்கு அந்தக் குடிப்பின இல்லாமப் போச்சு!'

(படுகளம்)

ஆராய்ச்சி செய்யறவங்க

'மன்னாடி சார், உங்க அனுபவங்களைப் பத்திக் கொஞ்சம் சொன்னீங்கன்னா, எங்களுக்கெல்லாம் வழிகாட்டுதலா இருக்கும்,' வேறு துறையிலிருந்து வந்திருந்த ஒரு புதிய மாணவர் கேட்டுக் கொண்டார்.

தயங்கிய மன்னாடி, 'என்னோட அனுபவங்க உங்களை ஆராய்ச்சியிலிருந்து தொறத்தீடும்!' என்றார்.

'எதாச்சும் சொல்லுங்க சார்,' அன்பாகக் கேட்டுக்கொண்டான் செல்லமுத்து. தயக்கத்துடன் எழுந்து பேசினார் மன்னாடி.

'நான் சமீபத்துல ஒரு கட்டுரை படிச்சேன். ரொம்ப வெளிப்படையா இருந்துச்சு. அது நம்மைப்போல ஆராய்ச்சி செய்யறவங்க நெலமையப் போட்டு ஒடைச்சிருந்துது. அதைச் சுருக்குமாச் சொல்றேன்,' மன்னாடி தொடர்ந்தார்.

'பல்கலைக்கழகங்கள்ல ஆராய்ச்சி வழிகாட்டிகளும் மாணவர்களும் பலவகைப் பட்டவங்களா இருப்பாங்கங்கிறதில வியப்பொண்ணுமில்லை. ஆனாலும் அவுங்கெல்லாம் 'வழிகாட்டி-மாணவர்'ன்னு கூட்டா ஆராய்ச்சியில ஈடுபட வேண்டிய கட்டாயத்தால அந்தப் பல வகைகளும் ஒண்ணுக்குள்ள பலவாகப் பிரிஞ்சு விவரிக்க முடியாத அளவுக்கு வெளியில ஒரு காட்சியாவும், உள்ளுக்குள்ள ஒரு காட்சியாவும் இருப்பதை நம்மால புரிஞ்சுக்க முடியாது. பல்கலைக்கழகத்தோட குறிக்கோள் ஆராய்ச்சிதானென்றாலும், அந்தக் குறிக்கோளோட இருக்கிற ஆசிரியர்கள் ரொம்பக் கொஞ்சம் பேர்தான். பெரும்பாலான ஆசிரியர்கள் வந்து போறவங்களாகவும், சங்க வேலைகள்ல ஈடுபட்டிருப்பவங்களாகவும், முன்னமே

ஆராய்ச்சியில பெருசா ஒண்ணும் பயிற்சி பெறாதவங்களாவும்தான் இருப்பாங்க. சைடில வேற தொழில்களையும் செஞ்சுகிட்டு இருப்பாங்க. வகுப்பறையில சொல்லிக் கொடுக்கிறதுல ஈடுபாடா இருக்க மாட்டாங்க.

இப்படிப்பட்டவங்க ஆசிரியரா வாரதுக்கு, பல்கலைக் கழகத்தில ஆயிரம் வாசல்க இருக்கு. அரசியல்வாதிங்க, துணைவேந்தர், துறைத் தலைவர்ன்னு யாரோ ஒருத்தரோட திணிப்பிலதா நியமனங்க நடைபெறும். அதையெல்லாம் யாரும் தடுத்தற முடியாது. எப்பவாவது அங்கொண்ணும் இங்கொண்ணுமா திறமை அடிப்படையில் நியமனங்க இருக்கும். திறமையான ஆராய்ச்சியாளர்களைத் தேடிப்பிடித்துத் துணைவேந்தர் பதவி கொடுப்பதும் சில நேரங்கள்ல நடக்கும். அப்படி வேற மாநிலத்திலிருந்து துணைவேந்தரால் அழைக்கப்பட்டு, பேராசிரியர் ஆனவர்தான் எங்க தலைவர் ஆனந்த மூர்த்தி சார். அவரப்போல இப்பப் புகழ் பெற்றவங்களா இருக்கும் ரெண்டொரு துறைத் தலைவர்கள் அப்படி வந்து சேர்ந்தவங்கதான். அவங்களுக்கெல்லாம் துணைவேந்தர் வேண்டிய வசதிகளைச் செஞ்சு கொடுப்பாரு. ஆராய்ச்சியில நல்ல சாதனைகளைச் செய்யும் அவுங்களும் காலப் போக்குல மாறிப்போயிடறாங்க. 'திறமை திறமை'ன்னு சொல்லிக்கிட்டு அவுங்களுக்குத் தொடர்புடையவங் களுக்கும், சாதிக்காரங்களுக்கும் அதிகமா சந்தர்ப்பங்களைக் கொடுத்து, மத்தவங்களை ஒதிக்கிவிடறதையும் பார்க்கலாம். இப்படி வளர்ந்து விட்ட துறைகள்ல சமூகப் பார்வை இருக்காது. 'அங்க சாதிச் சலுகை அதிகம்'னு நிர்வாகத்துக்குப் புகார் வந்துகிட்டு இருக்கும். இப்ப நம்ம பல்கலைக்கழகத்துல அப்படிப்பட்ட பேச்சு சில பெரிய துறைகளைப் பத்தி அதிகமா இருக்கு.

ஆராய்ச்சி மாணவங்களைப் பத்தியும் அந்தக் கட்டுரையில சுவையான செய்திக இருக்கு. முன்னமே நல்ல ஆராய்ச்சி செஞ்சு பேரெடுத்த வழிகாட்டிக கிட்ட சேர வாய்ப்புக் கெடைச்சா மூணு நாலு வருசத்துல ஆய்வேட்டை முடிக்கிறதோடு, வெளிநாடு போகவும் அந்த மாணவர்களுக்கு உடனே வாய்ப்புக் கெடைக்கும். பிறகு, வேலையும் கெடைச்சு ஆராய்ச்சியைத் தனியாத் தொடறலாம்.

ஆராய்ச்சியில திறமையா இல்லாத வழிகாட்டிக கிட்டப் போயி சிக்கிக்கிட்டா, செத்த பாம்ப அடிக்கற மாதிரி, பயனில்லாத ஆராய்ச்சியைச் செஞ்சுகிட்டு ஏழெட்டு வருசத்த வீணாக்கிக் கிட்டதோட, வேலையும் கெடைக்காம பைத்தியமா அலையணும்.

ஆராய்ச்சிக் காலத்தில வழிகாட்டும் ஆசிரியருக்கும்-மாணவருக்கும் உண்டாகிற உறவுக்கு ஒரு இலக்கணத்தைப் பார்க்க முடியாது. ஒரு சிலருக்கு உறவு கடைசிவரைக்கும் நல்லாவே இருக்கும். பெரும்பாலானவங்களுக்கு அது கொடூரமாப் போயிறும். ‘வழிகாட்டிக்கு ஒண்ணும் தெரியாது’ங்கற மாணவர்களையும், ‘இந்த மக்கை மாணவனா எடுத்துகிட்டு நான் தவிக்கிறேன்’னு புலம்பற வழிகாட்டி ஆசிரியர்களையும் அதிகமாப் பார்க்கலாம். எது உண்மைன்னு கண்டுபிடிக்கறது கடினம். பெருமைக்காக அதிகமான எண்ணிக்கையில் மாணவங்களைச் சேர்த்துகிட்டு, யாரோடவும் அதிகமா விவாதிக்க சரக்கு இல்லாத வழிகாட்டிகள் நெறையா இருப்பாங்க. சிரமப்பட்டு, தானே ஆய்வுசெய்து ஆய்வேட்டை மாணவன் கொடுக்கும்போது, பெரிய அளவுக்கு உதவிவிட்டது போல் நடித்து, இழுத்தடித்து ஒரு கையொப்பத்தைப் போட்டுவிட்டு, அவுங்க பெருமை பேசிக்குவாங்க.

விவாதத்தின்போது மாணவன் ஏதாவது புதுமையான ஒரு குறிப்பைச் சொல்லிவிட்டால், அப்போதைக்கு அதைச் சப்புக்கொட்டி ஒதுக்கிவிட்டு, பிறகு தனக்குள்ளே அதை அசைபோட்டுப் புது மெருகு கொடுத்து - ‘ஆய்வுக்கு ஒரு நல்ல தலைப்பு’ என்று அதே மாணவனுக்கோ அல்லது வேறொரு மாணவனுக்கோ கொடுத்துப் பிழைத்துக் கொண்டிருக்கும் ஆசிரியர்களும் உண்டு. அப்படிப்பட்ட விவாதங்களின்போது வெளிவரும் புதிய கருத்தை ஒன்றும் தெரியாத மாதிரி அப்போதைக்கு இருந்துவிட்டு, அந்தக் கருத்தை தனக்குள் அடைகாத்து, ஆய்வுசெய்து, அது தன்னுடைய தனி முயற்சி என்று தானாகவே கட்டுரையை எழுதி ஆசிரியருக்குத் தெரியாமலே பிரசுரித்துக்கொள்ளும் மாணவர்களும் உண்டு.

ஐந்தாறு ஆண்டுகளுக்கு அடிமையாக எடுபிடி வேலைகளை யெல்லாம் செய்துகொண்டு, சிறுசிறு செலவுகளையெல்லாம் ஏற்றுக்

கொண்டு, வழிகாட்டியின் உதவிக்காக ஏங்கித் தவிப்பவங்களை என்னென்பது? 'பாவம், கொடுமை' என்றுதான் சப்புக் கொட்டிக் கொள்ளலாம். 'விவாதம், விவாதம்'னு அதிகப்படியான நெருக்கத்தை உண்டாக்கும் விதத்தில் நடந்துகொள்ளும் வழிகாட்டிகளை மாணவிங்க சமாளித்தாக வேண்டும். இந்தச் சூழ்நிலைகள்லிருந்து தப்பிக்க முடியாத நிலையில், ஆய்வுப் பணியையே விட்டுட்டு ஓடிவிடும் மாணவிகளும் உண்டு.'

பேச்சின் ஊடே இருமல் வர, மன்னாடி தண்ணீரைக் கொஞ்சம் குடித்துவிட்டுத் தொடர்ந்தார்.

'அந்தக் கட்டுரையின் சுருக்கத்தைச் சொல்லிட்டேன். நீங்கெல்லாம் இப்படி ஓடிக்கொண்டிருக்கும் ரயிலில் எந்தப் பெட்டியில் பயணம் செஞ்சுகிட்டுருக்கீங்கள்னு யோசித்து உங்களை வழி நடத்திக்குங்க' முடித்துக்கொண்டு உட்கார்ந்தார் மன்னாடி.

'முக்கியமான ஒண்ண விட்டுட்டீங்க சார்! நம்ம பல்கலைக் கழகத்தில தன்னோட மாணவிங்களையே கட்டிக்கிட்ட ரெண்டு மூணு வழிகாட்டிகளைப்பத்தித் தொட்டுக்காட்டலயே! 'ஒரு மாணவன் கருத்துச் சொன்னான்.

எல்லாரும் சிரித்தார்கள்.

'இவ்வளவு தெளிவாக ஆராய்ச்சித் துறைகள்ல ஆசிரியர்- மாணவர் இலக்கணங்களை மன்னாடி புரிந்து வைத்திருக்கிறாரே' என்று வியந்து போனதோடு, எல்லாரும் தத்தம் நிலைமைகளையும் எண்ணிப் பார்த்துக்கொண்டார்கள். ஒவ்வொருவராகப் போய் மன்னாடியின் கைகளைப் பிடித்துக் குலுக்கி, மகிழ்ச்சியைத் தெரிவித்தார்கள்.

'ஆராய்ச்சியை விட்டுட்டு ஓடிடலாமான்னு குழம்பிப் போயிருந்தேன். எனக்கு உங்க பேச்சு உறுதியைக் கொடுத்திருக்கு. ஆய்வேட்டை முடிக்காமப் போகமாட்டேன், 'மூத்த மாணவி ஒருவர் உரக்கச் சொன்னார்.

'ஏதோ கட்டுரையில் படிச்சதுண்ணு சொன்னீங்க. உண்மையில நீங்க சொன்னதெல்லாம் உங்க மனசுலிருந்து வந்தவைதான்!' ஒரு மாணவன் சொல்லவும், மன்னாடி புன்னகைத்துக்கொண்டார்.

மன்னாடியின் நட்பும் உதவியும் தனக்கு உறுதுணையாக இருக்கிறதென்று தெம்பாயிருந்த செல்லமுத்துக்கு இப்போது அவர் ஒரு பெரிய சிந்தனையாளராக உயர்ந்து தென்பட்டார். எல்லாரையும் விட, மைதிலிக்கு மன்னாடியின் பேச்சு தோலுரிக்கப்பட்ட சம்பவங்களின் தொகுப்பாய் இருந்தது. அவர் தெரிவித்த பல உண்மைகளுக்குத் தானே கதாநாயகியாக இருப்பதுபோல் பட்டது. ஆய்வேட்டை முடிப்பது மட்டுமில்லை, தன் பெண்மையின்மீது எந்தக் களங்க நிழலும் படியாமல் தற்காத்துக்கொள்ளவும் முடிவு செய்துகொண்டாள். அருகில் அமர்ந்திருந்த சுந்தரேசனை ஆழமாகப் பார்த்தாள் மைதிலி. அந்தப் பார்வையின் பொருளைப் புரிந்து கொள்ளும் நிலையில் அவன் இல்லை.

'போகலாமா?' என்று அவன் மைதிலியிடம் கேட்டான்.

'மைதிலி இப்போது ஒரு பாட்டுப் பாடுவார்' என்று திடீரென்று மன்னாடி தெரிவித்துவிட்டார்.

'தனியாக அவரால் பாட முடியாது. யாராவது ஆடவும் வேண்டும்!'

செல்லமுத்து உரக்கச் சிரித்துக்கொண்டே சொன்னான்

'அவுங்க பாடட்டும், நீங்க ஆடுங்க,' செல்லமுத்துவைப் பார்த்து சத்யா மெய்ப்பாட்டில் கேட்டுக்கொண்டாள்.

(நெடுஞ்சாலை விளக்குகள்)

அய்யாசாமி

எந்திரம் ஒன்றுக்கு இலக்கணம் நமக்குத் தெரியும். அதற்கு இரவு பகல் இல்லை. இளைப்பும் சலிப்பும் இல்லை. தன்னைப் போல் மற்ற எந்திரங்கள் இயங்குகின்றனவா, இளைப்பாறுகின்றனவா என்ற கவலையில்லை, தன்னுணர்வு இல்லை. யார் இயக்குகிறார் என்றும் இல்லை. எங்கிருந்து ஆற்றல் கிடைக்கிறது என்றும் இல்லை. மற்றவர்களுக்கு உழைத்துத் தேய்ந்து, ஒருநாள் பழுதுபட்டுப்போகும். ஒருநாளில் பழுது பார்க்கவும் முடியாமலும் போகும். உழைக்கும்போது வஞ்சகம் இருக்காது.

ப. க. பொன்னுசாமியின் படைப்புலகம்

பள்ளிபுரத்தில் எந்திரம் ஒன்றுக்கு அதன் உழைப்போடு கொஞ்சம் உணர்ச்சியும் இருப்பதாக நம்பிக்கொண்டால், அதன் வடிவமும் செயலும் அய்யாசாமியாகத்தான் இருக்கமுடியும். இரவு பகல், இளைப்பு சலிப்பு, தன்னலம் தனிச்சுகம் எதுவுமில்லாமல் உடன்பிறப்புக்களை அணைத்துக் கொண்டு உழைப்பவர். இப்போது தம்பிகள் இருவரும் தங்கைகள் இருவரும் தனிக் குடும்பங்களாகி விட்டாலும், அவர்களின் நடவடிக்கைகளையும் முன்னேற்றத்தையும் அக்கறையுடன் கவனித்துக்கொண்டிருப்பவர். நாலு மணிக்கே எழுந்து தோட்டமோ வயலோ போய்விடுவார். அங்கு நன்றாகத் தூங்கிக்கொண்டிருக்கும் வேலையாளை எழுப்பிப்பார்ப்பார். அவன் அசைய மாட்டான். தானே எருமை, மாடு, காளைகளை இடம் மாற்றிக் கட்டுவார். சில நாட்களில் கட்டுத்தரையில் சாணத்தைக் கூடையில் அள்ளிப்போய்க் குழியில் போடுவார். வேலையாள் எழுந்ததும், 'வாடா, போத்தா, வாய்க்காலப் பாப்போம்,' சொல்லிக் கொண்டே மம்மட்டியுடன் பூமிக்குள் போவார். பத்து மணியளவில் வேலைக்காரி சாப்பாடு கொண்டு வருவாள். 'தட்ட எடுத்தாடா' என்று வேலைக்காரனுக்குக் கட்டளையிடுவார். பாதிக்குமேல் சாப்பாட்டை அந்தத் தட்டில் அள்ளிப் போட்டுவிட்டு, மீதியைச் சாப்பிடுவார். அப்போது, வயல் வேலைக்கு ஆட்கள் வருவார்கள். அவர்கள் செய்யும் வேலையைக் கவனித்துக்கொண்டே தானும் ஒருவனாய் மூழ்கிவிடுவார். ஓய்வு என்பதெல்லாம் எப்போது வீட்டுக்கு வந்து இரவு ஒன்பது மணியாகிறதோ அப்போதுதான்.

மூத்தமகன் சரவணனுக்குத் திருமணம் முடிந்து நான்கு நாட்கள். சின்னய்யா அத்தை வீடுகளுக்கு மனைவியுடன் விருந்துக்குப் போய்க்கொண்டிருந்தான். திருமணத்துக்கு முன்பு அவனையும் ஒவ்வொரு நாளும் நாலு மணிக்கே எழுப்பி வயலுக்கு வரச்சொல்லிப் போவார். அன்றிரவு ஒரு விருந்துக்குப் பிறகு புது மனைவியுடன் வீட்டில் இருந்தான். காலை நான்கு மணி. மகனும் மருமகளும் படுத்திருந்த அறைக் கதவைப் பலமாகத் தட்டி, 'டேய் சரவணா, பத்து மணீலிருந்து, நாலு மணி வெரைக்கும் ஒட்டுக்காப் படுத்திருந்தாப் பத்தாதா, எந்திரிச்சு வயிலுக்கு வாடா, வேலை இருக்குது,' சத்தம் போட்டுச் சொல்லிவிட்டுப் போனார்.

'என்னும்மா இது? அய்யினுக்கு...' சரவணன் அம்மா தெய்வானையிடம் முணுமுணுத்தான்.

'அவுரு கல்யாணத்தன்னைக்கும் மூணு மணிக்கே எந்திரிச்சுப் போன மனுசண்டா உங்கொய்யன்,' உதடுகள் விரியாத சிரிப்பில் தெய்வானை சொன்னார்.

அன்றும் அதிகாலை நான்கு மணியளவில் தோட்டம் வந்து விட்டார் அய்யாசாமி. இரவு முழுதும் தூக்கத்திலும் ஒரே நினைவில்தான் இருந்தார். காலையில் தோப்பில் தென்னை நாற்றுகள் நடுவதாய் இருந்தது. அந்த நினைவு துரத்த சற்று முன்கூட்டியே தோட்டம் வந்துசேர்ந்தார்.

ஊரையொட்டிய கோயில் மானியப் பூமி - மூன்று ஏக்கர் - அவர் வசமிருந்தது. புஞ்சை வெள்ளாமைகளோடு நடைபாதைப் பொழியோரம் பத்துத் தென்னை மரங்கள் செழிப்பாயிருந்தன. அந்த மரங்களில் காய்ப்பு பார்ப்பவர்களை வியப்பில் ஆழ்த்தும். காய்கள் உருண்டையாய்ப் பெரிய அளவில் இருக்கும். ஊரில் எந்த வீட்டில் அம்மை வார்த்துவிட்டாலும் அந்த மரங்கள் அவர்களுக்குச் சொந்தம் போல வந்து இளநீர் பறித்துப் போவார்கள். அப்படிப்போனது போக, இருக்கும் காய்கள் அய்யாசாமியின் கூட்டுக் குடும்பங்களுக்குப் போதுமானதாக இருக்கும்.

அய்யாசாமிக்கு நீண்ட நாட்களாக ஓர் ஆசை. 'இந்த மரங்களப் போல ஐநூறு மரங்களையாவது வடக்குக் காட்டில் வளக்கணும்.' ஆறு மாதங்களுக்கு முன்னால் அந்த ஆசையை நிறைவேற்ற முதலடி வைத்தார். அந்த மரங்களில் காய்த்த காய்களைப் பக்குவமாய்ச் சேர்த்து முதிர வைத்தார். உரிய காலத்தில் அவற்றைப் பதியம்போட்டுக் கன்றுகள் ஆக்கினார். பச்சைப் பசேலென்று கூர்க்கீற்றுகளுடன் செழுமையில் அவை இருந்தன. இன்று நடவு செய்யப்படவுள்ளன.

பள்ளிபுரமும் சுற்றிய கிராமங்களும் - ஏழுகுளப் பாசனப் பரப்பும் - கரும்பும், நெல்லும் விளையும் நீர்வளம் மிக்கவை. வேறு பயிர்கள் விளைவிக்கப்படுவதில்லை. தூரத்துப் புஞ்சைப் பூமிகளில், தானியங்களும் பருப்புவகைகளும், வெள்ளரி, பூசணிக்

காய்களும் பயிராகும். வீடுகளிலும் வயல், தோட்டச் சாலைகளுக்குப் பக்கத்திலும் சில தென்னை மரங்கள் தென்படும். திருமூர்த்தி மலையடி வாரப் பூமிகளில் மட்டுமே தென்னந்தோப்புகள் செழிப்பாயிருக்கும்.

இருநூறு மரங்களுக்குத் தண்ணீர் இருக்குமென்று மனதில் கணித்து, அய்யாசாமி பள்ளிபுரத்தில் ஒரு தோப்பை உருவாக்கப் போகிறார். 'காடு தோப்பாகும்' பெருமை அவரை வளைத்துப் போட்டிருந்தது.

கடந்த ஒரு வாரமாகக் காட்டில் அளவுகட்டிக் குழிகள் தயாராகிக் கொண்டிருந்தன. குப்பைமண்ணும், செம்மண்ணும், மணலும் சம கலவையில் ஒவ்வொரு குழியிலும் முக்கால் உயரத்துக்குக் கொட்டப் பட்டு தயார் நிலையில் இருந்தன. ஒவ்வொரு குழியையும் மேற் பார்வையிட்டுக்கொண்டிருந்தார் அய்யாசாமி.

சென்னியப்பன் ஆட்களுடன் வந்தான்.

அய்யாசாமி மனைவி தெய்வானைக்கும், சென்னியப்பன் மனைவி சுந்தரவல்லிக்கும் பெரிதாக ஒத்துப்போகாது. சுந்தர வல்லி தெய்வானையை அடக்கிவிடுவாள். அதையொட்டிய சென்னியப்பனின் அடியெல்லாம் அவளுக்கு வெகு இயல்பானது. பெரும்பாலும் தெய்வானை பூமிகளுக்கு வரமாட்டார்.

அன்று நல்ல நாள். தென்னங்கன்றுகள் நடும்நாள். தெய்வானையையும் சுந்தரவல்லியையும், புது மருமகள் கனகத்தையும் காட்டுக்கு வரச் சொல்லியிருந்தார் அய்யாசாமி.

'வாங்க தாயிக ஆளுக்கொரு கன்னா வாங்கிக் குழியில வையுங்க,' மூவரையும் அய்யாசாமி கேட்டுக்கொண்டார்.

'நீங்க வெய்யுங்க மாமா மொதல்ல,' கனகம் அய்யாசாமி யிடம் பணிவுடன் கேட்டுக்கொண்டாள்.

'புதுப்பொண்ணும்மா நீ, புதுநாத்த மொதல்ல நடும்மா,' சென்னியப்பன் அன்பாகக் கேட்டுக்கொண்டார்.

'வாங்க பெரியத்த, சின்னத்த... மூணுபேருமாச் சேந்து நடுவோம்,' அத்தைகளை அழைத்தாள் கனகம்.

மருமகளின் ஆசைக்கிணங்க தெய்வானையும் சுந்தரவல்லியும் அவளுடன் இணைந்துகொண்டார்கள். முதல் தென்னங்கன்று தென்னம்பிள்ளை ஆயிற்று!

தயாராயிருந்த ஒரு வேலையாளிடமிருந்து ஒரு குடத்தை வாங்கி தண்ணீரைக் குழியில் ஊற்றினார் அய்யாசாமி.

சென்னியப்பனும் சரவணனும் ஆளுக்கொரு குழியில் கன்று களைப் பதித்தார்கள். அய்யாசாமி அந்தக் குழிகளிலும் தண்ணீர் ஊற்றினார்.

வேலைக்கு வந்திருந்த ஆட்களைப் பார்த்து, 'போங்கப்பா, போய்க் கண்ணுகளக் கவனமா நடுங்க. தண்ணியக் குமுஞ்சு மெதுவா ஊத்துங்க,' அய்யாசாமி கேட்டுக்கொண்டார்.

இருநூறு கன்றுகளையும் நட்டு முடித்தபோது மதியம் ஆகிவிட்டது. அய்யாசாமியும், சென்னியப்பனும் ஒவ்வொரு கன்றும் சரியாக ஊன்றப்பட்டிருக்கின்றதா என்று பார்த்துவிட்டு சாலைப் பக்கம் வந்தார்கள்.

சிறிது நேரம் இருந்துவிட்டு வீட்டுக்குப்போன தெய்வானை, எல்லாருக்கும் மதிய உணவை அனுப்பியிருந்தாள்.

கன்றுகள் நடும்போது இருந்த அதே கவனம், வேலையாட்கள் சாப்பிடும்போதும் அய்யாசாமியிடம் இருந்தது.

கூலியை வாங்கிக்கொண்டு வேலையாட்கள் போனார்கள்.

'பத்து நாளுக்குப் பொம்பளயாளுகளே கொடத்தில தண்ணி ஊத்தட்டும். கண்ணுக உயிர்புடிச்சதும் வாய்க்கால்ல விடுவோம்,' அய்யாசாமி சென்னியப்பனிடம் தெரிவித்தார்.

இருவரும் வீட்டுக்குப் புறப்பட்டார்கள்.

சிறிதுதூர நடைக்குப் பிறகு சென்னியப்பன் பேச்சுக் கொடுத்தான். 'பொங்கியானும் செல்லியானும் நம்மளப் பாத்துத் தென்ன போடுவானுக.

'ஒருத்த ஒரு புது வெள்ளாம செஞ்சா, அதப்பாத்து இன்னும் நாலு பேரு அதயே வெக்கறதுதானே விவசாயிங்க புத்தி. பொங்கியானும் செல்லியானும் மட்டுமில்ல, மத்தவங்களும் போடுவாங்க, அதயெல்லா நாம தடுக்கவா முடியும்?'

'தென்ன வெக்கறத நாம தடுக்க முடியாது. இன்னொண்ணத் தடுக்க முடியும்.'

'எதச் சொல்ற சென்னி?'

'திருட்டுத்தனமா வீராசாமிக்குக் கல்யாணம் செய்யப் போறாங்களாம். அதத்தாஞ் சொன்ன.'

'ஏந் திருட்டுத்தனமாச் செய்யறாங்க? அவுனுக்கு வயசாயிருச்சுன்னு பொண்ணு கெடைக்கிலயா?'

'என்ன எழவோ தெரியில. எல்லா பொங்கியண்ணன் குப்பண்ணன் வேலதா.'

'வெங்கிட்டம்மாள அப்ப ஒருத்தங் கடத்தீட்டுப் போனானே, அதுபோல வீராசாமியும் ஆராச்சையும் கடத்தீருக்கானா?'

'அவனொண்ணும் கடத்தியார்ல. இந்த ரெண்டு பெரிய மனுசனுகளுந்தாங் கடத்தப்போறாங்க.'

சட்டென்று நின்று, 'என்ன சொல்ற சென்னி?' கேட்டார் அய்யாசாமி.

'அவளக் கூட்டீட்டுப் பொனவ நடப்பொணமாப் போயிட்டானில்ல - அதனால வெங்கிட்டம்மாள வீராசாமிக்குக் கட்டிவெக்க ரகசியமாத் திட்டம் போட்டிருக்காங்க. பழனியம்மாளும் ஒடந்த.'

'அந்தப் பொண்ணுக்கு விருப்பம்னா நடந்துகிட்டுப்போகுது. அத ஏந்திருட்டுக் கல்யாணம்கற சென்னி?'

'அவ வைராக்கியமா இருக்காலாம். அவ சம்மதத்தையெல்லா ஆரு கேக்கப்போறா? கட்டாயமா கட்டி வெக்கப்போறாகளாம்.'

‘இந்தச் சேதி உனக்கெப்பிடிக் கெடச்சுது?’

‘எண்ணெச் செட்டியாரம்மா எங்கிட்டக் குசுகுசுத்துது. வெங் கிட்டா நமக்குச் சொந்தமில்லயா?’

‘பழனியம்மா நமக்கு ஒண்ணுவிட்ட சகோதரிதா. வெங்கிட்டம்மா சீரப்ப அவ உம்பொண்டாட்டிகிட்ட, பெருசா வாயி வெச்சு அதோட பேச்சுவார்த்த நின்னு போச்சல்ல. ‘அவ குடும்பம் எப்பிடியோ போகுட்டும்’னு வெங்கிட்டா ஓடிப்போனப்ப, நாம ஆரும் போயிப் பாக்கவே இல்லயே! இப்ப ஏ நாம கவலைப்படோணும்?’

‘வெங்கிட்டம்மா விருப்பமானவங்கூட ஓடிப்போயிட்டா கெட்டவ ஆகீறுவாளா? இப்ப அவுளுக்கு ஒரு அநீதி நடக்கப் போகுது. நாம பாத்துக்கிட்டு இருக்கணுமா?’

‘என்ன செய்யலாம்கற?’

‘வெங்கிட்டம்மாளுக்கு விருப்பமான்னு தெரிஞ்சுக்கணும். அவளுக்கு விருப்பமில்லீன்னா நாம ஒதவணும்.’

‘இந்தச் சிக்கல்ல நாம தலயிடறது அவ்வளவுக்கு நல்லதாப்படல. வீராசாமிகூட இருக்கற பக பெருசாப் போகும். யோசிக்காம எறங்கக் கூடாது.’

‘என்னத்த யோசிக்கறது? அப்ப நாம ஊருக்குள்ளயே இருக்க வேண்டியதில்ல. எனக்குத் தெரியும் நீங்க ஒத்துக்க மாட்டீங்கன்னு. எதையும் காதுல போடாமச் செய்யக் குடாதுன்னு சொன்னேன்,’ தன் கோபத்தை வெளிப்படுத்தினான் சென்னியப்பன்.

‘எப்பா இப்பிடியெல்லாம் என்னப்போட்டு வருத்தற? வீராசாமி கூட வண்டிப் போட்டி வேண்டாமுன்ன, கேக்குல. தோத்தம்கறபேரு. இப்ப மறுக்கா ஒரசல்... பெருசா ஒரசல்,’ அய்யாசாமி சொல்லி நொந்துகொண்டே நடந்தார்.

(திருமூர்த்தி மண்)

படுகளம்
ப. க. பொன்னுசாமி

நெடுஞ்சாலை
விளக்குகள்

திருமூர்த்தி மண்

பாலில் சர்க்கரை
பழுதாகலாமோ?
ப. க. பொன்னுசாமி

ENCYCLOPEDIA OF PHYSICS
ப க பொன்னுசாமி

ONE HUMANITY
ONE LITERATURE
75

Sirpi 75
A life of
Poetry

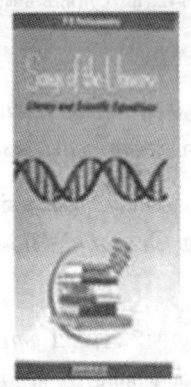

கவிதைகள்

இளைப்பாறச்
சிறுசிறு
நிழல்கள்

பக்குவப்பட்டாறு மாசம்

ப. க. பொன்னுசாமியின் படைப்புலகம்

கவிதைகள்

கருமேகம்-மழைத்துளி-நெல்மணி!
உன் முகம் பார்த்து வாழ்கிறோம்!
உன் முகம் மூடும் ஒவ்வொரு
கரு மேகமும்
எம் வயலில் ஒரு வாய்க்கால்!
உன்மீது விழும் ஒவ்வொரு
மழைத் துளியும்
எம் வயலில் ஒரு நெல்மணி!
உன் பரிவில் பாய்ந்து வரும்
பாலாறு எங்கள்
ஏழுகுளம் செழிப்பாக்கும்
ஜீவநதி!
ஜீவநதியில் திருமூர்த்திகள்
நாளும் நீராட - நாங்கள்
பாதம் தழுவிப்
பாவம் கழுவி
உன் முகம் பார்த்து வாழ்கிறோம்!

('படுகளம்' நாவலில்)

திருமூர்த்தி மலை

பக்குவப்பட்டாறு மாசம்

பக்குவப்பட்டாறு மாசம்
தில்லாலேலேலோ!

நா

பள்ளிபுரம் பாவாயி பேத்தி
லேலாலேலேலோ!

நா

பாக்கப் போறன் தேரு , என்னப்
பாக்கறாங்க பல பேரு!

நா

பாக்கப் போறன் தேரு, என்னப்
பாக்கறாங்க பல பேரு!

ஒத்தச் சட, ரெட்டக் குஞ்சம்!
செகப்புப் பாசி, கருப்பு வளையல்!
கண்ணுல மையி, காதுல சிமிக்கி!
அப்பறம் அப்பறம்?

சொல்ல மாட்ட! சொல்ல மாட்ட!

பாலுச்சாமி: சொல்லு!
மல்லி: போங்கப்புணு!
உண்டான்: சும்மா சொல்லு!
மல்லி: பச்ச நெறத்துப் பாவாட
பட்டனு வெச்ச ரவிக்க
பறக்காமச் சொருகுன மேலாக்கு!
சொரியன்: அப்பறம்?
மல்லி: போங்கப்புணு!
உண்டான்: சொல்லு சொல்லு!
மல்லி: கையில ரெண்டு ரூவா!
பம்பாய் மிட்டாய்ப்
பதக்கம் வாங்குவ! மணி

ப. க. பொன்னுசாமியின் படைப்புலகம்

            பாக்கக் கெடியாரம் வாங்குவ!
கிட்டான்:   அப்பறம் என்ன வாங்குவ?
மல்லி:   உம், ஆ!
                                பாசி வாங்குவ!
                                பின்னூசி வாங்குவ!
கிட்டான்:   பின்னூசி எதுக்கு?
மல்லி:   உக்கும்!
           பட்டனு போனாப்
           பக்குவமாக் குத்திக்கத்தா!
           போங்கப்புணுக!
           போதும் உங்க கேலி!
                              இப்ப நா
பாக்கப் போறன் தேரு!
                                       நா
பக்குவப்பட்டாறு மாசம்
                            தில்லாலேலோலேலோ!
                                     நா
பள்ளிபுரம் பாவாயி பேத்தி!
                            லேலாலேலோ லேலோ!
                                  ('படுகளம்' நாவலில்)

கல்லூரிக் காளை

    கல்லூரிக் காளை
    வெல்லச் சுவரில்
    மெல்ல மோதியது!
    ஆமாம் சுவரில்
    அவ்வளவு ப(ச்}சை!

                            ('எழுத்து' இதழில் வந்தது)

பண்ணாடிக பாக்குட்டும்னு

தலையில கரும்புக் கட்டு
தடிப்பயம் வெக்கயில
தள்ளிப் போச்சு சும்மாடு!
கொமுரி கொமுரியின்னு - கட்டுல
கூட நாலு கரும்பு!
கொள்ளையில போனவுனுக
பல்லிளிப்பு வேற!
வேகமாப் போகுலயின்னா
வெந்து விழுவாங்
குந்துக்காலு மொண்டி!
(சுமையுடன் வேகமாக நடக்கிறாள்)

மல்லி: ஏண்டி மாரா ஓடற?
இரு நானும் வார!

மாராள்: போடி போடி உன்னாட்டம்
பண்ணாடிக பாக்குட்டும்னு
பாசாங்கு பண்ண
என்னால முடியாது!

('படுகளம்' நாவலில்)

ப. க. பொன்னுசாமியின் படைப்புலகம்

ஆயிரம் புதுமைகள் படையுங்கள்!

புதியவை புதியவை சொல்லி - நீங்கள்
புகழ் ஒளி பெற வேண்டும்
அதிசயப் படைப்புகளால் - இந்த
அகிலம் பயன்பெற வேண்டும்

அறிந்தவன் இறைவனென்றே - எங்கள்
அருமறைகள் கூறும்
அறிந்தது கொஞ்சமென்றே - எங்கள்
அவ்வையும் சொன்னதுண்டு

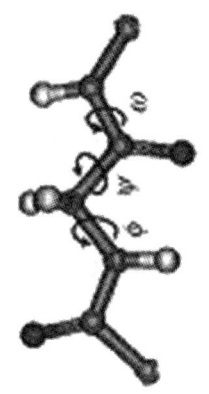

யாரது கண்டது முதல் எந்திரம்?
யாரது கண்டது குயவன் சக்கரம்?
யாரது கண்டது தச்சன் கோல்?
யாரது கண்டது வில் அம்பு?

பாமரர் பாமரர் படைத்தது;
பாருக்கெல்லாம் அவர் உறவானார்!
தேவை அறிந்தே கருவி செய்தார்;
தெய்வம் அவரெனப் பெருமை பெற்றார்!

அன்னவர் போலப் பயனறிந்தே
ஆயிரம் புதுமைகள் படையுங்கள்!
முன்னவராய் எவர் வென்றாலும்
முளைக்கட்டும் நல்லவை நல்லவையே!

அண்ட வெளியையும் வெல்லுங்கள்
அணுவின் உள்ளேயும் செல்லுங்கள்
முன்னவராய் எவர் வென்றாலும்
முளைக்கட்டும் நல்லவை நல்லவையே!

(நெடுஞ்சாலை விளக்குகள்)

ப. க. பொன்னுசாமியின் படைப்புலகம்

நான்தான் கொசு!

நான்தான் கொசு!
புடிச்சுப் பாருங்க - நான்
போயே போயிருவேன்
அடிச்சுப் பாருங்க - நான்
அகப்படவே மாட்டேன்

காதும் மூக்கும் எனக்குக் கைலாயம்! - உங்க
காதும் மூக்கும் எனக்குக் கைலாயம்!
காதில் புகுந்து கரணம் அடிப்பேன்
மூக்கில் புகுந்து மூச்சைப் புடிப்பேன்

போங்க போங்க போத்தித் தூங்க!
பொறுக்காதுங்க உங்க மூச்சு!
கைலாயம் தெறக்குமுங்க!
காது மூக்கோரம் பறப்பனுங்க!

புடிச்சுப் பாருங்க - நான்
போயே போயிருவேன்
அடிச்சுப் பாருங்க - நான்
அகப்படவே மாட்டேன்

நான்தான் கொசு!
நான் கடித்தால் உங்களுக்கு
ஒரு துளி ரத்தம் -
நீங்க அடித்தால் போகும்
என் உயிர் மொத்தம்

(நெடுஞ்சாலை விளக்குகள்)

சிங்காரச் செல்வமே!

சிந்திராம் பெற்றெடுத்த
சிங்காரச் செல்வமே
செந்தமிழ் களிதெலுங்கின்
சேர்க்கைச் சித்திரமே

கந்தராம் பரம்பரையின்
நந்தா விளக்கே
இந்த யுகம் எங்களுக்கு
என்றும் களிப்பே

புன்னகையில் வரும் நாட்கள்
பொங்குகடல் கல்வி நாட்கள்
உன்னரும் வேலை நாட்கள்
உறுதுணைக் குடும்ப நாட்கள்

எல்லாமும் செழித்திட
எங்கள் வாழ்த்து
இந்த யுகம் எங்களுக்கு
என்றும் களிப்பே

புன்னகையில் வரும் நாட்கள்
பொங்குகடல் கல்வி நாட்கள்
உன்னரும் வேலை நாட்கள்
உறுதுணைக் குடும்ப நாட்கள்

எல்லாமும் செழித்திட
எங்கள் வாழ்த்து
எல்லாமும் செழித்திட
எங்கள் வாழ்த்து!

அம்பேத்கர்

வேந்தர், சென்னைப் பல்கலைக்கழகம்

தினமணி

அம்பேத்கர்

ஒரு நூற்றாண்டுக்கு
முன்னால்
இந்தப் பாரத மண்ணின்
பஞ்சுப்பொதிச் சமுதாயத்தின்
மடியில்
தஞ்சம் புகுந்தது
ஓர் அக்கினிக் குஞ்சு!

அது மெல்ல மெல்லச்
சிறகடித்து நகர்ந்து
பன்னிரண்டு கோடிப்
பாமர மக்களின்
ஊனுக்குள் மூலக் கூறுக்குள்
அணுப்பிழம்பாய்
ஆக்கிரமித்துக் கொண்டது!
அங்கே உலைக்கூடமமைத்து
உணர்வுக் குண்டுகளை
உற்பத்தி செய்தது!

அடிமைப்பட்ட சமுதாயம்
உரிமைக் குரல் எழுப்பியது!
அந்த ஓசை இன்னும்
கேட்கிறது!

பிள்ளைப் பருவத்தில்
பள்ளிக்கூடத்தில்
தள்ளியிருந்து கற்ற
தவம்.!

கரும்பலகை விலக்கும்
வண்டி கவிழும்

ப. க. பொன்னுசாமியின் படைப்புலகம்

வாய்க்கால் ஒதுக்கும்
முடிதிருத்த முடியாது
காசில்லை
தாயில்லை
கல்வியைக் கண்ட விதம்
கடும் தவமன்றி
வேறில்லை.
வேலைக் காலத்தில்
வேந்தன் அலுவலகத்தில்
'தாழ்ந்த பயலே
தள்ளிப் போடா' - என்ற
தடியடி
கலங்கிக் கண்ணிமைகள்
திறந்த போது
தெரிந்த காட்சி
அப்பப்ப!

ஆயிரமாண்டுகள்
அடிமைத் தளை
சோக முகங்கள்
வேதனைக் குரல்கள்
வெம்பிய நெஞ்சங்கள்
பூமிக்குப் பாரம்
பொறுமிப் போகிறான்
புரிந்து கொள்கிறான்.

ஆயுதம் தேடுகிறான்
அடிமைப் பட்டாளம்
போதாது -
அறிவாயுதம் தேவையென்று
புரிந்து கொள்கிறான்.

ப. க. பொன்னுசாமியின் படைப்புலகம்

தொடங்க வேண்டிய இடம்
துல்லியமாகத் தெரிகிறது.
'முகத்திலும் தோளிலும்
தொடையிலும் பாதத்திலும்
பிதுங்கிய பிண்டங்கள்தாம்
மனிதர்கள்' - என்று
உயிர்தோன்று முறைக்கு
முற்றிலும் ஒவ்வாத
சக்தி கொண்டு
பிறவியிலேயே
பிரிவினைச் சுவர் எழுப்பிய
வருணாசிரம மனுசாத்திர
வர்க்க பேதத்தைத்
தர்க்க வாதத்தால்தான்
தகர்க்க வேண்டும்
அதற்குத் தக்க ஆயுதம்
தான்பெறும் கல்விதான்
என்று!

பள்ளி, கல்லூரி,
பல்கலைக்கழகங்கள்
இந்நாட்டில் அந்நாட்டில்
M.A., Ph.D., M.Sc., D.Sc.,
L.L.D., D.Lit.
Bar – at – Law
பெற்றாய்!

பேராசிரியன், வழக்கறிஞன்
கல்லூரி முதல்வன் - என
அறிவுக் கோட்டைக்குள்
மேலாண்மை புரிந்த

மேதையே!
அமைச்சர் பதவியையும்
திணிக்க ஏற்றாய் - ஆனால்,
கொள்கை இடறியபோது அதை
உதறி எறிந்தாய்!

அடிமைத் தளை
சோக முகங்கள்
வேதனைக் குரல்கள்
வெம்பிய நெஞ்சங்கள்
பூமிக்குப் பாரம்
நெஞ்சை வருட வருடத்
தொடர வேண்டிய பணியைத்
தோளில் வைத்தாய்!

எங்கள்
தாத்தாக்களுக்கு
ஊன்றுகோல்களையும்
அப்பாக்களுக்கு
முதுகுத்தண்டுகளையும்
வார்த்துக் கொடுக்க
உலைக்கூடம் சமைத்து அங்கே
உட்கார்ந்தாய்!

அறை கூவல் விடுத்தாய்!
'உரிமைக்குப் போராடுவது
ஒரு புறமிருக்கட்டும்,
உங்கள் ஒவ்வொரு
மழலைக்கும்
கல்வியைக் கொடுங்கள்
அதை -

ப. க. பொன்னுசாமியின் படைப்புலகம்

அவர்கள் பெற்றுவிட்டால்
தேவைப்படும் போதெல்லாம்
தட்டிப் பார்ப்பார்கள்
திறக்கப்படவில்லை
என்றால்
உடைத்து நுழைவார்கள்!
கேட்டுப் பார்ப்பார்கள்
கிடைக்கவில்லை
என்றால்
பறித்துப் போவார்கள்!

உங்களை
நீங்களே
உயர்த்திக் கொள்ளுங்கள்!
உங்கள் நடவடிக்கைகளில்
மாற்றம் காணுங்கள்!
உங்கள்
பேச்சில்
உச்சரிப்பைச் சரி செய்யுங்கள்
உங்கள் எண்ணங்களை
மாற்றி அமையுங்கள்

ஆண்டவனுக்கு
ஆடுகளைத்தான்
பலியிடுகிறார்கள்
நீங்கள் சிங்கங்களாக
மாறி விடுங்கள்!
தீண்டாமையை
மதத்தின் பிள்ளையென்று
ஏமாற்றுகிறார்கள்,
இல்லை, இல்லை,

ப. க. பொன்னுசாமியின் படைப்புலகம்

தீண்டாமையின்
உண்மைத் தந்தை
பொருளாதாரம்தான் -
என்று
போராடுங்கள்!
அப்பப்ப!
எத்தனை முறை நீ
ஆவேசப்பட்டாய்?
ஆனால்,
எப்போதும்
அறவழியை விட்டாயில்லை!
அகிம்சை முறையை
மறுத்தாயில்லை!

ஒரு நாள் -
மகாத் நகரின்
சவுதார் குளத்தில்
பத்தாயிரம் பேர்
படையுடன்,
குடிநீர் எடுத்து,
உரிமையை நிலைநாட்டி
நீ நடத்திய மாநாட்டில்
நீசர்கள் புகுந்து
வெறிபிடித்து அடித்து
நொறுக்கிய போது,
உன் படையைப் பார்த்து
'பழிவாங்க வந்தோமில்லை-
வழிகாண வந்தோம்' - என்று
ஒரு குரலில்
ஒரு கையசைவில்
ஓடவிருந்த குருதியாற்றை
ஒன்றுமில்லாமல்
செய்து விட்டாய்!

ப. க. பொன்னுசாமியின் படைப்புலகம்

இன்னொரு நாள்-
நாசிக் நகரில்
இராமர் கோயிலைத்
தொழுது பூசனை செய்ய
உன் தோழர்கள்
போனபோது
கதவுகள் மூடப்பட்டன

ஒரு மாதம் சத்தியாக்கிரகம்
பின்னர்-
ஒன்றித் தேரிழுத்துப்
பவனி வந்தபோது,
பன்றிக் குணத்தோடு சிலர்
உள்ளே நுழைந்து
உன்னில் ஒருவன்
உயிர்போக உதைத்து
ஓரம் எறிந்தார்கள்!

அப்போதும்,
உன் கையசைவால்
எட்டாயிரம் தொண்டர்களை
ஏதம் எதுவும் செய்யால்
இருக்க வைத்தாய்!

இப்படி எப்போதும்
அறவழியை விட்டாயில்லை!
அகிம்சை வழியை
மறுத்தாயில்லை!

ஏன்,
மகாத்மா கூட ஒருமுறை
தன் உயிரை உன்னிடம்

தந்து விட்டு
உண்ணாவிரதத்தில்
ஒரே பிடியாய் உட்கார்ந்து
கொண்டபோது
வீண்பிடிவாதமாய்
நீ மேலும்
ஓரிரு நாட்கள் இருந்திருந்தால்,
கூட
நாடு,
பிதாவை இழந்திருக்கும்
கோட்சேவின் பெயரை நீ
பெற்றிருப்பாய்!

ஆனால், நீ
'அண்ணலே நீங்கள்
வாழ வேண்டும்' என்று
தேசப்பிதாவைக் காத்து
உன்
தேச பக்தியை
வெளிப்படுத்தினாய்!

முன்னால்
வட்டமேஜை மாநாடுகளில்
நீ
வலம் வந்தவிதமும்,
பின்னால்,
சட்டசாசனத்தை நாட்டுக்கு நீ
சமைத்துக் கொடுத்ததும்
முள் மலராக மாறிய
கதையல்லவா!
உன்னை நாடு எப்படி
நம்பியது?

ப. க. பொன்னுசாமியின் படைப்புலகம்

எந்த இந்து சமுதாயத்தை
எதிர்த்துப் போராடினாயோ,
அதே சமுதாயம் பற்றிய
சட்டம் வடிக்க
உன்னைத்தானே
அழைத்தார்கள்!
அந்தப் பணியில் நீ, உன்
பரிமாண வளர்ச்சியைக்
காட்டினாய்!

நீ தொடங்கிய போராட்டம்
இன்னும் தொடர்கிறது!
இளைப்பாறச் சிறு சிறு
நிழல்கள்,
ஆனால், அவையாவும்
பனைமரக் கோடுகள்!
ஆலமரங்களைக் காண -
இன்னும் ஆண்டுகள் பல
தேவை!
உன் நினைவுக் குடையை
உயரப்பிடித்து - நாங்கள்
நடைப் பயணத்தைத்
தொடருகிறோம்!
நாடு இப்போது உனக்குக்
கொடுத்திருக்கிறது
மகாத்மா பட்டமும்
பிறந்த நாள் விடுமுறையும்
நீ இன்று இருந்திருந்தால்
அவற்றை
'ஓட்டுப் பெட்டிக்கு
உறவு கொண்டவை
என்று
மறுத்திருப்பாய்!

நேர்காணல்கள்

Hinduism today
அமுதசுரபி

நேர்காணல்கள்
Hinduism Today

P.K.Ponnuswamy: Intellectual capability and self-direction are the essential qualities of survival for the human race. Thus, developing these is the purpose of education.

HT: Statistically, it is estimated that 50% of the world's illiterates will be in India in the 21st cen-tury. Does this shock you?

PKP: True, the statistics are alarming. Over the past 40 years, our policy makers have allocated sizable resources for education of our people, but they have been poorly managed. Also, the population explosion has been a great obstacle and should be controlled.

HT: Today, even literates seem to be "unedu-cated." Cultural disregard and violence are on the increase. Is our educational system to blame?

PKP: Mere literates are exposed to lots of low-minded literature and develop unwanted behavior. This is not education. About violence, it is in-evitable in a fast-changing society. The blame is not on the students. It is the elders who are to be blamed. Good schools rarely produce bad stu-dents.

HT: What is the long-term solution?

PKP: Students need more dedicated teachers to enthuse them. It is very important that our cur-ricula be revised to include more outstanding bi-ographies of great personalities, men and women, living and histori-cal, who would inspire young minds towards greatness, high-mindedness.

HT: Job-oriented studies are essential for India where unemployment is a problem, but shouldn't schools be teaching basic social values too?

PKP: A decent job is essential to enable a person to lead a materially comfortable life, but it does not guarantee contentment in life. That comes from moral, ethical, cultural and other factors. Yes, acquiring these principles depends upon the kind of education we provide.

HT: In the absence of traditional religious education at school, is it possible to teach simply universally accepted morals and values?

PKP: In our pluralistic society, no one set of teachings can meet all the needs. We have to go beyond religion to create a curricula containing the biographies of great personalities who inspire the highest humanitarian values, at the same time expressing positive attitudes towards our technologically-minded era.

HT: Aren't we still blindly following the British system of education?

PKP: If there is a good thing out of the British rule over India, it was the educational system! There is no point criticizing it without finding an alternative system which is better.

அமுதசுரபி

1) பள்ளி, கல்லூரிப் பருவத்திலேயே எழுதியதுண்டா?

பள்ளிப்பருவத்தில் பேச்சு, நடிப்புப் போட்டிகளில் பங்கேற்று வெற்றிகளும் பெற்றுள்ளேன். இளநிலை இயல்பியல் பட்டப் படிப்பின்போது, மாவட்ட அளவில் நடந்த அறிவியல் கட்டுரைப் போட்டியில் முதல்பரிசு பெற்றிருக்கிறேன். முதுநிலைப் பட்டப் படிப்பின்போது புகழ்பெற்ற ஒரு மாலை நாளிதழ் வாரமலரில் என்னுடைய முதல் சிறுகதை வெளிவந்திருக்கிறது. 'தென்றல்' இதழிலும் 'எழுத்து' இதழிலும் ஒவ்வொன்றாக இரண்டு சிறு கவிதைகள் வெளிவந்துள்ளன. நடிப்பதற்கென இரண்டு முழு நாடகங்கள் (ஒன்று சமூகம், மற்றது வரலாறு) எழுதினேன். சமூக நாடகம் அரங்கேற்றம் கண்டது (நாடகங்ளின் எழுத்துப் படிகள் கிடைக்காமல் போனதில் பெருவருத்தம் உண்டு).

2) படைப்பிலக்கியம் - அல்லாதது - எதை எழுதுவதில் அதிக நாட்டம்?

கல்வி, இலக்கியம், அறிவியல், சமூகம், சார்ந்த கட்டுரைகள் எழுதுவதில் ஆர்வம் உண்டு. தினமணி, தினமலர், ஆங்கில இந்து

நாளிதழ்களில் எழுதியுள்ளேன். அறிவியலும் கல்வியும் சார்ந்து கட்டுரைத் தொகுப்புகளாக எட்டு நூல்கள் வெளிவந்துள்ளன. 'இயல்பியல் களஞ்சியம்' என்ற அறிவியல் விளக்க நூலைத் தொகுத்துள்ளேன். அண்மையில் `அண்டம்... அறிவியல்... அசோக் சென்...' என்ற நூலை எழுதி வெளியிட்டிருக்கிறேன்.

3) முதலிலேயே முழுக்கதையையும் முடிவுசெய்து, முடிவு செய்தபடிதான் எழுதுவீர்களா? இல்லை மாறுமா?

எழுதத் தொடங்குமுன் முழுக்கதையையும் முடிவு செய்வதில்லை. மனதில் ஒரு தடம் மங்கலாகத் தெரியும். எழுதத் தொடங்கியதும் முன்பகுதி அடுத்த பகுதிக்கு வழிகாட்டும். எழுதி முடித்த பிறகுதான் கதையின் முழுமை தெரியவரும். பகுதிகள் முன்பின் மாறும்.

4) ஒருமுறை எழுதியதை மாற்றி மாற்றி எழுதுவதுண்டா?

நடந்துபோகும்போது காலடிகள் இடைவெளிகளுடன் பதிவாகிப் போவது போல, டைரியில் முழுமையற்ற சொற்றொடர்களில் வேகமாக எழுதிப்போவேன். அய்ந்தாறு பகுதிகள் முடிந்த பிறகு மடிக்கணினியில் அச்சேற்றுவேன். இடைவெளிகள் மறையும். சொற்றொடர்கள் மெருகேறி, கதைப்போக்கை நகர்த்தும். எழுத்து, சொற்றொடர் பிழைகளுக்கான மாற்றங்களே அதிகம் இருக்கும். கையெழுத்துப் படியில் அதிக அடித்தல் திருத்தங்கள் இருக்காது. இரண்டு முறையாவது கணினிப் பதிவைப் படித்துத் திருத்துவேன்.

5) கொங்குநாடு வட்டார வழக்குச் சொற்களை அறிய, யாரையேனும் சார்ந்திருக்கிறீர்களா, இல்லை உங்கள் இயல்பான அறிவே போதுமானதாக இருக்கிறதா?

என் இயல்பான பட்டறிவிலிருந்து பெரும்பாலான சொற்கள் வருகின்றன. நான் தேடிப் போய் அவ்வப்போது சந்தித்துப் பேசும் பல பகுதி மக்களிடமிருந்தும் (குறிப்பாக பாட்டிகள்) சொற்கள் கிடைக்கின்றன.

6) ஆர்.சண்முகசுந்தரத்தின் 'நாகம்மாள்' உள்ளிட்ட படைப்புகளைப் படித்ததுண்டா? அவற்றின் தாக்கம் உங்கள் இலக்கியத்தில் உண்டா?

வட்டார வழக்கில் கதை, நாவல்கள் எழுத வேண்டும் என்ற எண்ணமே இல்லாத காலத்தில், சிறந்த படைப்பாளி என்ற முறையில் சண்முகசுந்தரம் நாவல்களையும் படித்திருக்கிறேன். அப்போதெல்லாம் அந்த நடையில் வட்டாரம் சார்ந்து நாமும் எழுத வேண்டும் என்று எந்தத் தூண்டுதலும் எனக்கு இருந்ததில்லை. 'படுகளம்' நாவலை எழுதிக் கொண்டிருந்தபோது கொங்கு வட்டாரம் பற்றிய நாவல்கள் ஒன்றிரண்டைப் படித்துப் பார்க்கலாம் என்ற எண்ணம் தோன்றியது. பிறகு, 'இப்போது வேண்டாம்' என்று இருந்து கொண்டேன். ஆகவே, மற்றவர்களின் தாக்கம் என் படைப்பில் இல்லை.

7) நீங்கள் கல்வியாளர். முறையான கல்விக்கும் படைப் பிலக்கியத்திற்கும் தொடர்பில்லை என்பது உண்மையா? இல்லை, முறையான கல்வி படைப்பிலக்கியவாதிக்கு உதவுமா?

முறையான கல்வி பெறாதவர்கள் சிறந்த படைப்பிலக்கியங் களைக் கொடுத்திருக்கலாம். அதனால் முறையான கல்விக்கும் படைப்பிலக்கியத்துக்கும் தொடர்பில்லை என்று சொல்ல முடியுமா? நல்ல கல்வி எதையும் செம்மைப்படுத்தும். படைப் பிலக்கியவாதியும் தன்னுடைய கல்வியால் மேம்பட்ட படைப்பைத் தர வாய்ப்பிருக்கிறது.

8) உங்களின் 'நெடுஞ்சாலை விளக்குகள்' கல்வித் துறையை மையமாகக் கொண்டது. எதிர்காலத்தில் அதுபோல் பலதுறை நாவல்களைப் படைக்கும் எண்ணமுண்டா?

வேளாண்மைத் துறையிலும் கல்வித் துறையிலும் போதிய பட்டறிவு இருந்தது. படுகளமும், நெடுஞ்சாலை விளக்குகளும் உருவாயின. அவற்றின் தொடர்ச்சிகள் இப்போது மனதிலும் எழுத்திலும் உருவாகிக்கொண்டிருக்கின்றன. நேரம் கிடைத்தால் தடய அறிவியல் துறையில் ஒரு நாவல் எழுத எண்ணம்

இருக்கிறது. அத்துறையில் ஆய்வுப் பட்டறிவு உண்டு. பட்டறிவில்லாத துறைகளில் இறங்கி ஏன் பரிதவிக்க வேண்டும்?

9) வட்டார வழக்கு இலக்கியத்திற்கு எதிர்காலம் இல்லை என்று சொல்லப்படும் கருத்து பற்றி?

வட்டார வழக்குகள் ஏதோ ஒரு படிமத்தில் எல்லா மொழிகளிலும் எப்போதும் இருந்துகொண்டுதான் இருக்கும். 'ஒரு மொழிக்கு ஒரு பொது வழக்கு' என்பது எழுத்தில் இருக்க முடியலாம், பேச்சில் இருக்க முடியாது. ஒவ்வொரு காலகட்டத்திலும் இருக்கும் பேச்சுப் படிமத்தைப் பதிவாக்குவது வரலாற்றுக்குச் செழுமைதானே!

10) அந்தந்த வட்டாரத்து வாசகர்களையும் போல், பொது வாசகர்கள் இத்தகைய நாவல்களை அனுபவிக்க முடியாது என்று சொல்லப்படுவது குறித்து?

சண்முகசுந்தரத்தையும், கி.ரா.வையும், வைரமுத்துவையும் வாசிக்கும் வாசகர்கள் எல்லாம் அந்தந்த வட்டார மக்கள்தானா, என்ன? ஆர்வம் மிக்க ஒரு வாசகருக்கு ஒரு வட்டார நாவலின் முதல் சில பக்கங்கள் கொஞ்சம் நெருடலாகப் படலாம். பிறகு, அதன் நடையாற்றல் அவரை ஈர்த்துக் கொண்டுவிடும். அடுத்து வரும் பக்கங்களை அவரால் மூடி வைத்துவிட முடியாது.

11) உங்களின் இலக்கியம் அல்லாத பிற சமூகப் பணிகள் பற்றி?

'பொன் நாவரசு அறக்கட்டளை'யின் சார்பில், கிராமப்புற மாணவர்கள், பெண்கள், சுற்றுச்சூழல் பாதுகாப்பு என்ற பார்வையில் பல பணிகளுக்கு வழிகாட்டியாக இருக்கிறேன். அண்மைக் காலத்தில், கோவையில் டாக்டர் நல்ல.ஜி.பழனிசாமியின் தலைமையில் செயல்படும் 'உலகத் தமிழ்ப் பண்பாட்டு மையத்தின்' பணிகளுக்கும் வழிகாட்டியாய் இருக்கிறேன். பள்ளி கல்லூரி மாணவர்களிடையே வாழ்வியல் விழுமியங்கள் பற்றிப் பேசுகிறேன்.

கட்டுரைப் படைப்புகளில் காணும் நாயகர்கள்

நாவுக்கரசர், சுந்தரர், ஞானசம்பந்தர், வள்ளலார்

திருவள்ளுவர், கம்பர், இளங்கோவடிகள்

விவேகானந்தர், பரமஹம்சர், அன்னை சாரதா தேவி

பாரதி, திரு.வி.க., ஜெயகாந்தன்,

குலோத்துங்கன், தமிழண்ணல், சிலம்பொலி செல்லப்பன்

கா.செல்லப்பன், சிற்பி பாலசுப்ரமணியன்

நல்ல ஜி.பழனிசாமி, இரா.கிருஷ்ணமூர்த்தி

நடிகர் சிவகுமார், இரா.கலைக்கோவன்,

கலீலியோ, அல்பர்ட் சுவைட்சர், மார்க்சிம் கார்க்கி

சி.வி.இராமன், ஜி.என்.இராமச்சந்திரன், அசோக்சென்

அம்பேத்கர்

ப.க. பொன்னுசாமி

பள்ளபாளையம்
கந்தசாமி
பொன்னுசாமி
(பி.1938)

உயிரியல்பியல் துறையில் ஆய்வாளர். பாரதிதாசன் பல்கலைக் கழகத்தில் பேராசிரியராகப் பணியாற்றி ஓய்வுபெற்றவர். சென்னைப் பல்கலைக்கழகத்திலும், மதுரை காமராசர் பல்கலைக்கழகத்திலும் துணைவேந்தராய் இருந்தவர். துறை சார்ந்து 80 அறிவியல் ஆய்வுக் கட்டுரைகளை எழுதியுள்ளவர். அறிவியல், இலக்கியம், கல்விக் களங்களில் ஆர்வம் கொண்டு தொடர்ந்து எழுதிக்கொண்டிருப்பவர். இதுவரை மூன்று புதினங்கள், ஒரு குறும்புதினம் உட்பட, 17 நூல்களை எழுதியுள்ளார். ஆறு நூல்களைத் தொகுத்துள்ளார். மூன்று நூல்களைப் பதிப்பித்துள்ளார்.

இந்து, தினமணி, தினமலர், அமுதசுரபி - நாள்/பருவ இதழ்களில் கட்டுரைகள் எழுதிவருகிறார்.

Dr. P. K. Ponnuswamy was the Vice-Chancellor of two premier Universities of Tamil Nadu, viz., Madras University (1994-1997) and Madurai Kamaraj University (2002-2005).

Born in a Village (Udumalpet Taluk) of Coimbatore District, Dr.Ponnuswamy received his B.Sc. Degree in Physics from NGM College (Pollachi), M.Sc. Degree from PSG College of Arts and Science (Coimbatore), and Ph.D. degree from the Centre of Advanced Study in Physics, University of Madras (1970).

He worked as Research Associate at Cornell University in New York for three years (1970-'73), joined the University of Madras as Reader in 1973 and then moved to Tiruchirapalli in 1976 to head the Department of Physics at the then Autonomous PG Centre. Appointed as the Director of the Centre in 1978, he held this post until the establishment of Bharathidasan University in 1982. Dr. Ponnuswamy contributed significantly to the development of research activities in the University Departments, which continue highly to contribute in their respective areas of specialization. At Bharathidasan, he was the senior-most Professor of the University, Head of the Department of Physics and the Dean of Faculty of Science.

He has visited USA, USSR, Japan, France, Canada and Singapore on various occasions to present papers at the Conferences and to deliver lectures at the Universities. He spent two years (1986-'88) at the College of Pharmacy, University of Michigan, Ann Arbor, USA as a Visiting Scientist. He was a frequent Visiting Scientist at the Ohio State University, Columbus, USA.

Dr. Ponnuswamy has published over 80 original research articles and a Review in reputed international Journals. His article in Nature stood as the second top quoted Indian work. (Hydrophobic character of amino acid residues in globular proteins, P. MANAVALAN & P.K. PONNUSWAMY, Nature volume 275, pages 673–674, 1978)

He was a member of the Academic Council of Jawaharlal Nehru University, New Delhi (1982-'85), a member of the State Council for Science and Technology (TN) for a period of five years (1983-'88), and a member of the Sub-Committee for the International Union of Pure and Applied Biophysics (1989-'92). He was the Special Officer for Planning and Development and a Member of the Syndicate of Bharathidasan University, and a member of the Syndicate of Alagappa University (1993-'96). He served as the Convener of the UGC Committee to monitor SC/ST Programmes in Universities and Colleges in India (6 Years).

Dr. Ponnuswamy is a Scholar in Tamil and English Languages and has written 16 books, edited 5 including an Encyclopedia in Physics (Tamil) and published 3 books through Pon Naavarasu Trust for which he is the Chaiman. In the recent past he has authored three well acclaimed Tamil Novels, 'படுகளம்', 'நெடுஞ்சாலை விளக்குகள்' and 'திருமூர்த்தி மண்'. He contributes articles to dailies on Science, Education and contemporary subjects. As Vice-Chancellor of Madras University and Madurai Kamaraj University he introduced many developmental programmes, including Credit Based System of Learning in the University Departments. In both the Universities, under his dynamic leadership, the quality of learning through, the Distance Education Streams improved substantially.

Dr. Ponnuswamy received the Best University Teacher Award from the Government of Tamil Nadu, in the year 1984. His Tamil `Novel Padukalam' received the Best Novel of the Year (2008) Award from Tirupur Tamil Sangam and the second Tamil Novel, `Nedunjsaalai Vilakkukal' received Best Novel of the year (2013) Award, from Tirupur Ilakkiya Kazhakam. His current research interest is Tamil Music.

நூல்கள் பட்டியல்

1. திருமூர்த்தி மண் (நாவல், 2021), என்.சி.பி.எச். பதிப்பகம், சென்னை.
2. நெடுஞ்சாலை விளக்குகள் (நாவல், 2013), என்.சி.பி.எச். பதிப்பகம், சென்னை.
3. படுகளம் (நாவல், 2008), மணிவாசகர் பதிப்பகம், சென்னை.
4. தாயம்மா (குறுநாவல், 2021), கிண்டில் பதிப்பு.
5. பாலில் சர்க்கரை பழுதாகலாமோ? (கட்டுரைகள், 2020), கனவு வெளியீடு, திருப்பூர். அறிவியல் - சில பார்வைகள் (கட்டுரைகள், 2018), என்.சி.பி.எச். பதிப்பகம், சென்னை.

6. கல்வி - சில பார்வைகள் (கட்டுரைகள், 2018), என்.சி.பி.எச். பதிப்பகம், சென்னை.
7. இலக்கியம் - சில பார்வைகள் (கட்டுரைகள், 2018), என்.சி.பி.எச். பதிப்பகம், சென்னை.
8. ஞானசம்பந்தர் பாடல்களில் தாள இசைக்கூறுகள் (குறுநூல், 2021), என்.சி.பி.எச். பதிப்பகம், சென்னை.
9. நான்தான் கோவிட்-19 (குறுநூல், 2021), தினமலர் வெளியீடு, சென்னை.
10. எதிர்காலம் இனிக்கும் (கட்டுரைகள், 2002), மணிவாசகர் பதிப்பகம், சென்னை.
11. உயர்கல்வி உயர (கட்டுரைகள், 2002), மணிவாசகர் பதிப்பகம், சென்னை.
12. நூற்றாண்டுத் தமிழ் (கட்டுரைகள், 2004), மணிவாசகர் பதிப்பகம், சென்னை.
13. The Songs of the Universe (கட்டுரைகள், 2005), Emerald Publications, Chennai.
14. வாழும் இலக்கியம் வளரும் அறிவியல் (கட்டுரைகள், 1993, 2002), புதிமைப் பதிப்பகம், கோவை.
15. அண்டம், கோட்பாடுகள், அசோக் சென் (அறிவியல் நூல், 1993, 2002), புதிமைப் பதிப்பகம், கோவை (2015), உலகப் பண்பாட்டு மையம் வெளியீடு, சென்னை.
16. அறிவியல் - சில பார்வைகள் (கட்டுரைகள், 1985), அன்னம் வெளியீடு, சிவகங்கை.
17. இயல்பியல் களஞ்சியம் (தொகுப்பு, 1997), சென்னைப் பல்கலைக்கழக வெளியீடு, சென்னை.
18. Chellappan-75, NCBH Publication, Chennai.

19. Sirpi-75, NCBH Publication, Chennai.
20. கொங்கு வட்டார இலக்கியம் (தொகுப்பு), உலகப் பண்பாட்டு மையம் வெளியீடு, கோவை.
21. கரிசல் வட்டார இலக்கியம் (தொகுப்பு), உலகப் பண்பாட்டு மையம் வெளியீடு, கோவை.
22. சூழலைக் காப்போம் (பதிப்பு), பொன் நாவரசு அறக் கட்டளை வெளியீடு.
23. Hymn to Humanity (Kulothungkan poems), Pon Naavarasu Trust Publication, Udumalpet.
24. Ragging: Problems and Solutions *(பதிப்பு)*, Pon Naavarasu Trust Publications, Udumalpet.

ஒன்பதில் ஐந்தாம் மகவாய்
என்னை ஈன்றெடுத்த
அன்னை
பெரியம்மாள்

தந்தை
செல்லமுத்து கந்தசாமி

அன்னை தெரசா
சிவகாமி

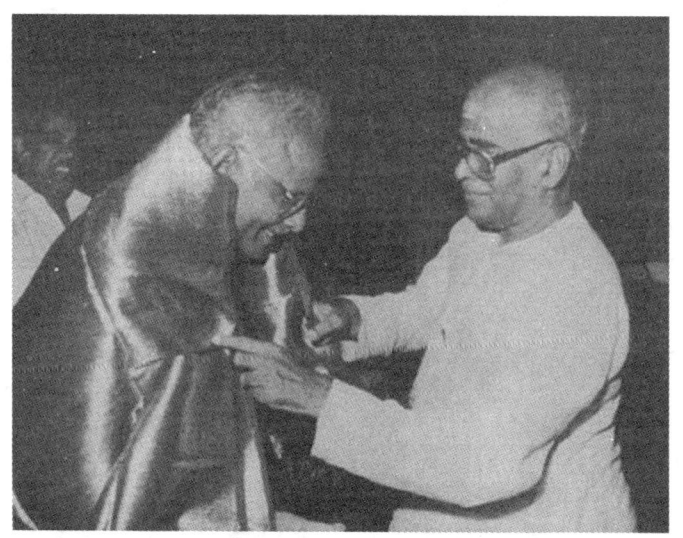

அருட்செல்வர் நா. மகாலிங்கம்
பேராசிரியர் அவ்வை நடராசன்
('வளரும் அறிவியல் வாழும் இலக்கியம்'
நூல் வெளியீட்டு விழா)

நாவலர் நெடுஞ்செழியன்
பெருந்தகை சி. சுப்ரமணியம்

பேராசிரியர் செல்லையா
பெருந்தகை சி. சுப்ரமணியம்

பேராசிரியர் ஜியார்ஜ் ஹார்ட்

பேராசிரியர் கா. செல்லப்பன்

அசோகமித்திரன் குடும்பம்

ப.க.பொ, டாக்டர் நல்ல ஜி.பழனிசாமி
திரு.கி.இரா.தம்பதியர்
நடிகர் திரு.சிவகுமார்

டாக்டர் நல்ல ஜி.பழனிசாமி
நடிகர் திரு.சிவகுமார்
ப.க.பொ - சிவகாமி

கவிஞர் சிற்பி

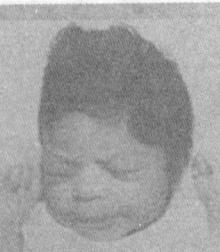

Presenting . . .

உயர்திரு. வி.கே. பொன்னுமுத்து
இராமசாமி அவர்கள்.

ஜூலை 13, 1972
இத்தாகா.

அன்பிற்கும் பெருமதிப்பிற்கும் உரிய அய்யா அவர்களுக்கு.

பகலையும் இரவையும் பிரித்துப் பாராமல் உறங்கி விழித்து நமக்கு நேர் மாறாக, இந்த உலகை அடையாளம் காணாமல் மகிழ்ச்சியில் மலரும் பிஞ்சு முகமொன்றைக் கண்டு களிப்பதில் இப்போது நான் திளைத்திருக்கிறேன்.

தங்களின் பொன்னுள்ளத்தின் நல்லன்பு வாழ்த்துக்களைப் பெற்று இவ்வுலகை இப்பெண் மழலை அறியத் தொடங்க வேண்டுமென்று அவாவுறுகிறேன்.

அன்பு,

ப.க. பொன்னுசாமி

சுப்ரபாரதிமணியன்

(ஆர்.பி.சுப்ரமணியன், பி.1955) சிறுகதைகள், நாவல்கள், கட்டுரைகள், கவிதைகள் என பல தளங்களிலும் நாற்பது ஆண்டுகளாக எழுதிவருபவர். அனைவராலும் அறியப்பட்டவர். இந்திய முன்னாள் குடியரசுத் தலைவர் வழங்கிய கதா விருது, தமிழக அரசின் சிறந்த நாவல் ஆசிரியர் விருது, எழுத்து இலக்கிய விருது உட்பட பல்வேறு விருதுகளையும், பரிசுகளையும் பெற்றவர். திருப்பூர் பகுதியில் குழந்தைத் தொழிலாளர் ஒழிப்பு, பெண்களைச் சுரண்டும் சுமங்கலித் திட்ட ஒழிப்பு, நொய்யலைப் பாதுகாத்தல் போன்ற பல்வேறு சமூகப் பிரச்சினைகளிலும் அக்கறை கொண்டவர். இவர், 'கனவு' என்ற இலக்கிய இதழை 36 ஆண்டுகளாக நடாத்தி வருபவர். திருப்பூர் தாய்த்தமிழ்ப் பள்ளியோடு இணைந்து பணியாற்றுபவர். தொலைபேசித் துறையில் உதவிக் கோட்ட பொறியாளராய் பணியாற்றியவர். இவரது சிறுகதைகள், நாவல்கள் பல இந்திய மொழிகளிலும், ஆங்கிலம், ஹங்கேரி மொழிகளிலும் மொழி பெயர்க்கப்பட்டுள்ளன.